PRAYERS THAT BRING EXTRAORDINARY TURN-AROUND AND REJOICING

DR. D. K. OLUKOYA

General Overseer

MFM MINISTRIES, LAGOS, NIGERIA

2018 A .D. Seventy Days Fasting & Prayer Programme
English & Yoruba Version
(Dr. D. K. Olukoya)

ISBN 978-978-920-196-9

© 2018 A .D.

A publication of:
MOUNTAIN OF FIRE AND MIRACLES MINISTRIES
13, Olasimbo Street, off Olumo Road,
(By UNILAG Second Gate), Onike, Iwaya
P. O. Box 2990, Sabo, Yaba, Lagos.
E-Mail: mfmhqworldwide@mountainoffire.org
Web-site: www.mountainoffire.org

I salute my wonderful wife, Pastor Shade, for her invaluable support in the ministry. I appreciate her unquantifiable support in the book ministry as the cover designer, art editor and art adviser.

All Scriptures are quoted from the King James version of the Bible

9 789789 201969

Preface

"O Thou that hearest prayer, unto thee shall all flesh come" (Ps 65:2).

We give all the glory to the Lord for what He has been doing with our annual Seventy days prayer and fasting programme. The Lord has used the programme to: ignite the fire of revival in thousands of lives, put stubborn pursuers to flight, produce prayer eagles, open chapters of prosperity for many, confuse satanic dribblers and put the enemies' gear in reverse. Prayer is of great value in turbulent and non-turbulent situations. Prayer is a necessity not an option.

"Howbeit this kind goeth not out but by PRAYER AND FASTING" (Matt 17:21).

Some mountains will not fall unless they are bombarded with the artillery of prayer and fasting.

The weapon of prayer and fasting have been known to do wonders when other methods have failed. In addition, some breakthroughs are impossible unless there is regular, consistent, concerted, constant bombardment of prayers. The prayer points for this year's programme have been specially vomited by the Holy Ghost to bring salvation, deliverance and healing of the spirit, soul and body to God's people. Pray them with determination, pray them with aggression, pray them with violence in your spirit, pray them with violent faith, pray them with great expectation and your life will never remain the same. The God who answereth by fire will surely answer you, in Jesus' name.

Your friend in the school of prayer,

Dr. D. K. OLUKOYA

DEVOTIONAL HYMNS

Sing Praise To God

John L. Bell (1949) and Graham Maule (1958..)   Music: Melody English trad: arr, John L. Bell (1949..)

Hark! The Voice of Jesus Crying

Thomas Kelly

Arr. George .C. Stebbins

Come, Holy Spirit

John W. Peterson

Holy Book, Book Divine

O JESUS, I HAVE PROMISED

AURELIA
D. 7s. 6s.

HYMN NUMBER 5 - MUSIC

HEAR THE FOOTSTEPS OF JESUS

HYMN FOR THE VIGIL.

Wilt Thou Be Made Whole

W. J. K   Wm. J. Kirkpatrick

HYMN NUMBER 1
SING PRAISE TO GOD
THE VICAR OF BRAY

O LORD, how manifold are thy works! in wisdom hast thou made them all:.(Psa 104:24)

1. *f* Sing praise to God on mountain tops
mp And in the earth's lowest places,
From blue lagoon to polar waste,
mf From ocean to oasis,
No random rock produced this world,
f But God's own will and wonder
Thus hills rejoice and valleys sing
And clouds concur with thunder.

2. *f* Sing praise to God where grasses grow
And flowers display their beauty,
mf Where nature weaves her myriad web
Through love as much as duty
The seasons in their cycle speak
Of earth's complete provision
Let nothing mock inherent good,
Nor treat it with derision.

3. *f* Sing praise to God where fishes swim,
And birds fly in formation,
Where animals of every kind
Diversify creation
mf All life that find its home on earth,
Is meant to be respected.
Let nothing threaten, for base ends,
What God through grace perfected.

4. *f* Sing praise to God where human-kind
Its majesty embraces,
Where different races, creed and tongues,
Distinguish different faces,
ff God's image in each child of earth
Shall never pale or perish
So treat with love each human soul,
And thus God's goodness cherish.

HYMN NUMBER 2
HARK! THE VOICE OF JESUS CRYING
Crown Him 8.7.8.7 With Refrain

. . . The harvest truly is great, but the labourers are few: (Luk 10:2)

1 *f* Hark, the voice of Jesus crying,
"Who will go and work today?
Fields are white and harvests waiting;
Who will bear the sheaves away?"
ff Loud and long the Master calls us,
Rich reward He offers free;
Who will answer, gladly saying,
"Here am I, send me, send me"?

2 *mf* If you cannot speak like angels
If you cannot preach like Paul,
You can tell the love of Jesus;
You can say He died for all.
f If you cannot rouse the wicked;
With the judgment's dread alarms,
mp You can lead the little children,
To the Saviour's waiting arms.

3 *mf* If you cannot be the watchman
Standing high on Zion's wall,
Pointing out the path to heaven,
Off'ring life and peace to all,
mp With your prayers and with your off'rings;
You can do what God demands;
You can be like faithful Aaron,
Holding up the prophet's hands.

4 *f* Let none hear you idly saying,
"There is nothing I can do,"
While the multitudes are dying,
And the Master calls for you:
Take the task He gives you gladly;
Let His work your pleasure be;
Answer quickly when He calleth,
ff "Here am I, send me, send me."

HYMN NUMBER 3
COME HOLY SPIRIT
The Holy Spirit Came At Pentecost
And they were all filled with the Holy Ghost, (Acts 2:4)

1. *ff* The Holy Spirit came at Pentecost,
He came in mighty fullness then;
His witness through believers won the lost,
And multitudes were born again.

mf The early Christians scattered over the world,
They preached the gospel fearlessly;
Though some were martyred and to lions hurled,
They marched along in victory!

Chorus
ff Come, Holy Spirit,
p Dark is the hour,
We need Your filling,
cr Your love and Your mighty power,

ff Move now among us,
Stir us, we pray,
mf Come, Holy Spirit,
Revive the Church today!

2. *mp* Then in an age when darkness gripped the earth,
"The just shall live by faith" was learned;
The Holy Spirit gave the Church new birth,
As reformation fires burned.

mf In later years the great revivals came,
When saints would seek the Lord and pray;
O once again we need that holy flame,
To meet the challenge of today!

HYMN NUMBER 4
HOLY BIBLE, BOOK DIVINE
Pleyel's Hymn 77.77
Thy word have I hid in mine heart, that I might not sin against thee. (Psalm 119:11)

1. *mf* Holy Bible, book divine,
Precious treasure, thou art mine;
Mine, to tell me whence I came;
Mine, to teach me what I am.

2. *mp* Mine, to chide me when I rove;
Mine, to show a Saviour's love;
Mine are thou to guide my feet;
Mine, to judge, condemn, acquit.

3. *p* Mine, to comfort in distress,
If the Holy Spirit bless;
cr Mine, to show by living faith,
Man can triumph over death.

4. *f* Mine, to tell of joys to come,
Light and life beyond the tomb;
ff Holy Bible, book divine,
Precious treasure, thou art mine.

HYMN NUMBER 5
O JESUS I HAVE PROMISED (7.6.7.6 D)
If any man serve me, let him follow me (John 12:26)

1. *mp* O Jesus, I have promised
To serve Thee to the end;
Be Thou forever near me,
My Master and my Friend:
I shall not fear the battle

If Thou art by my side,
Nor wander from the pathway
If Thou wilt be my guide.

2.   O let me feel Thee near me,
     The world is ever near;
     I see the sights that dazzle,
     The tempting sounds I hear:
di My foes are ever near me,
     Around me and within;
cr But, Jesus, draw Thou nearer,
     And shield my soul from sin.

3. *p* O let me hear Thee speaking
     In accents clear and still,
     Above the storms of passion,
     The murmurs of selfwill,
cr O speak to reassure me,
     To chasten or control;
     O speak, and make me listen,
     Thou Guardian of my soul.

4. *mf* O Jesus, Thou hast promised
     To all who follow Thee,
     That where Thou art in glory,
     There shall Thy servant be;
     And, Jesus, I have promised
     To serve Thee to the end;
     O give me grace to follow,
     My Master and my Friend.

5. *p* O let me see Thy footmarks
     And in them plant mine own;
     My hope to follow duly
     Is in Thy strength alone,
     O guide me, call me, draw me,
     Uphold me to the end;
     And then in heaven receive me,
     My Saviour and my Friend.

HYMN FOR THE VIGIL
HEAR THE FOOTSTEPS OF JESUS (13.13.12.12 & Ref)
For I am the Lord that healeth thee (Exod. 15:26)

1.*f* Hear the footsteps of Jesus,
     He is now passing by,
     Bearing balm for the wounded,
     Healing all who apply;
     As He spake to the suff'rer
     Who lay at the pool,
     He is saying this moment,
     "Wilt thou be made whole?"

Refrain
mf Wilt thou be made whole?
     Wilt thou be made whole?
P Oh come, weary suff'rer,
     Oh come, sin-sick soul;
f See the life-stream is flowing,
     See the cleansing waves roll,
     Step into the current and thou shalt be whole.

2.*f* 'Tis the voice of that Savior,
     Whose merciful call
     Freely offers salvation
     To one and to all;

He is now beck'ning to Him
Each sin-tainted soul,
And lovingly asking,
"Wilt thou be made whole?"

3. *mf* Are you halting and struggling,
     Overpowr'd by your sin,
     While the waters are troubled
     Can you not enter in?
f Lo, the Savior stands waiting
     To strengthen your soul;
     He is earnestly pleading,
     "Wilt thou be made whole?"

4. *mp* Blessed Savior, assist us
     To rest on Thy Word;
     Let the soul healing power
     On us now be outpoured;
     Wash away every sin-spot,
     Take perfect control,
     Say to each trusting spirit,
     "Thy faith makes thee whole."

TO BE SAID DAILY

Father, in the name of Jesus, I thank You for:

Praise the Lord

1. Drawing me to prayer and power,
2. The salvation of my soul,
3. Baptizing me with the Holy Spirit,
4. Producing spiritual gifts upon my life,
5. The fruit of the spirit working in me,
6. The wonderful gift of praise,
7. All the ways You have intervened in my affairs,
8. Your divine plan for my life,
9. You will never leave me nor forsake me,
10. Bringing me to a place of maturity and deeper life,
11. Lifting me up when I fall,
12. Keeping me in perfect peace,
13. Making all things work together for good for me,
14. Protecting me from the snares of the fowler and from the noisome pestilence,
15. The wonder-working power in Your Word and in the Blood of the Lamb,
16. Giving Your angels charge over me,
17. Fighting for me against my adversaries,
18. Making me more than a conqueror,
19. Supplying all my needs according to Your riches in glory,
20. Your healing power upon my body, soul and spirit,
21. Flooding my heart with the light of heaven,
22. Always causing me to triumph in Christ Jesus,
23. Turning my curses into blessings,
24. Enabling me to dwell in safety,
25. All the blessings of life,
26. Your greatness, power, glory, majesty, splendor and righteousness,
27. Silencing the foe and the avenger,

28. You are at my right hand and I shall not be moved,

29. You are trustworthy and will help Your own,

30. Not allowing my enemies to rejoice over me,

31. Your wonderful love,

32. You are great and greatly to be praised,

33. Delivering my soul from death and my feet from stumbling,

34. You are my fortress and refuge in time of trouble,

35. Your faithfulness and marvellous deeds,

36. Your act of power and surpassing greatness,

37. Dispersing spiritual blindness from my spirit,

38. Lifting me out of the depths,

39. Preserving me and keeping my feet from slipping,

40. Your name is a strong tower, the righteous runs into it and he is safe.

PRAYERS FOR CHURCH, MISSIONARY ACTIVITIES AND CHRISTIAN HOMES
TO BE SAID EVERY SUNDAY

1. Thank You, Father, for the promise which says, "I will build my church and the gates of hell shall not prevail against it."

2. I ask for forgiveness of every sin causing disunity and powerlessness in the body of Christ.

3. I take authority over the power of darkness in all its ramifications, in Jesus' name.

4. I bind and cast out every spirit causing seduction, false doctrine, deception, hypocrisy, pride and error, in Jesus' name.

5. Every plan and strategy of satan against the body of Christ, be bound, in the name of Jesus.

6. Every spirit of prayerlessness, discouragement and vainglory in the body of Christ, be bound, in the name of Jesus.

7. Father, let the spirit of brokenness be released upon us, in Jesus' name.

8. I command the works of the flesh in the lives of the brethren to die, in Jesus' name.

9. Let the power of the cross and of the Holy Spirit be released to dethrone flesh in our lives, in the name of Jesus.

10. Let the life of our Lord Jesus Christ be truly established in the body of Christ, in the name of Jesus.

11. Every power of selfishness, over-ambition and unteachableness, be broken, in the name of Jesus.

12. Father, grant unto the body of Christ the mind of Christ, forgiving spirit, tolerance, genuine repentance, understanding, submission, humility, brokenness, watchfulness and the mind to commend others better than ourselves, in Jesus' name.

13. I challenge and pull down the forces of disobedience in the lives of the saints, in the name of Jesus.

14. I command these blessings on the body of Christ and ministers

    - love   - joy   - peace   - longsuffering
    - gentleness   - goodness   - faith   - meekness

- temperance - divine healing - divine health - fruitfulness
- progress - faith - the gifts of healing
- prophecy - discerning of spirits - the word of wisdom
- the word of knowledge - the working of miracles
- divers kinds of tongues - the interpretation of tongues
- beauty and glory of God - righteousness and holiness
- dedication and commitment

15. Father, create the thirst and hunger for God and holiness in our lives, in the name of Jesus.

16. O Lord, send down the fire of revival into the body of Christ.

17. O Lord, break and refill Your ministers and vessels afresh.

18. Let there be a full and fresh outpouring of the Holy Ghost upon the ministers of God, in the name of Jesus.

19. O Lord, give unto Your ministers the power for effective prayer life.

20. O Lord, release faithful, committed, dedicated and obedient labourers into the vineyard.

21. I break down the authority and dominion of satan over the souls of men, in the name of Jesus.

22. Every spirit holding the souls of men in captivity, I shatter your back-bone, in the name of Jesus.

23. Every covenant between the souls of men and satan, I dash you to pieces, in the name of Jesus.

24. Let the spirit of steadfastness, consistency, hunger and thirst for the words of God come upon the converts, in Jesus' name.

25. O Lord, release upon all our missionaries and evangelists fresh fire to disgrace territorial spirits.

26. I break the power and the grip of the world upon the souls of men, in Jesus' name.

27. I release the spirit of salvation upon areas that have not been reached by the gospel, in the name of Jesus.

28. O Lord, remove all the hindrances to Your purpose for Christian homes.

29. I command the spirit of quarrel, immorality, unfaithfulness, infirmity,

disagreement, misunderstanding and intolerance to loose their grips upon Christian homes, in the name of Jesus.

30. Let all Christian homes be a light to the world and a vehicle of salvation, in the name of Jesus.

31. O God, raise up Esther, Ruth and Deborah in this generation, in Jesus' name.

32. Every power destroying joy in the home, be dismantled, in Jesus' name.

33. O Lord, grant us special wisdom to train our children in Your glory.

34. Every Christian marriage that has been re-arranged by the enemy, be corrected, in the name of Jesus.

35. O Lord, let the spirit of wisdom, judgement, submission, gentleness, obedience to God's word and faithfulness in the home, come upon Christian homes.

36. O Lord, remove every wrong spirit from the midst of Your children and put in the right spirit.

37. I take authority, over the plans and activities of satan on ministers' homes, in the name of Jesus.

38. O Lord, increase the power and strength of the ministration of Your words amongst us.

39. Let the kingdom of Christ come into every nation by fire, in Jesus' name.

40. O Lord, dismantle every man-made programme in the body of Christ and set up Your own programme.

PRAYERS FOR THE NATION

TO BE SAID ON FRIDAYS

SCRIPTURES: 1Tim 2:1-2: **I exhort therefore, that, first of all, supplications, prayers, intercessions, and giving of thanks, be made for all men; For kings, and for all that are in authority; that we may lead a quiet and peaceable life in all godliness and honesty.**

Jer 1:10: **See, I have this day set thee over the nations and over the kingdoms, to root out, and to pull down, and to destroy, and to throw down, to build, and to plant.**

Other Scriptures: Isa 61:1-6; Eph 6:10-16.

Praise Worship

1. Father, in the name of Jesus, I confess all the sins and iniquities of the land, of our ancestors, of our leaders, and of the people. E.g., violence, rejection of God, corruption, idolatry, robbery, suspicion, injustice, bitterness, bloody riots, pogroms, rebellion, conspiracy, shedding of innocent blood, tribal conflicts, child-kidnapping and murder, occultism, mismanagement, negligence, etc.

2. I plead for mercy and forgiveness, in the name of Jesus.

3. O Lord, remember our land and redeem it.

4. O Lord, save our land from destruction and judgment.

5. O Lord, let Your healing power begin to operate upon our land, in Jesus' name.

6. All forces of darkness hindering the move of God in this nation, be rendered impotent, in the name of Jesus.

7. I command the spiritual strongman in charge of this country to be bound and be disgraced, in the name of Jesus.

8. Every evil establishment and satanic tree in this country, be uprooted and cast into fire, in the name of Jesus.

9. I come against every spirit of the anti-Christ working against this nation and I command them to be permanently frustrated, in the name of Jesus.

10. I command the stones of fire from God to fall upon every national satanic operation and activity, in Jesus' name.

11. O Lord, let the desires, plans, devices and expectations of the enemy for this

country be completely frustrated, in Jesus' name.

12. Every satanic curse on this nation, fall down to the ground and die, in Jesus'name.

13. By the blood of Jesus, let all sins, ungodliness, idolatry and vices cease in the land, in the name of Jesus.

14. I break every evil covenant and dedication made upon our land, in Jesus' name.

15. I plead the blood of Jesus over the nation, in Jesus' name.

16. I decree the will of God for this land, whether the devil likes it or not, in the name of Jesus.

17. All contrary powers and authorities in Nigeria, be confounded and be put to shame, in the name of Jesus.

18. I close every satanic gate in every city of this country, in Jesus' name.

19. Every evil throne in this country, be dashed to pieces, in Jesus' name.

20. I bind all negative forces operating in the lives of the leaders of this country, in the name of Jesus.

21. O Lord, lay Your hands of fire and power upon all our leaders, in the name of Jesus.

22. I bind every blood-drinking demon in this country, in Jesus' name.

23. O Lord, let the Prince of Peace reign in every department of this nation, in the name of Jesus.

24. Every anti-gospel spirit, be frustrated and be rendered impotent, in Jesus' name.

25. O Lord, give us leaders who will see their roles as a calling, instead of an opportunity to amass wealth.

26. All forms of ungodliness, be destroyed by the divine fire of burning, in Jesus' name.

27. O Lord, let our leaders be filled with divine understanding and wisdom.

28. O Lord, let our leaders follow the counsel of God and not of man and demons.

29. O Lord, let our leaders have wisdom and knowledge of God.

30. O Lord, let our government be the kind that would obtain Your direction and leading.

31. Every satanic altar, in this country, receive the fire of God and be burned to ashes, in the name of Jesus.

32. I silence every satanic prophet, priest and practitioner, in the mighty name of Jesus. I forbid them from interfering with the affairs of this nation, in the name of Jesus.

33. Blood of Jesus, cleanse our land from every blood pollution, in the name of Jesus.

34. I command the fire of God on all idols, sacrifices, rituals, shrines and local satanic thrones in this country, in Jesus' name.

35. I break any conscious and unconscious agreement made between the people of this country and satan, in Jesus' name.

36. I dedicate and claim all our cities for Jesus, in Jesus' name.

37. Father, let the blessings and presence of the Lord be experienced in all our cities, in the name of Jesus.

38. I decree total paralysis on lawlessness, immorality and drug addiction in this country, in the name of Jesus.

39. Father, let the power, love and glory of God be established in our land, in the name of Jesus.

40. O Lord, let there be thirst and hunger for God in the hearts of Christians of this nation, in the name of Jesus.

41. O Lord, deposit the spirit of revival in Nigeria.

42. O Lord, lay Your hands of power and might upon the Armed Forces and the Police, all government establishments and institutions, all universities and colleges in this country.

43. O Lord, let the resurrection power of the Lord Jesus Christ fall upon our economy, in the name of Jesus.

44. Father, let there be fruitfulness and prosperity in every area of this country, in the name of Jesus.

45. I command every threat to the political, economic and social stability in the land to be paralysed, in the name of Jesus.

46. I frustrate every satanic external influence over our nation, in Jesus' name.

47. I command confusion and disagreement among the sons of the bondwoman planning to cage the nation, in Jesus' name.

48. I break any covenant between any satanic external influence and our leaders, in the name of Jesus.

49. I paralyse every spirit of wastage of economic resources in this country, in the name of Jesus.

50. Spirit of borrowing, depart completely from this country, in the name of Jesus.

51. O Lord, show Yourself mighty in the affairs of this nation.

52. Father, let the Kingdom of Christ come into this nation, in Jesus' name.

53. O Lord, do new things in our country to show Your power and greatness to the heathen.

54. Father, let the Kingdom of our Lord Jesus Christ come into the heart of every person in this country, in the name of Jesus.

55. O Lord, have mercy upon this nation.

56. All the glory of this nation, that has departed, be restored, in Jesus' name.

57. Father, let all un-evangelized areas of this country, be reached with the Gospel of our Lord Jesus Christ, in the name of Jesus.

58. O Lord, send forth labourers into Your vineyard to reach the unreached in this country.

59. I dismantle the stronghold of poverty in this nation, in the name of Jesus.

60. O Lord, install Your agenda for this nation.

61. Every power of darkness, operating in our educational institutions, be disgraced, in the name of Jesus.

62. Satanic representatives of key posts in this country, be dismantled, in Jesus' name.

63. Every evil spiritual throne, behind all physical thrones in Nigeria, be dismantled, in the name of Jesus.

64. Every satanic covenant, made on behalf of this country, by anyone, be nullified, in the name of Jesus.

65. I trample upon the serpents and scorpions, of ethnic clashes in this country, in the name of Jesus.

66. I decree a realignment of the situation around Christians, to favour them in this country, in the name of Jesus.

67. I dethrone every strange king installed in the spirit over this country, in the name of Jesus.

68. All principalities, powers, rulers of darkness and spiritual wickedness in heavenly places, militating against this nation, be bound and disgraced, in the name of Jesus.

69. Lord, let righteousness reign in every part of this nation, in Jesus' name.

70. Praises.

SECTION 1

CONNECTING TO THE GOD OF OPEN DOORS
Scripture Reading Acts 12
Confession Isaiah 59:1-2
Behold, the LORD'S hand is not shortened, that it cannot save; neither his ear heavy, that it cannot hear: But your iniquities have separated between you and your God, and your sins have hid His face from you, that He will not hear.

DAY 1 (06-08-2018)

Reading through the Bible in 70 Days (Day 1 - Genesis 1:1 - 18:20)

Devotional Songs (Pages 10-11)

Praise Worship

Prayer of Praise and Thanksgiving (Pages 13 & 14)

1. This year shall be my year of sudden overflowing harvest, in the name of Jesus.

2. My Father, change my garment this year, in the name of Jesus.

3. My Father, use this programme to decorate my life this year, in the name of Jesus.

4. Lions of past problems, roaring at me, shut up, in the name of Jesus.

5. Thou power of 'almost there', die, in the name of Jesus.

6. Problem originators, problem prolongers, die, in the name of Jesus.

7. My Father, use every night this year to reveal deep secrets of my destiny to me, in the name of Jesus.

8. I scatter every evil meeting planned against me, in the name of Jesus.

9. O God my Father, find me, choose me and take me from the crowd, in Jesus' name.

10. Every enemy of my full scale laughter, be disgraced, in the name of Jesus.

11. My mouth shall be larger than those of my enemies, in the name of Jesus.

12. I shall sing my song and dance my dance, in the name of Jesus.

13. Good news shall locate me on every side, in the name of Jesus.

14. Any witch, toying with my destiny shall be wiped off, in the name of Jesus.

15. Dark circumstances affecting my destiny, scatter in the name of Jesus.

16. Any power that wants me to die shall die in my place, in the name of Jesus.

17. Every power that has planned coffin against me shall be disappointed, in the name of Jesus.

18. Satanic subtraction and satanic addition, targeted at me, die, in the name of Jesus.

19. O God, arise and give me a strong reason to celebrate and laugh this year, in the

name of Jesus.

20. Every moment of my existence shall be a disappointment to the enemy, in the name of Jesus.

21. I shall not miss my Moses this year, in the name of Jesus.

SECTION 1

CONNECTING TO THE GOD OF OPEN DOORS

Scripture Reading Acts 12

Confession Isaiah 59:1-2

Behold, the LORD'S hand is not shortened, that it cannot save; neither his ear heavy, that it cannot hear: But your iniquities have separated between you and your God, and your sins have hid His face from you, that He will not hear.

DAY 2 (07-08-2018)

Reading through the Bibl in 70 Days (Day 2 - Genesis 18:21 - 31:16)

Devotional Songs (Pages 10-11)

Praise Worship

Prayer of Praise and Thanksgiving (Pages 13 & 14)

22. My Father, let my maximum last year becomes my minimum this year, in the name of Jesus.

23. I declare that I must not fail, in the name of Jesus.

24. Lord, deliver me from strange battles, in the name of Jesus.

25. My Father, cause this period to be my time of jubilee and rejoicing, in Jesus' name.

26. Every grave clothe, binding my hands, be roasted, in the name of Jesus.

27. Every evil power, binding me and my life, lose me and let me go, in Jesus' name.

28. You dream of diverse vanities, vanish, in the name of Jesus.

29. Every power, turning back the clock of my life, die, in the name of Jesus.

30. Any power hiding my key of promotion, die, in the name of Jesus.

31. I remove my name from every satanic family record, in the name of Jesus.

32. Satanic blood link between me and my family, break, in the name of Jesus.

33. I break the power of territorial curses over my life, in the name of Jesus.

34. Every demonic information centre, scatter, in the name of Jesus.

35. Every power, pursuing me with death, die, in the name of Jesus.

36. Every power, that has singled me out for affliction, die, in the name of Jesus.

37. Thou power of unprofitable struggling, die, in the name of Jesus.

38. Ancestral witchcraft embargo, break, in the name of Jesus.

39. Failure magnets, die, in the name of Jesus.

40. O Lord, prove Your name in my situation, in the name of Jesus.

41. O Lord, prove Your mighty power in my situation, in the name of Jesus.

42. Any power collecting satanic power because of me, die, in the name of Jesus.

SECTION 1

CONNECTING TO THE GOD OF OPEN DOORS
Scripture Reading Acts 12
Confession Isaiah 59:1-2

Behold, the LORD'S hand is not shortened, that it cannot save; neither his ear heavy, that it cannot hear: But your iniquities have separated between you and your God, and your sins have hid His face from you, that He will not hear.

DAY 3 (08-08-2018)

Reading through the Bible in 70 Days (Day 3 - Genesis 31:17 - 44:10)

Devotional Songs (Pages 10-11)
Praise Worship
Prayer of Praise and Thanksgiving (Pages 13 & 14)

43. I release my star from voodoo or fetish powers, in the name of Jesus.

44. Every under-achievement curse, planted in my star, die, in the name of Jesus.

45. O God, arise and release my blocked blessings, in the name of Jesus.

46. I release the plagues in the Bible upon every coven troubling my life, in the name of Jesus.

47. Woe unto every power assigned to stagnate me, in the name of Jesus.

48. Father, let the candle of the wicked be put out, in the name of Jesus.

49. O God, distribute sorrows to all covens assigned against me, in the name of Jesus.

50. O God, arise, let Your anger be the breakfast, lunch and dinner to every power hired to curse me, in the name of Jesus.

51. I release catastrophe and poverty upon any power assigned to rubbish my destiny, in the name of Jesus.

52. Ancestral debt collector, lose your hold, in the name of Jesus.

53. Lord, let desolation and destruction pursue my pursuers, in the name of Jesus.

54. Every voice releasing instructions to torment and hinder my life die, in Jesus' name.

55. Everything used to harass my destiny, backfire, in the name of Jesus.

56. Warrior angels from heaven, arise, lock up every satanic high priest troubling my

life, in the name of Jesus.

57. As I go into battle, I cover myself with the blood of Jesus, in the name of Jesus.

58. I plead the blood of Jesus over this environment, in the name of Jesus.

59. I reject every involvement of the flesh and satan in my prayers, in Jesus' name.

60. O God, arise and rend the heavens in Your fury and anger and come down in this territory, in the name of Jesus.

61. Father, let the witchcraft covens melt as wax before fire, in the name of Jesus.

62. O God, visit all witchcraft incantations with thunder, earthquake and great noise, in the name of Jesus.

63. O God, arise and instruct Your angels to set unquenchable fire on witchcraft shrines, in the name Jesus.

SECTION 1

CONNECTING TO THE GOD OF OPEN DOORS
Scripture Reading Acts 12
Confession Isaiah 59:1-2

Behold, the LORD'S hand is not shortened, that it cannot save; neither his ear heavy, that it cannot hear: But your iniquities have separated between you and your God, and your sins have hid His face from you, that He will not hear.

DAY 4 (09-08-2018)

Reading through the Bible in 70 Days (Day 4 - Genesis 44:11 - 50:26; Exodus 1:1 - 10:2)

Devotional Songs (Pages 10-11)
Praise Worship
Prayer of Praise and Thanksgiving (Pages 13 & 14)

64. O God, arise and cause confusion in the witchcraft camp, in the name of Jesus.

65. Protocol angels, evil angels, battle angels, security angels, ministry angels, cherubim, territorial angels slay those to be slain for my destiny to prosper, in the name of Jesus.

66. O earth, refuse to execute the counsels of witch-doctors assigned against me, in the name of Jesus.

67. I deprogrammed and cancel all witchcraft prophecies assigned against my life, in the name of Jesus.

68. I programme judgement on witchcraft in the heavenlies, in the name of Jesus.

69. O God, cast abominable filth upon witchcraft covens in this environment, in the name of Jesus.

70. Father, let the tables of the wicked in my family become snares unto them, in the name of Jesus.

71. Father, let blood of my adversaries become snares to them, in the name of Jesus.

72. Father, let the eyes of the witches operating in this environment be darkened, in the name of Jesus.

73. O Lord, let the covens of the witches of my father's house become desolate so that no one dwell in them, in the name of Jesus.

74. Father Lord, let there be crash-landing of witches and wizards flights in this environment, in the name of Jesus.

75. No witch or wizard shall use my life as a sacrifice, in the name of Jesus.

76. Water spirits that are networking with witchcraft spirits against my life, I judge you by fire, in the name of Jesus.

77. Queen of heaven, networking with witchcraft against my life, I judge you by fire, in the name of Jesus.

78. Father, by the thunder of Your power, let the sun go down on witchcraft altars in this environment, in the name of Jesus.

79. Father, let the days of my adversaries be darkened, in the name of Jesus.

80. O sun, smite witchcraft and wizard powers assigned against me by day. O moon, smite them by night, in the name of Jesus.

81. Father, let the stars in their courses fight against witches and wizards in my household, in the name of Jesus.

82. I shut down all witchcraft covens with the key of David, in the name of Jesus.

83. O God, send out Your whirlwind to fall with great pain upon the houses of witchcraft in my father's house, in the name of Jesus.

84. O God, arise and trample down the witchcraft company, in the name of Jesus.

SECTION 1

CONNECTING TO THE GOD OF OPEN DOORS
Scripture Reading Acts 12
Confession Isaiah 59:1-2

Behold, the LORD'S hand is not shortened, that it cannot save; neither his ear heavy, that it cannot hear: But your iniquities have separated between you and your God, and your sins have hid His face from you, that He will not hear.

DAY 5 (10-08-2018)
Reading through the Bible in 70 Days (Day 5 - Exodus 10:3 - 25:29)

Devotional Songs (Pages 10-11)
Praise Worship
Prayer of Praise and Thanksgiving (Pages 13 & 14)

85. O God, arise and cause stormy winds upon witchcraft powers, in the name of Jesus.

86. O God, bring upon the army of witchcraft the day of disaster, in the name of Jesus.

87. Demonic pillars, supporting my enemies, crumble, in the name of Jesus.

88. I will not die before my glory appears, in the name of Jesus.

89. The name of Jesus, that is higher than all names, wipe out evil names in my life, in the name of Jesus.

90. Every witchcraft operation during my naming ceremony, die, in the name of Jesus.

91. I soak my name in the blood of Jesus.

92. I receive power to divide my Red Sea, in the name of Jesus.

93. After the order of Daniel, O Lord, deliver me from satanic lions, in Jesus' name.

94. Thou altar of affliction, die, in the name of Jesus.

95. Power to be singled out for favour, fall upon me, in the name of Jesus.

96. Demonic blood transfusion, hear the word of the Lord, my life is not your victim, in the name of Jesus.

97. Every throne in the waters, that is attacking my life, be scattered, in Jesus' name.

98. Every satanic wind, blowing against my prosperity, die, in the name of Jesus.

99. Every satanic anointing, speaking against me, dry up, in the name of Jesus.

100. Thou power of God, uproot every wicked plantation from my life, in Jesus' name.

101. Blood of Jesus, cut off evil growth from my soul, in the name of Jesus.

102. Holy Ghost fire, melt away the plantations of infirmity, in the name of Jesus.

103. Every dream sponsored by witchcraft, die, in the name of Jesus.

104. Lord Jesus, move as the Great Physician in my life, in the name of Jesus.

105. Thou power of God, uproot every bitterness from my soul, in the name of Jesus.

SECTION 1

CONNECTING TO THE GOD OF OPEN DOORS
Scripture Reading Acts 12
Confession Isaiah 59:1-2

Behold, the LORD'S hand is not shortened, that it cannot save; neither his ear heavy, that it cannot hear: But your iniquities have separated between you and your God, and your sins have hid His face from you, that He will not hear.

DAY 6 (11-08-2018)

Reading through the Bible in 70 Days (Day 6 - Exodus 25:30 - 39:5)

Devotional Songs (Pages 10-11)
Praise Worship
Prayer of Praise and Thanksgiving (Pages 13 & 14)

106. Every sickness sponsored by witchcraft backfire, in the name of Jesus.

107. Lord Jesus, Great Physician heal me now, in the name of Jesus.

108. My Father, contends with those contending with me, in the name of Jesus.

109. Satanic surveillance over my life, die, in the name of Jesus.

110. All visible and invisible walls, against my breakthroughs, break, in Jesus' name.

111. I receive aggressive reinforcement from the third heaven after the order of Daniel against all my stubborn pursuers, in the name of Jesus.

112. Every Cain in my family line, you will not sacrifice me, in the name of Jesus.

113. Every witchcraft arrow, from my ancestors, die, in the name of Jesus.

114. Arrows in the hand of household strongman, backfire, in the name of Jesus.

115. I renounce any release of my name over to satan, in the name of Jesus.

116. I announce that my name is written in the Lamb's book of life, in Jesus' name.

117. I renounce any ceremony regarding been wedded to satan, in the name of Jesus.

118. I announce that I am the bride of Christ, in the name of Jesus.

119. I reject all satanic dedications made for me, in the name of Jesus.

120. Any power, using my blood for evil assignments, lose your hold, in Jesus' name.

121. I reject and renounce all curses and evil pronouncement working against my life, in the name the name of Jesus.

122. Every witchcraft assignment against my life, be frustrated, in the name of Jesus.

123. I renounce all guardians and spirit parents assigned against my destiny, in the name of Jesus.

124. I reject every satanic baptism, in the name of Jesus.

125. I have been baptized into Christ Jesus and my identity is now in Christ, in the name of Jesus.

126. I bind and cast out any familiar spirit attached to any part of me, in Jesus' name.

SECTION 1

CONNECTING TO THE GOD OF OPEN DOORS
Scripture Reading Acts 12
Confession Isaiah 59:1-2

Behold, the LORD'S hand is not shortened, that it cannot save; neither his ear heavy, that it cannot hear: But your iniquities have separated between you and your God, and your sins have hid His face from you, that He will not hear.

DAY 7 (12-08-2018)

Reading through the Bible in 70 Days (Day 7 - Exod 39:6 - 40:38; Lev 1:1-14:3)

Devotional Songs (Pages 10-11)
Praise Worship
Prayer of Praise and Thanksgiving (Pages 13 & 14)

127. I accept only God's assignment for my life, in the name Jesus.

128. I declare all curses against me null and void, in the name of Jesus.

129. Every mechanism of satanic manipulation, be dismantled, in the name of Jesus.

130. Every pronouncement of death upon my life, go back to the sender, in the name of Jesus.

131. O God my Father, Increase the power of my prosperity magnet, in Jesus' name.

132. I break the cords of iniquity between me and any friend, in the name of Jesus.

133. I reclaim any part of my life that has been connected to evil, in the name of Jesus.

134. Every department of my life, reject every reception of power from darkness, in the name of Jesus.

135. I reverse every evil scheme against my life, in the name of Jesus.

136. I apply the penalty of tormenting fire against household witches, in Jesus' name.

137. I bind every spirit helping my enemies, in the name of Jesus.

138. I shake off bullets of darkness from my head, in the name of Jesus.

139. Every power using my hair against me, die, in the name of Jesus.

140. Invisible loads of darkness upon my head, catch fire, in the name of Jesus.

141. Any problem brought to my life through head attack, die, in the name of Jesus.

142. Powers of my father's house, release my head by fire, in the name of Jesus.

143. Serpents and scorpions, assigned against my head, die, in the name of Jesus.

144. I reject the spirit of the tail and I claim the spirit of the head, in the name of Jesus.

145. I cancel the power of all curses upon my head, in the name of Jesus.

146. My head, reject the covenant of failure, in the name of Jesus.

147. My head (lay your right hand on your forehead), from now on, life shall be easy for you. You shall be desired, appreciated and rewarded, in the name of Jesus.

SECTION 1

CONNECTING TO THE GOD OF OPEN DOORS
Scripture Reading Acts 12
Confession Isaiah 59:1-2

Behold, the LORD'S hand is not shortened, that it cannot save; neither his ear heavy, that it cannot hear: But your iniquities have separated between you and your God, and your sins have hid His face from you, that He will not hear.

DAY 8 (13-08-2018)

Reading through the Bible in 70 Days (Day 8 - Leviticus 14:4 - 26:35)

Devotional Songs (Pages 10-11)

Praise Worship

Prayer of Praise and Thanksgiving (Pages 13 & 14)

148. Holy Ghost fire, incubate my brain, in the name of Jesus.

149. My head, reject every manipulation and bewitchment of untimely death, in the name of Jesus.

150. Holy Ghost, crown my head with divine glory, in the name of Jesus.

151. I release my head from every evil blood covenant, in the name of Jesus

152. Every power that has formed any evil cloud over my head, scatter, in the name of Jesus.

153. Any evil umbrella covering my head, scatter, in the name of Jesus.

154. Holy Ghost, hook my head unto my divine destiny, in the name of Jesus.

155. Fire of God, consume every strange satanic material in my head, in Jesus' name.

156. O Lord, anoint my head with Your oil, bless my water and bread to eat of the fat of this land, in the name of Jesus.

157. Every evil head raised to suppress me, I pull you down by the power of the God of Elijah, in the name of Jesus.

158. Blood of Jesus, speak life into my head, in the name of Jesus.

159. Any power calling for my head before evil mirror, die with the mirror, in the name of Jesus.

160. My glory, my head, arise and shine, in the name of Jesus.

161. Any power calling my head for evil, scatter, in the name of Jesus
162. I fire back every arrow of witchcraft fired at my head, in the name of Jesus.
163. I use the blood of Jesus to cancel the effects of evil hands laid upon my head when I was a little child, die, in the name of Jesus.
164. My head, reject demotion, in the name of Jesus.
165. Arrows of darkness fired into my brain, die, in the name of Jesus.
166. Anointing for uncommon success, fall upon my life, in the name of Jesus.
167. My brain, wake up by fire, in the name of Jesus.
168. Any power calling my head for evil, scatter, in the name of Jesus.

 SECTION 1

CONNECTING TO THE GOD OF OPEN DOORS
Scripture Reading Acts 12
Confession Isaiah 59:1-2

Behold, the LORD'S hand is not shortened, that it cannot save; neither his ear heavy, that it cannot hear: But your iniquities have separated between you and your God, and your sins have hid His face from you, that He will not hear.

DAY 9 (14-08-2018)

Reading through the Bible in 70 Days (Day 9-Lev 26:36 - 27:34; Numbers 1:1 - 10:16)

Devotional Songs (Pages 10-11)

Praise Worship

Prayer of Praise and Thanksgiving (Pages 13 & 14)

169. Strongholds in my life, battling my destiny, I pull you down, in the name of Jesus.
170. Anointing to excel, incubate my life now, in the name of Jesus.
171. Creative power of God, arise and manifest in my life, in the name of Jesus.
172. Every power using my head against me, bow, in the name of Jesus.
173. Anointing for excellence, come upon my head by fire, in the name of Jesus.
174. Holy Spirit of God, fill me afresh, in the name of Jesus.
175. My Father, incubate me with the fire of the Holy Ghost, in the name of Jesus.
176. Every anti-power bondage in my life, break, in Jesus' name.
177. All spiritual strangers in my life, flee from my spirit; Holy Spirit, fill me up by fire, in the name of Jesus.
178. My Father, catapult my spiritual life to the mountain top, in the name of Jesus.
179. Lord, open my eyes and ears to receive wondrous things from You, in the name of Jesus.
180. Lord, release Your tongue of fire upon my life and burn away all spiritual filthiness present within me, in the name of Jesus.

181. Lord, heal every area of backsliding in my spiritual life, in the name of Jesus.
182. Lord, open my understanding concerning the Scriptures, in the name of Jesus.
183. Lord, wake me up from any form of spiritual sleep and help me to put on the armour of light, in the name of Jesus.
184. I stand against anything in my life that will cause others to stumble, in the name of Jesus.
185. Lord, empower me to stand firm against all the schemes and techniques of the devil, in the name of Jesus.
186. Lord, empower me to stay away from anything or anybody who might take God's place in my heart, in the name of Jesus.
187. I receive power to mount up with wings as eagles, in the name of Jesus.
188. I declare war against spiritual ignorance, in the name of Jesus.
189. I bind and cast out every unteachable spirit, in the name of Jesus.

SECTION 1

CONNECTING TO THE GOD OF OPEN DOORS
Scripture Reading Acts 12
Confession Isaiah 59:1-2

Behold, the LORD'S hand is not shortened, that it cannot save; neither his ear heavy, that it cannot hear: But your iniquities have separated between you and your God, and your sins have hid His face from you, that He will not hear.

DAY 10 (15-08-2018)

Reading through the Bible in 70 Days (Day 10 - Numbers 10:17 - 24:3)

Devotional Songs (Pages 10-11)
Praise Worship
Prayer of Praise and Thanksgiving (Pages 13 & 14)

190. I shall walk in holiness everyday, in the name of Jesus.
191. Multitude will go to heaven because of my life, in the name of Jesus.
192. Every power of my father's house, working against my salvation, die, in the name of Jesus.
193. Lord, break me and re-mould me, in the name of Jesus.
194. I receive fresh fire and fresh anointing, in the name of Jesus.
195. I shall not be a misfired arrow in the hands of my Maker, in the name of Jesus.
196. Any foundational power working against my salvation, be destroyed, in the name of Jesus.
197. Every yoke working against spiritual growth in my life, break, in Jesus' name.
198. Every spiritual cataract, clear away from my vision, in the name of Jesus.

199. Every spirit of slumber, I bury you today, in the name of Jesus.
200. My Father, let the waters of life, flow into every dead area of my spiritual life, in the name of Jesus.
201. Any foundational serpent and scorpion, programmed into my life to destroy my salvation, die, in the name of Jesus.
202. O God of Elijah, arise and give me my mantle of fire, in the name of Jesus.
203. Anything planted within me, that has not manifested now, but will manifest in future to make me backslide, dry up, in the name of Jesus.
204. Every witchcraft power drinking the blood of my spiritual life, die, in Jesus' name.
205. Glory of God, overshadow me, in the name of Jesus.
206. Strength of God, empower me, in the name of Jesus.
207. Every internal bondage, magnetizing external bondage against my salvation, break, in the name of Jesus.
208. I refuse to retire, I must re-fire, in the name of Jesus.
209. Anointing for excellence, come upon my head by fire, in the name of Jesus.
210. O God, arise and give me divine dreams that will change my story, in the name of Jesus.

SECTION 1 CONFESSION

It is written, "If God be for us, who can be against us?" God is with me; I have no reason to fear, in the name of Jesus. I receive the ammunition of angelic guidance and operations in my life right now, in the name of Jesus. The angels have been ordered by God to take charge of me in all my ways and I receive them, they go ahead of me wherever I go and in whatever I do; they go forth and make all the crooked ways straight from me, in the name of Jesus. The angels of God watch over me in the day time and in the night time. They make sure that no evil whatsoever befalls me, in Jesus' name. I send the angels of God to pursue all my enemies and make them like chaff in the wind, in the name of Jesus. I also send a grievous whirlwind to hit them, to destroy them and cast them into the bottomless pit, in the name of Jesus.

In the name of Jesus Christ, the mighty hand of God is upon my life, upholding and protecting me from all who rise up against me, in the name of Jesus. Jesus Christ has made His grace available to me. I ask for the grace and I receive it by faith, in the name of Jesus. I can do and possess all things, through Christ who strengthens me. And my God shall supply all my needs, according to His riches in glory by Christ Jesus. My heart, is from now comforted, for the God of suddenly, provision and grace is still on the throne, in the name of Jesus.

SECTION 1 VIGIL *(To be done at night between the hours of 12 midnight and 2am)*
HYMN FOR THE VIGIL (Page 12)

1. Divine revelations, spiritual visions, dreams and information will not become scarce in my life, in the name of Jesus.

2. O God, dash the power of stubborn pursuers in pieces like a potter's vessel, in the name of Jesus.

3. O God, arise with all Your weapons of war and fight my battle for me, in the name of Jesus.

4. O God, be my glory and the lifter of my head, in Jesus' name.

5. My adversaries are brought down and fallen, but I rise and stand upright, in the name of Jesus.

6. O Lord, let Thine hand find out all Thine enemies, let Thy right hand find out those that hate Thee, in Jesus' name.

7. O God, make my adversaries as a fiery oven in the time of Thine anger, in the name of Jesus.

8. O God, arise and swallow up my enemies in Your wrath and let Your fire devour them, in the name of Jesus.

9. O Lord, let every seed and fruit of the enemy, fashioned against my destiny be destroyed, in the name of Jesus.

10. O Lord, let the mischievous devices of the enemy backfire, in the name of Jesus.

11. O God, arise and make all my pursuers turn back, in Jesus' name.

12. O Lord, let Your arrows, pursue and locate every wicked power targeting me, in the name of Jesus.

13. Do not be far from me, O Lord, be my help in the time of trouble, in Jesus' name.

14. O Lord, make haste to help me, in the name of Jesus.

15. O great wind from the wilderness, arise, locate the houses of powers squandering the resources of our country, in the name of Jesus.

16. O Lord, let every enemy believing they have grown beyond the reach of destruction and judgment in this country be punished now, in the name of Jesus.

17. All hiding places of the stubborn enemies of this country, be exposed and shattered to pieces, in the name of Jesus.

18. My Father, be a shield for me in every situation, in Jesus' name.

19. O God, hear my cry out of Your holy hill, in the name of Jesus.

20. By the power of the living God, I will not be afraid of ten thousands of people, that have set themselves against me, in the name of Jesus.

21. O God, smite my enemies on the cheekbones, in Jesus' name.

SECTION 2

CONNECTING TO THE STORY CHANGER
Scripture Reading - Isaiah 6
Confession - Hebrews 12:2:
Looking unto Jesus the author and finisher of our faith; who for the joy that was set before Him endured the cross, despising the shame, and is set down at the right hand of the throne of God.

DAY 1 (16-08-2018)

Reading through the Bible in 70 Days (Day 11 -Num 24:4 - 36:13; Deut 1:1 - 1:2)

Devotional Songs (Pages 10-11)

Praise Worship

Prayer of Praise and Thanksgiving (Pages 13 & 14)

1. My Father, show me my destiny ladder, that will connect me to my divine glory, in the name of Jesus.
2. My Father, empower me like Jacob, to fight from my Jacob to my Israel, in the name of Jesus.
3. O Lord, remove spiritual blindness from my eyes, in the name of Jesus.
4. I bind every demon that pollutes spiritual visions and dreams, in the name of Jesus.
5. My Father, let my spiritual eyes be opened to behold wondrous things, in the name of Jesus.
6. Thou, who made Peter a fisher of men, make me what You want me to be, in the name of Jesus.
7. The hole in the wall, that will disgrace and expose my enemies, manifest by fire, in the name of Jesus.
8. Thou power of divine dreams, envelope my dreams, in the name of Jesus.
9. O heavens, connect my pillow to the ladder of heaven, in the name of Jesus.
10. My Father, convert my dreams to divine visions, in the name of Jesus.
11. O Lord, reveal to me every secret behind any problem that I have.
12. Every secret, I need to know to excel spiritually and financially, be revealed, in the name of Jesus.
13. Every secret, hidden in satanic archives, crippling my elevation, be exposed and disgraced, in the name of Jesus.
14. Every secret I need to know about my environment, be revealed to me, in the name of Jesus.
15. Secrets I need to know about the work I am doing, be revealed to me, in the name of Jesus.
16. Divine information to catapult my destiny, manifest, in the name of Jesus.

17. Father, let me see, let me know and let me experience Your revelation power, in the name of Jesus.
18. Every power, bitting my spiritual revival, fall down and die, in the name of Jesus.
19. O God of Abraham, Isaac and Israel, give me divine dreams that will move my destiny forward, in the name of Jesus.
20. Any power, challenging my destiny dreams, I bury you now, in the name of Jesus.
21. Angels of revelation, visit my dream life, in the name of Jesus.

SECTION 2 — CONNECTING TO THE STORY CHANGER

Scripture Reading - Isaiah 6
Confession - Hebrews 12:2:
Looking unto Jesus the author and finisher of our faith; who for the joy that was set before Him endured the cross, despising the shame, and is set down at the right hand of the throne of God.

DAY 2 (17-08-2018)

Reading through the Bible in 70 Days (Day 12 -Deuteronomy 1:3 - 15:20)

Devotional Songs (Pages 10-11)
Praise Worship
Prayer of Praise and Thanksgiving (Pages 13 & 14)

22. Powers, assigned to keep me in spiritual darkness, die, in the name of Jesus.
23. I bind and cast out every spirit of vision manipulation and confusion, in the name of Jesus.
24. Secrets, that I need to know about my father's house, be revealed to me, in the name of Jesus.
25. Every secret, that I need to know about my glory, be revealed to me, in the name of Jesus.
26. Divine dreams, that will move me forward, manifest, in the name of Jesus.
27. Father, dispatch Your good news angels to bring me glad tidings of great joy, in the name of Jesus.
28. Secrets of wicked elders, behind my challenges, be exposed and disgraced, in the name of Jesus.
29. Secrets I need to know for my destiny to excel, be revealed to me, in Jesus' name.
30. Secrets hidden in the marine kingdom, that are affecting my elevation, be revealed to me, in the name of Jesus.
31. Secrets I need to know about my life, be revealed to me, in the name of Jesus.
32. Secrets I need to know about my father's lineage, be revealed to me, in the name of Jesus.

33. Secrets I need to know about my mother's lineage, be revealed to me, in the name of Jesus.

34. Every secret that I need to know to catapult me to the next level, Father, reveal it to me, in the name of Jesus.

35. Ancestral secrets, retarding my progress, be revealed to me, in the name of Jesus.

36. Every object of bewitchment, in my possession, be exposed and be destroyed, in the name of Jesus.

37. Every witchcraft agenda for my life, die, in Jesus' name.

38. Every embargo of darkness, on my glory, die, in the name of Jesus.

39. Violently, forcefully, I take back everything the enemy has stolen from me, in the name of Jesus.

40. Every plan and assignment of the strongman for my life, die, the name of Jesus.

41. Every arrow of bewitchment and divination, fired into my brain, catch fire, in the name of Jesus.

42. My Father, let me become pure terror and dread to the enemies, in Jesus' name.

SECTION 2 — CONNECTING TO THE STORY CHANGER

Scripture Reading - Isaiah 6
Confession - Hebrews 12:2:

Looking unto Jesus the author and finisher of our faith; who for the joy that was set before Him endured the cross, despising the shame, and is set down at the right hand of the throne of God.

DAY 3 (18-08-2018)

Reading through the Bible in 70 Days (Day 13 - Deut. 15:21- 32:26)

Devotional Songs (Pages 10-11)

Praise Worship

Prayer of Praise and Thanksgiving (Pages 13 & 14)

43. Every problem designed to destroy my destiny, die, in the name of Jesus.

44. O Lord, plug me to the socket of the Holy Ghost to receive dominion and power, in the name of Jesus.

45. I pull down every satanic bewitchment upon any organ of my body, in Jesus' name.

46. I mount on the horse of war and ride into the land of breakthroughs, in the name of Jesus.

47. Hammer of God, break every evil knee walking against my destiny, in Jesus' name.

48. Storm of confusion, possess the camp of my enemies, in the name of Jesus.

49. All bewitchments and enchantments of bad luck shall not prosper in my life, in the name of Jesus.

50. Every evil pot, cooking my glory, break, in the name of Jesus.
51. Heavenly-carpenter, nail to death, every spiritual robber of my property, in the name of Jesus.
52. I lose my hands and feet from any witchcraft bewitchment, in the name of Jesus.
53. Generation curses, die, by the blood of Jesus.
54. O God, arise and use every weapon at Your disposal, to disgrace my enemies, in the name of Jesus.
55. Thou power of 'get and lose', die, in the name of Jesus.
56. Every witchcraft bewitchment, on my destiny and potential, die, in Jesus' name.
57. Wherever my name is being mentioned for untimely death, Rock of Ages, grind them to powder, in the name of Jesus.
58. Bewitchment of my flesh, blood and bones, terminate, in the name of Jesus.
59. Thou power of slow death, die, in the name of Jesus.
60. I break the coffin of darkness with the hammer of fire, in the name of Jesus.
61. Every Pharaoh, pursuing my Moses, die, in the Red Sea, in the name of Jesus.
62. "I am that I am" arise and manifest Your power in my life, in the name of Jesus.
63. Rod of God, arise and part the Red Sea for me, in the name of Jesus.

SECTION 2

CONNECTING TO THE STORY CHANGER
Scripture Reading - Isaiah 6
Confession - Hebrews 12:2:
Looking unto Jesus the author and finisher of our faith; who for the joy that was set before Him endured the cross, despising the shame, and is set down at the right hand of the throne of God.

DAY 4 (19-08-2018)
Reading through the Bible in 70 Days (Day 14-Deut 32:27-34:12; Jos 1:1- 15:27)

Devotional Songs (Pages 10-11)
Praise Worship
Prayer of Praise and Thanksgiving (Pages 13 & 14)

64. My Father, unseat, move and transfer every power working against my promotion, in the name of Jesus.
65. I ride on the horse of war into victory, in the name of Jesus.
66. Every bewitchment against my progress in life, die, in the name of Jesus.
67. Angels of destruction, visit the camp of my stubborn enemies, in the name of Jesus.
68. O God, arise by Your east wind and blow my Pharaoh fall into the Red Sea, in the name of Jesus.
69. Every evil power, struggling to restructure my destiny, die, in the name of Jesus.

70. I cancel the bewitchment of any photograph or any image that has ever been created for me, in the name of Jesus.

71. Umbrella of fire, of the Almighty God, cover my life, in the name of Jesus.

72. I break and lose myself from every form of demonic bewitchment of the earth, in the name of Jesus.

73. Every arrow of oppression, fired at my life, go back to your senders, in Jesus' name.

74. I call forth my Lazarus from the grave of witchcraft, in the name of Jesus.

75. Every power that swallows divine opportunity, I am not your victim, die, in the name of Jesus.

76. Every evil opposition, confronting my destiny, be silenced by the power in the blood of Jesus, in the name of Jesus.

77. Satanic agenda for my life, die, in the name of Jesus.

78. Every anti-progress bewitchment, working against my destiny, be broken, in the name of Jesus.

79. Every weapon of discouragement, fashioned against my life, catch fire, in the name of Jesus.

80. Holy Ghost, arise and link me with those who will bless me, in the name of Jesus.

81. Fire of God, visit every caldron assigned against my life, in the name of Jesus.

82. My body, refuse to cooperate with every arrow of darkness, in the name of Jesus.

83. Every witchcraft broom, sweeping away my breakthroughs, catch fire, in the name of Jesus.

84. Every bondage and bewitchment, fashioned against the ladder of my destiny, break, in the name of Jesus.

SECTION 2

CONNECTING TO THE STORY CHANGER
Scripture Reading - Isaiah 6
Confession - Hebrews 12:2:
Looking unto Jesus the author and finisher of our faith; who for the joy that was set before Him endured the cross, despising the shame, and is set down at the right hand of the throne of God.

DAY 5 (20-08-2018)

Reading through the Bible in 70 Days (Day 15 -Joshua 15:28 - 24:33; Judges 1:1 - 6:20)

Devotional Songs (Pages 10-11)

Praise Worship

Prayer of Praise and Thanksgiving (Pages 13 & 14)

85. Every yoke manufacturer, targeting my destiny, die with your yoke, in Jesus' name.

86. Swallower of good things, in my father's house, I am not your victim, die, in the

name of Jesus.

87. Angels of God, scatter all those plotting evil against my destiny, in Jesus' name.
88. Every demonic dragon, working against my life, die, in the name of Jesus.
89. Every weapon of bewitchment assigned against my success, be roasted, in the name of Jesus.
90. Every forest spirit, disappear from my destiny, in the name of Jesus.
91. My destiny, jump out of witchcraft caldron, in the name of Jesus.
92. Blood of Jesus, fire of God, arrow of God, fight my Pharaoh, in the name of Jesus.
93. Every manipulation of my dreams against my success in life, die, in Jesus' name.
94. Every enemy that has refused to let me go, receive double destruction, in the name of Jesus.
95. My head, reject every household bewitchment, in the name of Jesus.
96. Evil pot of my father's house, working against my life, catch fire, in Jesus' name.
97. Every evil arrow from evil pots, go back to your senders, in the name of Jesus.
98. Any power, saying I will die in this condition, you are a liar, die, in Jesus' name.
99. Every evil unconscious association, release me and scatter, in the name of Jesus.
100. By the power in the blood of Jesus, I enter into my prophetic destiny, in the name of Jesus
101. O heavens, O earth, vomit every bewitchment against me, in the name of Jesus.
102. Belly of the waters, release my breakthroughs, by fire, in the name of Jesus
103. You Pharaoh in my home town, I bury you in the red sea, in the name of Jesus.
104. I take the wheels off your chariots, in the name of Jesus.
105. Every satanic investment in my life, be wasted, in the name of Jesus.

SECTION 2 — CONNECTING TO THE STORY CHANGER

Scripture Reading - Isaiah 6

Confession - Hebrews 12:2:

Looking unto Jesus the author and finisher of our faith; who for the joy that was set before Him endured the cross, despising the shame, and is set down at the right hand of the throne of God.

DAY 6 (21-08-2018)

Reading through the Bible in 70 Days (Day 16 - Judges 6:21 - 21:17)

Devotional Songs (Pages 10-11)

Praise Worship

Prayer of Praise and Thanksgiving (Pages 13 & 14)

106. My life, arise, and begin to experience divine acceleration, in the name of Jesus.
107. My head, reject every manipulation and bewitchment of untimely death, in the

name of Jesus.

108. Arrows of darkness fired into my head, die, in the name of Jesus.
109. My head, reject the bewitchment of my father's house, in the name of Jesus.
110. Strongholds in my life, battling my destiny, I pull you down, in the name of Jesus.
111. Every power using my thoughts against me, bow, in the name of Jesus.
112. Anointing for productive thinking, come upon my life, in the name of Jesus.
113. Confusion, hear the word of the Lord, bow, in the name of Jesus.
114. Anointing for uncommon success, fall upon my life, in the name of Jesus.
115. Any power, calling my head for evil, scatter, in the name of Jesus.
116. Every manipulation of my glory, through my hair, scatter now, in Jesus' name.
117. Every arrow of failure, fired into my hands, backfire, in the name of Jesus.
118. Chains, upon my neck, break, in the name of Jesus.
119. Holy Ghost fire, arise, kill every satanic deposit in my head, in the name of Jesus.
120. Every power, summoning my head from the gate of the grave, die, in the name of Jesus.
121. O God, arise, thunder from heaven and scatter my tormentors, in Jesus' name.
122. Thou power of God, arise, attack all covens assigned against my head, in the name of Jesus.
123. O God, arise, make a way for me where there is no way, in the name of Jesus.
124. Holy Ghost bulldozer, clear my obstacles by fire, in the name of Jesus.
125. Every evil hand, laid upon my head, when I was a little child, die, in Jesus' name.
126. Blessings and good things, fall upon my head, in the name of Jesus.

SECTION 2

CONNECTING TO THE STORY CHANGER

Scripture Reading - Isaiah 6
Confession - Hebrews 12:2:

Looking unto Jesus the author and finisher of our faith; who for the joy that was set before Him endured the cross, despising the shame, and is set down at the right hand of the throne of God.

DAY 7 (22-08-2018)

Reading through the Bible in 70 Days (Day 17-Jud 21:18-21:25;Ruth 1:1-4:22;1Sam 1:1-15:4)

Devotional Songs (Pages 10-11)

Praise Worship

Prayer of Praise and Thanksgiving (Pages 13 & 14)

127. God of Elijah, arise and scatter obstacles on my way, by fire, in Jesus' name.
128. Any power, declaring that I will not make it, you are a liar, die, in Jesus' name.

129. Any power, circulating my name for evil, die, in the name of Jesus.

130. Any power, assigned to disgrace me, die, in the name of Jesus.

131. My Father, catapult me to the next level of my breakthroughs, in Jesus' name.

132. Thou creative power of God, fall upon my head now, in the name of Jesus.

133. Bad feet that walked into my life, clear away, in the name of Jesus.

134. Every hidden enemy, assigned against me, die, in the name of Jesus

135. Every evil eye, monitoring me for evil, be destroyed by fire, in the name of Jesus.

136. I break away from every company of stagnancy, in the name of Jesus.

137. Every evil grip of my father's house, upon my life, be cut off by fire, in the name of Jesus.

138. Every cloud of wickedness, over my head, clear away, in the name of Jesus.

139. Every evil company that has swallowed me, vomit me, in the name of Jesus.

140. I break every curse of stagnancy upon my destiny, in the name of Jesus.

141. Scales of darkness in my eyes, scatter, in the name of Jesus.

142. Every eater of good things in my life, die, in the name of Jesus.

143. Environmental wickedness, targeted at my life, scatter, in the name of Jesus.

144. Father, let signs and wonders be my lot, in Jesus' name.

145. Every obstacle in my life, give way to miracles, in the name of Jesus.

146. Every frustration in my life, become a bridge to my miracles, in Jesus' name.

147. I hold the blood of Jesus against demonic delay of my miracles, in Jesus' name.

SECTION 2

CONNECTING TO THE STORY CHANGER

Scripture Reading - Isaiah 6
Confession - Hebrews 12:2:

Looking unto Jesus the author and finisher of our faith; who for the joy that was set before Him endured the cross, despising the shame, and is set down at the right hand of the throne of God.

DAY 8 (23-08-2018)

Reading through the Bible in 70 Days (Day 18 -1Samuel 15:5-30:31)

Devotional Songs (Pages 10-11)

Praise Worship

Prayer of Praise and Thanksgiving (Pages 13 & 14)

148. Every stubborn problem, in my life, be buried, in Jesus' name

149. You miracle hijackers, release my miracles, now, by fire, in the name of Jesus.

150. My Father, arise by Your signs and wonders and visit my life, in Jesus' name.

151. Like the rising of the sun, O God of wonders, arise in my life, in Jesus' name.

152. Wonder-working power of God, be released on my situations for signs and wonders, in the name of Jesus.
153. Signs and wonders, appear in my life, in the name of Jesus.
154. Holy Ghost fire, visit me with Your signs and wonders, in the name of Jesus.
155. I decree by fire and by thunder, that I shall not die before the manifestation of my miracles, in the name of Jesus.
156. O God, arise and hear me in the day of trouble, in the name of Jesus.
157. O God of sign and wonders, You are the heavenly surgeon, touch me by Your power today, in the name of Jesus.
158. I shall not die because of my problems, in the name of Jesus.
159. I shall not be disgraced because of my problems, in the name of Jesus.
160. Fire of God, begin to attack all miracle hijackers assigned against my life, in the name of Jesus.
161. Every curse and covenant of impossibility, over my life, break, in Jesus' name.
162. Thou Goliath of impossibility, in my life, die, in the name of Jesus.
163. I shall not die undiscovered, in the name of Jesus.
164. I shall not die unused and unsung, in the name of Jesus.
165. I shall not die uncelebrated and unmissed, in the name of Jesus.
166. I shall not die unfruitful and unfulfilled, in the name of Jesus.
167. Every good thing the enemy has swallowed in my life, be vomited, in the name of Jesus.
168. O God, arise and send me help from Your sanctuary and strengthen me out of Zion, in the name of Jesus.

SECTION 2

CONNECTING TO THE STORY CHANGER
Scripture Reading - Isaiah 6
Confession - Hebrews 12:2:
Looking unto Jesus the author and finisher of our faith; who for the joy that was set before Him endured the cross, despising the shame, and is set down at the right hand of the throne of God.

DAY 9 (24-08-2018)

Reading through the Bible in 70 Days (Day 19 -1Samuel 31:1-31:13; 2 Samuel 1:1-17:5)

Devotional Songs (Pages 10-11)

Praise Worship

Prayer of Praise and Thanksgiving (Pages 13 & 14)

169. My rescue and deliverance, be announced from heaven, in the name of Jesus.
170. Before I finish praying these prayers, O Lord, let Your angels move into action on

my behalf, in the name of Jesus.

171. Every prince of Persia and all territorial spirits around me, hindering the manifestation of God's miracle in my life, scatter, in the name of Jesus.

172. I bind and cast out of my vicinity, all prayer and miracle blockers, in Jesus' name.

173. You miracle hijackers, release my miracles now by fire, in the name of Jesus.

174. Every satanic umbrella, preventing the heavenly showers of blessings from falling on me, catch fire, in the name of Jesus.

175. O God, arise and let my heavens open right now, in the name of Jesus.

176. I shall not give up, because I shall see the goodness of the Lord in the land of the living, in the name of Jesus.

177. O Lord, let my soul be prevented from death, my eyes from tears and my feet from falling, in the name of Jesus.

178. People will hear my testimonies and glorify the name of God in my life, in the name of Jesus.

179. My Father, let Your divine intervention in my life bring souls to the kingdom of God, in the name of Jesus.

180. I nullify, every satanic agreement, made against my destiny, by the power in the blood of Jesus.

181. Every parental curse, that is affecting my progress, receive the consuming fire of God, in the name of Jesus.

182. Every dark power, manipulating my success, scatter, in the name of Jesus.

183. Ancestral debts, I am not your victim, die, in Jesus' name.

184. All my caged finances, inside the belly of any water, be released by fire, in the name of Jesus.

185. Any evil manipulation of my hair, be reversed by the power in the blood of Jesus.

186. Every power, assigned to delay my miracles, fall down and die, in Jesus' name.

187. Every power, slowing down my progress, scatter, in the name of Jesus.

188. Satanic time-table for my life, catch fire, in the name of Jesus.

189. Every arrow of untimely death, go back to your senders, in the name of Jesus.

SECTION 2

CONNECTING TO THE STORY CHANGER
Scripture Reading - Isaiah 6
Confession - Hebrews 12:2:
Looking unto Jesus the author and finisher of our faith; who for the joy that was set before Him endured the cross, despising the shame, and is set down at the right hand of the throne of God.

DAY 10 (25-08-2018)

Reading through the Bible in 70 Days (Day 20 - 2Samuel 17:6-24:25; 1 Kings 1:1-6:3)

Devotional Songs (Pages 10-11)

Praise Worship

Prayer of Praise and Thanksgiving (Pages 13 & 14)

190. Poverty of my father's house, I am not your victim, die, in the name of Jesus.

191. Every power, attacking my dreams, die, in the name of Jesus.

192. Unprofitable delay of my breakthroughs, scatter, in the name of Jesus.

193. Evil pattern of marital failure of my father's house, I am not your victim, die, in the name of Jesus.

194. Every arrow of backsliding, fired at my spiritual life, catch fire, in Jesus' name.

195. Collective captivity of my father's house, I am not your victim, die, in the name of Jesus.

196. My divine dreams shall come to pass, in the name of Jesus.

197. I shall be what my haters don't want me to be, in the name of Jesus.

198. O God, arise and restore to me all the years the devil has stolen, in Jesus' name.

199. Every spell of witches and wizards against me, die, in the name of Jesus.

200. Evil shall not come to my dwelling place, in the name of Jesus.

201. Every spiritual missile and enchantment, sent against me, from my place of birth, will not prosper, in the name of Jesus.

202. O God, arise and teach me how to hunt with Your word and prosper, in the name of Jesus.

203. O God, arise and let me acquire the ability equal to my opportunities, in the name of Jesus.

204. O God, arise and let me be an eagle in the market place, in the name of Jesus.

205. O God, arise and let me remain humble, in the name of Jesus.

206. O God, arise and let me pluck the fruits of success where others have failed, in the name of Jesus.

207. O God, arise and give me sufficient days to reach my goal, in the name of Jesus.

208. O God, arise and let my words and life bear fruit, in the name of Jesus.

209. O God, arise and bathe me in good habits and let the bad habits drown, in the name of Jesus.
210. O God, arise and let me become all You planned for me when my seed was planted, in the name of Jesus.

SECTION 2 CONFESSION

In the name of Jesus Christ, I hand over all my battles to the Lord Jesus Christ, the Lord fights for me and I hold my peace. I am an overcamer through the name of Jesus Christ. I am victorious in all circumstances and situations that are against me, in Jesus' name. Jesus Christ has defeated all my enemies, and they are brought down and fallen under my feet, in the name of Jesus. I crush them all to the ground and I command them to begin to lick up the dust of the earth under my feet; for at the name of Jesus, every knee must bow, in the name of Jesus. When I call upon the name of the Lord, He shall stretch forth His mighty hand and lift me up above all my enemies and deliver me from all of them, in the name of Jesus.

. In the name of Jesus, I am inscribed in the palm of God's mighty hand, I am neatly tucked away and hidden from all the evils and troubles of this present world, in the name of Jesus. Henceforth, I refuse to live in fear. Rather, my fear and dread shall be upon all my enemies. As soon as they hear of me, they shall submit themselves to me, in Jesus' name. God wishes above all things that I prosper, in Jesus' name. I receive prosperity, in Jesus' name. God has not given me the spirit of bondage, to fear. The word of God, is quick and powerful in my mouth. God has put the power of His word in my mouth, in the name of Jesus. I am not a failure, I shall operate at the head only and not beneath, in the name of Jesus.

SECTION 2 VIGIL

(To be done at night between the hours of 12 midnight and 2am)
HYMN FOR THE VIGIL (Page 12)

1. By the word of God, many sorrows shall come to the wicked, in Jesus' name.
2. O God, command judgement on all my oppressors, in Jesus' name.
3. O Lord, let judgment and shame pursue the stubborn pursuers of this country and sweep away their powers, in the name of Jesus.
4. O Lord, let all weapons of the enemies of this country, backfire seven-fold on them, in the name of Jesus.
5. You enemies of this country, hear the word of the Lord, you are setting a trap for yourself, in the name of Jesus.
6. Let the wickedness of the wicked come to an end, O Lord, in Jesus' name.
7. O Lord, let Your anger boil against the wicked every day, in Jesus' name.
8. Father, fight against them that fight against me, in the name of Jesus.

9. Father, take hold of my shield and buckler and stand up for my help.
10. O God, prepare the instruments of death against my enemies, in Jesus' name.
11. O God, ordain Your arrows, against my persecutors, in the name of Jesus.
12. O Lord, let every pit dug by the enemy, become a grave for the enemy, in the name of Jesus.
13. You enemies of this country, dig your hole and dig it well, because, you will fall into it, in the name of Jesus.
14. Acidic prayer stones, locate the forehead of the Goliath of this Country, in the name of Jesus.
15. O Lord, deliver my soul from the sword and my destiny from the power of the dog, in the name of Jesus.
16. O God, arise by the thunder of Your power and save me from the lion's mouth, in the name of Jesus.
17. Thou power of the valley of the shadow of death, release my destiny, in the name of Jesus.
18. O gates blocking my blessings, be lifted up, in Jesus' name.
19. O Lord, keep my soul, let me not be ashamed and deliver me, in the name of Jesus.
20. Every drinker of blood and eater of flesh coming against me, die, in Jesus' name.
21. Though an host should encamp against me, my heart shall not fear, in Jesus' name.

O LORD SILENCE MY SILENCERS

Scripture Reading Matthew 5
Confession Psalm 8:1

O Lord, our Lord, how excellent is thy name in all the earth! who hast set thy glory above the heavens.

DAY 1 (26-08-2018)

Reading through the Bible in 70 Days (Day 21 - 1Kings 6:4-18:3)

Devotional Songs (Pages 10-11)

Praise Worship

Prayer of Praise and Thanksgiving (Pages 13 & 14)

1. Circle of confusion, break, in the name of Jesus.

2. Wherever my spirit has been locked up, break lose by fire, in the name of Jesus.

3. Fire of God, roast all witchcraft bags holding my money, in the name of Jesus.

4. Evil blood suckers, suck yourself, in the name of Jesus.

5. Every spiritual funeral procession, organized for me, backfire, in the name of Jesus.

6. Any power, that is sleeping to harm me, you shall not wake up, in Jesus' name.

7. Wealth of my enemies, be transferred to me, in the name of Jesus.

8. He that speaks against me shall not prosper, in the name of Jesus.

9. Every dark power, intimidating my destiny, scatter, in the name of Jesus.

10. I wipe out infirmity from my life, in the name of Jesus.

11. I offload every burden of darkness from me, in the name of Jesus.

12. I destroy every caldron speaking against me, in the name of Jesus.

13. Every power, using the dust against me, scatter, in the name of Jesus.

14. No wizard in my business/career shall prosper again, in the name of Jesus.

15. I destroy witches and wizards in my household with the Holy Ghost fire, in the name of Jesus.

16. Fire of God, carry your anger to my oppressors, in the name of Jesus.

17. Devourers that will pursue my enemies, arise and pursue them, in Jesus' name.

18. Angels of God, gather your arrows and attack my problems, in the name of Jesus.

19. Storm of God, gather against my problems, in the name of Jesus.

20. O God arise, gather Your thunder against my problems and kill them, in the name of Jesus.

21. O God arise, and let Your angels fight my battles today, in the name of Jesus.

O LORD SILENCE MY SILENCERS

Scripture Reading Matthew 5
Confession Psalm 8:1
O Lord, our Lord, how excellent is thy name in all the earth! who hast set thy glory above the heavens.

DAY 2 (27-08-2018)

Reading through the Bible in 70 Days (Day 22 -1Kings 18:4-22:53; 2 Kings 1:1-9:33)

Devotional Songs (Pages 10-11)

Praise Worship

Prayer of Praise and Thanksgiving (Pages 13 & 14)

22. I pluck out wickedness from my environment, in the name of Jesus.

23. O God, arise and make me Your power axe on earth, in the name of Jesus.

24. Every strange garment on my spiritual body, catch fire, in the name of Jesus.

25. Altar of Baal in my life, die, in the name of Jesus.

26. I jump out of the stomach of every evil spirit, in the name of Jesus.

27. Every trap, prepared for me by the enemy, turn around and catch your owner, in the name of Jesus.

28. Baptism of madness and backwardness, fall upon my stubborn enemies, in the name of Jesus.

29. My testimony will not be buried, in the name of Jesus.

30. I will not suffer what my parents suffered, in the name of Jesus.

31. Seed of untimely death, in the foundation of my life, die, in the name of Jesus.

32. Seed of greatness in my life, manifest, in the name of Jesus.

33. Weeping and oppression of the night, expire, in the name of Jesus.

34. My divine portion, be released, in the name of Jesus.

35. Decision and judgement of the council of hell against my life, be terminated now, in the name of Jesus.

36. I receive my daily increase and enlargement, in the name of Jesus.

37. Darkness shall have no portion in my life, in the name of Jesus.

38. O God arise, and let every altar of darkness scatter, in the name of Jesus.

39. O day of the Lord, arise against my enemies, in the name of Jesus.

40. I condemn every situation rising against me, in the name of Jesus.

41. I cancel every wicked judgment issued against me, in the name of Jesus.

42. Thank God for the purifying power of the fire of the Holy Ghost.

O LORD SILENCE MY SILENCERS
Scripture Reading Matthew 5
Confession Psalm 8:1
O Lord, our Lord, how excellent is thy name in all the earth! who hast set thy glory above the heavens.

DAY 3 (28-08-2018)

Reading through the Bible in 70 Days (Day 23 - 2Kings 9:34-25:11)

Devotional Songs (Pages 10-11)

Praise Worship

Prayer of Praise and Thanksgiving (Pages 13 & 14)

43. I cover myself with the blood of the Lord Jesus.

44. Father, let Your fire that burns away every deposit of the enemy fall upon me, in the name of Jesus

45. Holy Ghost fire, incubate me, in the name of Jesus.

46. I reject any evil stamp or seal placed upon me by ancestral spirits, in Jesus' name.

47. I release myself from every negative anointing, in the name of Jesus.

48. Every door of spiritual leakage, close, in the name of Jesus.

49. I Challenge every organ of my body with the fire of the Holy Spirit. (Lay your right hand methodically on various parts of the body beginning from the head.)

50. Father Lord, let every human spirit attacking my own spirit release me, in the name of Jesus.

51. Father, let all evil marks on my body be burnt off by the fire of the Holy Spirit, in the name of Jesus.

52. Father, let the anointing of the Holy Ghost fall upon me and break every negative yoke, in the name of Jesus.

53. Father Lord, let every garment of hindrance and dirtiness be dissolved by the fire of the Holy Ghost, in the name of Jesus.

54. All my chained blessings, be unchained, in the name of Jesus.

55. Father, let all spiritual cages inhibiting my progress be roasted by the fire of the Holy Spirit, in the name of Jesus.

56. I refuse to harbour any strange property in any department of my body, in the name of Jesus.

57. Every evil effect of any strange hand laid upon my life, be nullified, in Jesus' name.

58. I vomit and pass out of my system any satanic deposit in my head, stomach, reproductive organs and legs, in the name of Jesus.(Remain silent after 20 of such aggressive commands and breathe in and out several times, then repeat the command as you transfer your hand to a different part of the body.)

59. Father, let every hidden sickness depart now, in the name of Jesus.

60. Any bewitched food I have consumed, receive the fire of God and come out of your hiding places, in the name of Jesus.

61. I release myself from any unconscious bondage, in the name of Jesus.

62. Holy Ghost fire, do the work of purification in my life, in the name of Jesus.

63. Father, I come to You in the name of Jesus as Your Child, reminding You of Your most holy promise to set free all those who call upon Your merciful name. Lord Jesus, set me free now, in the name of Jesus.

O LORD SILENCE MY SILENCERS

SECTION 3

Scripture Reading Matthew 5
Confession Psalm 8:1
O Lord, our Lord, how excellent is thy name in all the earth! who hast set thy glory above the heavens.

DAY 4 (29-08-2018)

Reading through the Bible in 70 Days (Day 24-2Kings 25:12-25:30; 1Chron 1:1-11:4)

Devotional Songs (Pages 10-11)

Praise Worship

Prayer of Praise and Thanksgiving (Pages 13 & 14)

64. I forgive every person who has hurt or sinned against me. Especially I forgive ... (name those the Lord recalls to your mind who have damaged you in any hurtful way), in the name of Jesus.

65. I confess, renounce and repent from the sins of idolatry in my life, and in the lives of my ancestors known and unknown, in the name of Jesus.

66. I repent of my and their adherence to the guidance of mediums and of receiving of astrological predictions over my life; and of every demonic bondage to soothsayers, mediums, sorcerers, witch doctors and all ungodly men and women, in the name of Jesus.

67. I renounce the setting up and study of birth charts made over my life. I rebuke their content as a lying spirit. I cancel and renounce all their evil assignments over my life and the lives of my ancestors, in the name of Jesus.

68. I repent of consumption of demonic materials and portions of evil priests by myself and my ancestors, in the name of Jesus.

69. I repent of all serpent worship, and the worship of animal deities and forces of air, fire, water, the nether world and nature, in the name of Jesus.

70. Forgive me and my ancestors, O Lord, of every form of idol worship, and every past agreement with any ungodly covenant set up by satan and his demons over our lives, in the name of Jesus.

71. I declare the sovereignty of the Lord Jesus Christ in my life and call upon Him to set me and my ancestral line free through the confession of my faith in Him alone.

72. By the power in the blood of Jesus, I come against every spirit and god of air, fire and water, nature and every idol and animal deity in my life, in the name of Jesus.

73. I break their strongholds over me and my blood line, back unto the first generation of idolaters, and release myself from the sin of idolatry, in the name of Jesus.

74. I cancel the effects of every birth chart and annul every ungodly covenant set up by satan over my life, in the name of Jesus.

75. I sever myself from every ungodly predictions and every commitment and dedication made for me at birth or by myself later on, in the name of Jesus.

76. I lose myself from the bondage of every ungodly covenant and dedication in Jesus' holy name.

77. I cut every soul tie with any serpentine spirit, in the name of Jesus.

78. I excise the poison and venom of the scorpions and serpents, the accuser and destroyer from my flesh in the name of Jesus.

79. I cut myself off from the curse of evil consumption like drinking of blood, eating meat sacrificed to idol, contaminated meals from demonic parties, witchdoctor by myself and ancestors; and from diagnosis or foretelling by the use of satanic materials or any other ungodly tool, in the name of Jesus.

80. I pull down the stronghold of betrayal at birth by my parents, or any other person in charge of me as an infant, by dedication to idols, in temples or any other place, in the name of Jesus. I command the strongholds of such dedications to be pulled down, in the name of Jesus.

81. I break down the images of the false gods of my ancestors and I utterly overthrow them, and release myself from their domination and control forever, in the name of Jesus.

82. I break every stronghold and fear of false gods in my life. I bind and cast out the spirit of fear, and the spirit of fear of revenge by false gods, in the name of Jesus.

83. You spirits which execute the curse of fear and fear of revenge, be bound to the place that Jesus has prepared for you and never return, in the name of Jesus.

84. Father Lord, let the perfect love of Jesus, which casts out fear enter into my life. I declare that God has not given me the spirit of fear but of love and power and sound mind, in the name of Jesus.

SECTION 3

O LORD SILENCE MY SILENCERS
Scripture Reading Matthew 5
Confession Psalm 8:1
O Lord, our Lord, how excellent is thy name in all the earth! who hast set thy glory above the heavens.

DAY 5 (30-08-2018)
Reading through the Bible in 70 Days (Day 25 - 1 Chronicles 11:5-27:12)

Devotional Songs (Pages 10-11)

Praise Worship

Prayer of Praise and Thanksgiving (Pages 13 & 14)

85. I break the curse of ritual suicide and death over my life, in the name of Jesus.

86. I cut myself off from all cobra, serpentine, ancestral worship, in the name of Jesus.

87. I cut myself off from all mesmerism, trance and hypnosis which has come into my life through false worship or other ungodly rituals, in the name of Jesus.

88. I release myself from every unconscious ancestral bondage, in the name of Jesus.

89. O Lord, make me a terror to household wickedness, in the name of Jesus.

90. I withdraw the control of my life from the control and domination of household wickedness, in the name of Jesus.

91. I withdraw the programme of my life from the hands of household enemies, in the name of Jesus.

92. Father, let the joy of the enemy over my life be turned to sorrow, in Jesus' name.

93. I disgrace the strongman delegated by satan over my life, in the name of Jesus.

94. I cut off any problem-inviting link with my parents, in the name of Jesus.

95. Father, let every bondage of inherited sickness in my life break, in Jesus' name.

96. I break every placenta bondage, in the name of Jesus.

97. I withdraw my future and progress from the influence and control of household wickedness, in the name of Jesus.

98. Father, let the fire of God destroy the habitations of evil remote controllers fashioned against my life, in the name of Jesus.

99. Father, let all evil trees planted against me be uprooted, in the name of Jesus.

100. All spiritual vultures, wishing for my death, receive the stones of fire, in the name of Jesus.

101. O Lord, confuse the tongues of those gathered for my sake to do me harm after the order of the builders of the Tower of Babel, in the name of Jesus.

102. O Lord, let my adversaries make mistakes that will advance my cause, in the name of Jesus.

103. O Lord, let every evil tongue uttering unprofitable things about my life be completely silenced, in the name of Jesus.

104. Every evil power and vessel, sitting on my rights and goodness, be violently overthrown, in the name of Jesus.

105. I pursue, overtake and recover my properties from the hands of spiritual slave masters, in the name of Jesus.

O LORD SILENCE MY SILENCERS

Scripture Reading Matthew 5
Confession Psalm 8:1
O Lord, our Lord, how excellent is thy name in all the earth! who hast set thy glory above the heavens.

DAY 6 (31-08-2018)

Reading through the Bible in 70 Days (Day 26 - 1Chron 27:13-29:30; 2Chron 1:1-18:23)

Devotional Songs (Pages 10-11)

Praise Worship

Prayer of Praise and Thanksgiving (Pages 13 & 14)

106. O Lord, let every counsel, plan, desire, expectation, imagination, device and activity of the enemy against my life be rendered null and void, in Jesus' name.

107. I terminate every journey into bondage and unfruitfulness designed for me by the enemies of my soul, in the name of Jesus.

108. I bind every money-consuming demon attached to my finances, in Jesus' name.

109.   I refuse to be tossed around by any demonic device of the enemy to delay my miracle, in the name of Jesus.

110.   Father, let all satanic banks and purses receive the fire of God and burn to ashes, in the name of Jesus.

111.   Holy Spirit, teach me to avoid unfriendly friends and unprofitable transactions, in the name of Jesus.

112.   Father, let all my blessings presently in the prison of the enemy begin to pursue me and overtake me as from today, in the name of Jesus.

113.   O Lord, let the unprofitable chariot and riders be cast into dead sleep, in the name of Jesus.

114.   O Lord, let any evil sleep undertaken to harm me be converted to dead sleep, in the name of Jesus.

115.   Father, let all the weapons and devices of oppressors and tormentors fashioned against me be rendered impotent, in the name of Jesus.

116.   Father, let the Fire of God destroy any power operating spiritual vehicles working against me, in the name of Jesus.

117.   Father, let all evil advices given against my favour crash and disintegrate, in the name of Jesus.

118.   I plead the blood of Jesus over my spirit, soul and body, in the name of Jesus.

119.   O Lord, let every design against my life be completely nullified, in Jesus' name.

120.   Father, let all evil labels fashioned by the camp of the enemy against my life be rubbed off by the blood of Jesus, in the name of Jesus.

121.   I vomit every satanic deposit in my life, in the name of Jesus. (Prime the expulsion of these things by coughing slightly. Refuse to swallow any saliva coming out from the mouth.)

122.   I break myself lose from the bondage of stagnancy, in the name of Jesus.

123.   Lord, destroy with Your fire anything that makes Your promise to fail in my life, no matter the origin, in the name of Jesus.

124.   I expel anything that is not of God out of my life, in the name of Jesus.

125.   Every handwriting of darkness, be wiped off by the blood of Jesus, in the name of Jesus.

126.   Father, let the blood of Jesus, the fire and the living water of the God wash my system clean from impurities acquired from parental contamination, in the name of Jesus.

O LORD SILENCE MY SILENCERS

Scripture Reading Matthew 5
Confession Psalm 8:1

O Lord, our Lord, how excellent is thy name in all the earth! who hast set thy glory above the heavens.

DAY 7 (01-09-2018)

Reading through the Bible in 70 Days (Day 27 - 2 Chronicles 18:24- 36:16)

Devotional Songs (Pages 10-11)

Praise Worship

Prayer of Praise and Thanksgiving (Pages 13 & 14)

127. Father, let the blood of Jesus, the fire and the living water of the God wash my system clean from evil spiritual consumption, in the name of Jesus.

128. Father, let the blood of Jesus, the fire and the living water of the God wash my system clean from hidden sicknesses, in the name of Jesus.

129. Father, let the blood of Jesus, the fire and the living water of the God wash my system clean from remote control mechanisms, in the name of Jesus.

130. Father, let the blood of Jesus, the fire and the living water of the God wash my system clean from physical and spiritual incisions, in the name of Jesus.

131. Father, let the blood of Jesus, the fire and the living water of the God wash my system clean from satanic poisons, in the name of Jesus.

132. Father, let the blood of Jesus, the fire and the living water of the God wash my system clean from evil stamps, labels and links, in the name of Jesus.

133. My body, reject every evil habitation, in the mighty name of our Lord Jesus Christ.

134. O Lord, enlarge my coast, in the name of Jesus.

135. O Lord, reverse all evil arrangements attracted consciously or unconsciously to my life, in the name of Jesus.

136. I reject all evil manipulations and manipulators, in the name of Jesus.

137. I break the powers of the occult, witchcraft and familiar spirits over my life, in the name of Jesus.

138. O Lord, ignite me with Holy Ghost fire, in the name of Jesus.

139. I deliver and pass out any satanic deposit in my intestine, in the name of Jesus.

140. I deliver and pass out any satanic deposit in my reproductive organs, in the name of Jesus.

141. Holy Ghost fire, do the work of purification in my life, in the name of Jesus.

142. Lord Jesus, walk back through every second of my life to heal me and make me

whole, in the name of Jesus.

143. Lord Jesus, go back into the 3rd and 4th generations and break all unprofitable family ties, in the name of Jesus.

144. Lord Jesus, set me free from any negative force transmitted to me in my mother's womb, in the name of Jesus.

145. Lord Jesus, use Your spiritual eraser to wipe all painful and unprofitable memories from my mind, in the name of Jesus.

146. O Lord, rend the heavens and make me possess my possession, in Jesus' name.

147. Lord, repair any damage done to my spirit by satanic agents, in Jesus' name.

SECTION 3

O LORD SILENCE MY SILENCERS

Scripture Reading Matthew 5
Confession Psalm 8:1
O Lord, our Lord, how excellent is thy name in all the earth! who hast set thy glory above the heavens.

DAY 8 (02-09-2018)

Reading through the Bible in 70 Days (Day 28-2Chron 36:17-36:23; Ezra 1:1-10:44; Neh 1:1 -7:33

Devotional Songs (Pages 10-11)

Praise Worship

Prayer of Praise and Thanksgiving (Pages 13 & 14)

148. Father, let all covenants of failure in my life break, in the name of Jesus.

149. I break all covenant bondage, in the name of Jesus.

150. All problems having to do with spiritual padlocks in my life, receive divine solution, in the name of Jesus.

151. O Lord, let all buried goodness and prosperity receive divine resurrection, in the name of Jesus.

152. All problems associated with dead relatives, receive divine solution, in the name of Jesus.

153. All problems associated with demonic in-laws, receive divine solution, in the name of Jesus.

154. All problems associated with untimely death, receive divine solution, in the name of Jesus.

155. I refuse to turn back at the edge of victory, in the name of Jesus.

156. Any problem associated with obtaining children from the wrong source, receive divine solution, in the name of Jesus.

157. Any problem originating from obtaining wife/husband from the wrong source, receive divine solution, in the name of Jesus.

158. All problems originating from empty baskets, receive divine solution, in the name of Jesus.
159. O Lord, let every resistance to the move of the power of God in my life, be melted away by the fire of the Holy Ghost, in the name of Jesus.
160. Father, let all the problems associated with physical or spiritual poison, receive divine solution, in the name of Jesus.
161. O Lord, let all evil eyes observing my progress receive blindness, in Jesus' name.
162. All prayer obstructions and prayerlessness, depart from my life, in Jesus' name.
163. O Lord, let my enemies begin to fall into their own traps, in the name of Jesus.
164. O Lord, let the stronghold of every spirit of Korah, Dathan and Abiram militating against me be cast down, in the name of Jesus.
165. Every spirit of Balaam, hired to curse me, fall after the order of Balaam, in the name of Jesus
166. Every spirit of Sanballat and Tobiah, planning evil against me, receive the stones of fire, in the name of Jesus.
167. Every spirit of slavery, fall, in the name of Jesus.
168. Every spirit of Herod, be smitten by angels of God, in the name of Jesus.

SECTION 3

O LORD SILENCE MY SILENCERS

Scripture Reading Matthew 5
Confession Psalm 8:1
O Lord, our Lord, how excellent is thy name in all the earth! who hast set thy glory above the heavens.

DAY 9 (03-09-2018)

Reading through the Bible in 70 Days (Day 29-Neh 7:34-13:31; Est 1:1-10:3; Job 1:1-2:6)

Devotional Songs (Pages 10-11)

Praise Worship

Prayer of Praise and Thanksgiving (Pages 13 & 14)

169. Every spirit of Goliath, receive the stones of fire, in the name of Jesus.
170. Every spirit of slavery, fall into the Red Sea, in the name of Jesus.
171. All satanic mechanisms aimed at changing my destiny, be frustrated, in the name of Jesus.
172. Every evil shadow, be melted by the Holy Ghost fire, in the name of Jesus.
173. All unprofitable broadcasters of my goodness, be silenced, in the name of Jesus.
174. All leaking bags and pockets, be sealed up, in the name of Jesus.
175. All evil monitoring gadgets, fashioned against me, catch fire, in Jesus' name.
176. Every evil effect of strange touches, be removed from my life, in Jesus' name.

177. Every blessing, confiscated by witchcraft spirits, be released, in Jesus' name.
178. Every blessing, confiscated by familiar spirits, be released, in the name of Jesus.
179. Every blessing, confiscated by ancestral spirits, be released, in the name of Jesus.
180. Every blessing, confiscated by envious enemies, be released, in Jesus' name.
181. Every blessing, confiscated by satanic agents, be released, in the name of Jesus.
182. Every blessing, confiscated by principalities, be released, in the name of Jesus.
183. Every blessing, confiscated by rulers of darkness, be released, in Jesus' name.
184. Every blessing, confiscated by evil powers, be released, in the name of Jesus.
185. All the blessings, confiscated by spiritual wickedness in the heavenly places, be released, in the name of Jesus.
186. Demonic reverse gears installed to hinder my progress, roast, in Jesus' name.
187. The anointing of the overcomer, fall upon me, in the name of Jesus.
188. All my Israel in bondage, be released and let my slave masters be imprisoned, in the name of Jesus.
189. Every unprofitable chariot and rider, be cast into dead sleep, in Jesus' name.

SECTION 3

O LORD SILENCE MY SILENCERS
Scripture Reading Matthew 5
Confession Psalm 8:1
O Lord, our Lord, how excellent is thy name in all the earth! who hast set thy glory above the heavens.

DAY 10 (04-09-2018)
Reading through the Bible in 70 Days (Day 30 - Job 2:7-20:15)

Devotional Songs (Pages 10-11)
Praise Worship
Prayer of Praise and Thanksgiving (Pages 13 & 14)

190. Any evil sleep undertaken to harm me, be converted to dead sleep, in the name of Jesus.
191. All weapons and devices of oppressors and tormentors, be rendered impotent, in the name of Jesus.
192. Fire of God, destroy the power operating any spiritual vehicle working against me, in the name of Jesus.
193. All evil advices given against my favour, crash and disintegrate, in Jesus' name.
194. I claim my divine promotion today, in the name of Jesus.
195. Lord, make me succeed and bring me into prosperity, in the name of Jesus.
196. Promotion, progress and success are mine today, in the name of Jesus.

197. All you eaters of flesh and drinkers of blood, stumble and fall, in Jesus' name.
198. Stubborn pursuers, pursue yourselves, in the name of Jesus.
199. Every power, transforming into animals in the night, to attack me in the dreams, fall down and die, in the name of Jesus.
200. Every pit dug for my life by agents of death, swallow the agents, in Jesus' name.
201. Every power oppressing my life through dreams of death, fall down and die, in the name of Jesus.
202. Every unconscious gift of death I have received, receive the fire of God, in the name of Jesus.
203. Holy Ghost fire, melt away every pronouncement assigned to pull me down, in the name of Jesus.
204. I cancel by the blood of Jesus, every evil wish against my life, in Jesus' name.
205. I cancel by the blood of Jesus, every satanic prayer against my destiny, in the name o f Jesus.
206. Every utterance designed to shorten my life, backfire, in the name of Jesus.
207. Every inherited satanic glasses on my eyes, break by the blood of Jesus.
208. I cancel by the power in the blood of Jesus, every negative prophecy uttered against my life, in the name of Jesus.
209. Power of God, flow into the heavenlies, the waters and underneath the earth and cancel every satanic decision against my life, in the name of Jesus.
210. Expectation of witchcraft powers concerning my well-being, scatter, in the name of Jesus.

SECTION 3 CONFESSION

I trample under my feet, every serpent of treachery, evil reports, accusations, machinations and criticisms, in the name of Jesus. In the time of trouble, the Lord my God and my Father shall hide me in His pavilion; in the secret places of His tabernacle shall He hide me. With an overrunning flood, will the Lord make an utter end of my enemy's habitation, in the name of Jesus. The Lord has sent the fear and the dread of me upon all my enemies, that the report or information of me shall cause them to fear, tremble and be in anguish, in the name of Jesus. I am of good cheer, and I believe in the sanctity and infallibility of God's word, in the name of Jesus. According to this time, it shall be said of me and my family, what God has done, in the name of Jesus. I therefore command all enemy troops arrayed against me to scatter, as I call down the thunder fire of God upon them, in the name of Jesus.

May the Lord God to whom vengeance belongs pelt their rank and file and their strongholds with His stones of fire, in the name of Jesus. I raise a dangerous high standard of the flood of the blood of Jesus against their re-enforcement, and I command all the encamped and advancing enemy troops to be roasted by fire, in the name of Jesus. I possess the gate of my enemies and with the blood of Jesus, I render their habitation desolate, in the mighty name of Jesus Christ.

SECTION 3 VIGIL - *(To be done at night between the hours of 12 midnight and 2am)*

HYMN FOR THE VIGIL (Page 12)

1. Though, war should rise against me, in this will I be confident, in the name of Jesus.

2. And now, shall my head be lifted up above my enemies round about me, in the name of Jesus.

3. O Lord, deliver me not over unto the will of mine enemies, in the name of Jesus.

4. Divine raging storms, locate any coven assigned to bury the destiny of this country, in the name of Jesus.

5. O God, release Your wrath upon every power of witchcraft troubling my destiny, in the name of Jesus.

6. O God, arise and root them out of their land in Your anger, in the name of Jesus.

7. O God, arise, cast Your fury upon agents of affliction troubling my star, in Jesus' name.

8. Candle of the wicked, I put you out, quench, in the name of Jesus.

9. All information, stored in the caldron against me, catch fire, in the name of Jesus.

10. I release panic and havoc upon any gathering summoned to disgrace me, in Jesus' name.

11. I release. confusion and backwardness upon every satanic programmer attacking my star, in the name of Jesus.

12. Every cage, formed to imprison my star, I smash you, in Jesus' name.

13. I release, the ten plagues of Egypt upon every coven tormenting my existence, in the name of Jesus.

14. O Lord, make the devices of my adversaries of none effect, in the name of Jesus.

15. Evil shall slay the wicked and they that hate me shall be desolate, in Jesus' name.

16. Father, fight against them that fight against me, in the name of Jesus.

17. Father, take hold of shield and buckler and stand up for my help, in Jesus' name.

18. Father, draw out Your spear and stop my persecutors, in Jesus' name.

19. O Lord, let them be confounded and put to shame that seek after my soul, in the name of Jesus.

20. O Lord, let them be turned back and brought to confusion that device my hurt, in the name of Jesus.

21. O Lord, let the wicked be as chaff before the wind, and let the anger of the Lord chase them, in the name of Jesus.

SECTION 4

MY LIFE IS NOT FOR SALE

Scripture Romans 7
Confession Hebrews 10:38-39

Now the just shall live by faith: but if any man draw back, my soul shall have no pleasure in him.39 But we are not of them who draw back unto perdition; but of them that believe to the saving of the soul.

DAY 1 (05-09-2018)

Reading through the Bible in 70 Days (Day 31 -Job 20:16 - 37:16)

Devotional Songs (Pages 10-11)

Praise Worship

Prayer of Praise and Thanksgiving (Pages 13 & 14)

1. Praise the Lord from the bottom of your heart for the miracles you have received since the beginning of this programme.

2. Father Lord, let the wind, the sun and the moon run contrary to every demonic presence in my environment, in the name of Jesus.

3. You devourers, vanish from my labour, in the name of Jesus.

4. Every tree planted by fear in my life, dry up to the roots, in the name of Jesus.

5. I cancel all enchantments, curses and spells that are against me, in Jesus' name.

6. Lord, use my life to confuse my enemies, in the name of Jesus.

7. Father, let the windows of heaven open for me, in the name of Jesus.

8. I command the ladder of the enemy into any department of my life to be broken to pieces, in the name of Jesus.

9. I invite the spirit of confusion and division to come upon the forces of the enemy, in the name of Jesus.

10. I cancel all curses known or unknown uttered against me, in the name of Jesus.

11. I lose myself from the bondage of fear in Jesus' name.

12. I command all evil spiritual marks to go in the mighty name of Jesus.

13. I nullify the activities and consequences of any evil thing I have tread upon, in the name of Jesus.

14. Lord, reverse every damage done to my life from the womb, in the name of Jesus.

15. I break and release myself from every marital curse by the redemptive name of the Lord Jesus.

16. Lord, make me a source of blessing to my family, in the name of Jesus.

17. I bind and render to naught all evil counsels and imaginations against me, in the name of Jesus.

18. I close entrance doors at poverty and close exit doors at blessings, in Jesus' name.

19. Lord, make my enemies to bow before me and congratulate me, in Jesus' name.

20. Lord, remove my garment of suffering as you did for Joseph, in the name of Jesus.

21. Lord, remove my garment of sickness as you did for Hezekiah, in Jesus' name.

 SECTION 4

MY LIFE IS NOT FOR SALE
Scripture Romans 7
Confession Hebrews 10:38-39
Now the just shall live by faith: but if any man draw back, my soul shall have no pleasure in him.39 But we are not of them who draw back unto perdition; but of them that believe to the saving of the soul.

DAY 2 (06-09-2018)
Reading through the Bible in 70 Days (Day 32-Job 37:17- 42:17; Psalms 1:1-22:25)

Devotional Songs (Pages 10-11)
Praise Worship
Prayer of Praise and Thanksgiving (Pages 13 & 14)

22. Lord, remove my garment of debt as you did for the widow through Elisha, in the name of Jesus.

23. Lord, remove my garment of reproach as you did for Hannah, in the name of Jesus.

24. Lord, remove my garment of death as you did for Shadrach, in the name of Jesus.

25. All my departed glory, be restored, in the name of Jesus.

26. All my captured blessings, be released, in the name of Jesus.

27. My blood, reject the spirit of infirmity, in the name of Jesus.

28. All invisible evil followers, scatter, in the name of Jesus.

29. O God, arise and let all the forces of stubborn slave master scatter, in Jesus' name.

30. I release my life from any spiritual cage, in the name of Jesus.

31. Liquid fire, pour down on all spiritual thieves in my life, in the name of Jesus.

32. Evil spiritual shoe, burn to ashes, in the name of Jesus.

33. Evil spiritual foods, dished against my life, be consumed with liquid fire, in the name of Jesus.

34. Spirits of confusion, depart from every department of my life, in the name of Jesus.

35. All evil architects, cease your evil construction work in my life, in the name of Jesus.

36. All attacks by evil night creatures, be neutralized, in the name of Jesus.

37. All evil trees, habouring hidden blessings of God's children, release your captives, in the name of Jesus.

38. Every gathering held in the air, land, water, forest, contrary to my life, be scattered, in the name of Jesus.

39. The evil mouth, speaking against me, fall after the order of Balaam, in Jesus' name.

40. Every effect of any strange handshake and kiss be nullified, in the name of Jesus.

41. All powers that are after my life, stumble and fall, in the name of Jesus.

42. Lord, let promotions and miracles galore overshadow my life, in the name of Jesus.

MY LIFE IS NOT FOR SALE
Scripture Romans 7
Confession Hebrews 10:38-39
Now the just shall live by faith: but if any man draw back, my soul shall have no pleasure in him.39 But we are not of them who draw back unto perdition; but of them that believe to the saving of the soul.

DAY 3 (07-09-2018)

Reading through the Bible in 70 Days (Day 33 - Psalms 22:26 - 50:5)

Devotional Songs (Pages 10-11)
Praise Worship
Prayer of Praise and Thanksgiving (Pages 13 & 14)

43. Every evil effect of spiritual contamination, be repaired, in the name of Jesus.

44. I disengage my blessings from the hands of the devourers, in the name of Jesus.

45. I disengage my business/career from the hands of the emptiers, in Jesus' name.

46. I disengage my wife/husband from the hands of the powers that put asunder, in the name of Jesus.

47. O Lord, deliver me from the powers that waste divine opportunity, in Jesus' name.

48. O Lord, cause me to become undefeatable by the tentacles of temptations, in the name of Jesus.

49. O Lord, place me on the mountain of glory and power, in the name of Jesus.

50. I break myself lose from any conscious and unconscious bondage hindering my spiritual growth and development, in the name of Jesus.

51. Every negative anointing, depart from my life, in the name of Jesus.

52. Father, re-organise my life according to Your will, in the name of Jesus.

53. Father, repair the good things in my life that I have destroyed with my own hands, in the name of Jesus.

54. Holy Ghost fire, do the work of purification in my life, in the name of Jesus.

55. Make me a pillar in Your house, O God, in the name of Jesus.

56. Father, crucify anything in me that would remove my name from the book of life, in the name of Jesus.

57. Father, help me to crucify my flesh, in the name of Jesus.

58. If my name has been removed from the book of life, Father, re-write my name, in the name of Jesus.

59. Lord, give me power to overcome self, in the name of Jesus.

60. I confess, repent and renounce the sin of unforgiveness, of allowing bad memories to poison my heart and my thoughts, of spiritual laziness and being insensitive to the Holy Spirit, in the name of Jesus.

61. O Lord, cleanse my mind of every sinful and destructive memory, in Jesus' name.

62. O Lord, cleanse my heart and renew a right spirit within me that I might walk free of all sins, in the name of Jesus.

63. You spirit of (pick from below), lose your hold upon my life, in the name of Jesus. I command you to be separated from me. I place the cross of Jesus between me and you. I forbid you to ever return or ever to send any other spirits, in Jesus' name.

- self-deception
- rejection
- addiction
- impatience
- infirmity
- heaviness
- pride
- depression
- cowardice
- arrested development
- waste
- dirty dreams
- death
- bitterness
- terror
- strife
- confusion
- foolishness
- frustration
- unforgiveness
- vanity

SECTION 4

MY LIFE IS NOT FOR SALE

Scripture Romans 7
Confession Hebrews 10:38-39
Now the just shall live by faith: but if any man draw back, my soul shall have no pleasure in him.39 But we are not of them who draw back unto perdition; but of them that believe to the saving of the soul.

DAY 4 (08-09-2018)

Reading through the Bible in 70 Days (Day 34 - Psalms 50:6 - 78:4)

Devotional Songs (Pages 10-11)

Praise Worship

Prayer of Praise and Thanksgiving (Pages 13 & 14)

64. All the powers encamping against my goodness and breakthroughs, become confused and be scattered, in the name of Jesus.

65. All the powers of my adversaries, be rendered impotent, in the name of Jesus.

66. Every evil tongue, uttering curses and other evil pronouncements against my life, be completely silenced, in the name of Jesus.

67. I command every evil stronghold and power housing my rights and goodness to be violently overthrown, in the name of Jesus.

68. I pursue, overtake and recover my properties from the hands of spiritual robbers, in the name of Jesus.

69. Every counsel, plan, desire, expectation, imagination, device and activity of the oppressors against my life be rendered null and void, in the name of Jesus.

70. I terminate every contract and cancel every evil promissory notes kept in satanic files for my sake, in the name of Jesus.

71. I release myself from the powers and activities of the wasters, in the name of Jesus.

72. I refuse to be tossed around by any evil remote control device fashioned to delay my miracle, in the name of Jesus.

73. All the citadels of evil, summoning of the spirit, receive the fire of God and burn to ashes, in the name of Jesus.

74. Holy Spirit, teach me to avoid polluted food and unprofitable discussions, in the name of Jesus.

75. All my goodness presently in the prison of the enemy begin to pursue me and overtake me as from today, in the name of Jesus.

76. All strange fire prepared against my life, be quenched, in the name of Jesus.

77. Every tongue, issuing destruction against me, be condemned, in the name of Jesus.

78. All the troublers of my Israel, be disbanded and confused, in the name of Jesus.

79. Blood of Jesus, clean off all unprofitable marks in any department of my life.

80. All the effects of strange hands, that have touched my blood, be neutralised, in the name of Jesus.

81. The spirit that abandons blessings, be bound, in the name of Jesus.

82. I receive victory over the host of wickedness surrounding me, in the name of Jesus.

83. I stand against dream defeat and its effect, in the name of Jesus.

84. Every spirit, attacking me in the form of animals, receive the fire of God, in the name of Jesus.

MY LIFE IS NOT FOR SALE

Scripture Romans 7
Confession Hebrews 10:38-39

Now the just shall live by faith: but if any man draw back, my soul shall have no pleasure in him.39 But we are not of them who draw back unto perdition; but of them that believe to the saving of the soul.

DAY 5 (09-09-2018)

Reading through the Bible in 70 Days (Day 35 - Psalms 78:5 - 103:12)

Devotional Songs (Pages 10-11)
Praise Worship
Prayer of Praise and Thanksgiving (Pages 13 & 14)

85. I stand against the operations of the spirit of death in my life, in the name of Jesus.

86. Counsel of the devil against me, be destroyed and be frustrated, in Jesus' name.

87. I bind the spirit of doubt, unbelief, fear and tradition, in the name of Jesus.

88. Father, destroy every stronghold of the powers of darkness in my family, in the name of Jesus.

89. Every problem, affecting my brain be neutralised, in the name of Jesus.

90. Every evil effect of ritual killing upon my life by my ancestors be neutralised, in the name of Jesus.

91. All terminal, genetic, and ancestral sicknesses be healed, in the name of Jesus.

92. Lord, give me power to pursue and overtake the enemy and also to recover my stolen property.

93. O God, let Your fire destroy every foundational problem in my life, in Jesus' name.

94. Every link, label and stamp of the oppressors, be destroyed by the blood of Jesus.

95. Every evil spiritual pregnancy in my life, be aborted, in the name of Jesus.

96. Thank God for making provision for deliverance from any form of bondage.

97. Confess your sins, sins of your ancestors, especially those sins linked to evil powers.

98. I cover myself with the blood of Jesus.

99. I release myself from any inherited bondage, in the name of Jesus.

100. O Lord, send your axe of fire to the foundation of my life and destroy every evil

plantation.

101. Blood of Jesus, flush out from my system every inherited satanic deposit, in the name of Jesus.

102. I release myself from the grip of any problem transferred into my life from the womb, in the name of Jesus.

103. Blood of Jesus and the fire of the Holy Ghost cleanse every organ in my body, in the name of Jesus.

104. I break and lose myself from every inherited evil covenant, in the name of Jesus.

105. I break and lose myself from every inherited evil curse, in the name of Jesus.

SECTION 4

MY LIFE IS NOT FOR SALE
Scripture Romans 7
Confession Hebrews 10:38-39
Now the just shall live by faith: but if any man draw back, my soul shall have no pleasure in him.39 But we are not of them who draw back unto perdition; but of them that believe to the saving of the soul.

DAY 6 (10-09-2018)
Reading through the Bible in 70 Days (Day 36 - Psalms 103:13 - 119:107)

Devotional Songs (Pages 10-11)

Praise Worship

Prayer of Praise and Thanksgiving (Pages 13 & 14)

106. I vomit every evil consumption that I have been fed with as a child, in the name of Jesus.

107. All foundational strongmen, attached to my life, be paralysed, in Jesus' name.

108. Any rod of the wicked, rising up against my family line, be rendered impotence for my sake, in the name of Jesus.

109. I cancel the consequences of any evil local name attached to my person, in the name of Jesus.

110. Pray aggressively against the following evil foundations. Pray as follows: You (pick the under- listed one by one), lose your hold over my life and be purged out of my foundation, in the name of Jesus.

    - Destructive effect of polygamy - Parental Curses   - Evil dedication
    - Demonic incisions   - Dream pollution   -Demonic sacrifice
    - Demonic initiations   - Demonic blood transfusion
    - Fellowship with demonic consultants - Unscriptural manner of conception
    -Demonic marriage   - Laying on evil hands   - Fellowship with family idols

-Inherited infirmity   - Wrong exposure to sex

111.   You evil foundational plantation, come out of my life with all your roots, in the name of Jesus.

112.   I break and lose myself from every form of demonic bewitchment, in the name of Jesus.

113.   I release myself from every evil domination and control, in the name of Jesus.

114.   Blood of Jesus, be transfused into my blood vessel, in the name of Jesus.

115.   Every gate, opened to the enemy by my foundation, be closed for ever with the blood of Jesus.

116.   Lord Jesus, walk back into every second of my life and deliver me where I need deliverance, heal me where I need healing, transform me where I need transformation.

117.   I reject, revoke and renounce my membership in any evil associations, in the name of Jesus.

118.   I withdraw and cancel my name from any evil register with the blood of Jesus, in the name of Jesus.

119.   I reject and renounce any evil name given to me consciously or unconsciously in any evil association, in the name of Jesus.

120.   I purge myself of all evil food I had eaten consciously or unconsciously in any evil association with the blood of Jesus, in the name of Jesus.

121.   I withdraw any part of my body and blood in the custody of any evil altar, in the name of Jesus.

122.   I withdraw my pictures, image and inner-man from any evil altar and covens of evil associations, in the name of Jesus.

123.   I return all the things of evil associations I am consciously or unconsciously connected with, the instruments and any other properties at my disposal, in the name of Jesus.

124.   I hereby confess total separation from any evil association, in the name of Jesus.

125.   Holy Spirit, build a wall of fire round me that will completely make it not possible for any evil spirits to come to me again.

126.   I break any covenant binding me to any evil association, in the name of Jesus.

SECTION 4

MY LIFE IS NOT FOR SALE

Scripture Romans 7

Confession Hebrews 10:38-39

Now the just shall live by faith: but if any man draw back, my soul shall have no pleasure in him.39 But we are not of them who draw back unto perdition; but of them that believe to the saving of the soul.

DAY 7 (11-09-2018)

Reading through the Bible in 70 Days (Day 37 -Psalms 119:108-150:6; Proverbs 1:1-2:16)

Devotional Songs (Pages 10-11)

Praise Worship

Prayer of Praise and Thanksgiving (Pages 13 & 14)

127.   I break all inherited covenants I have consciously or unconsciously entered into, in the name of Jesus.

128.   I bind the demons attached to these covenants and cast them into the deep, in the name of Jesus.

129.   I resist every attempt to return me back to any evil association with the blood of Jesus, fire, brimstone and thunder of God, in the name of Jesus.

130.   I renounce and revoke all the oaths I consciously or unconsciously took while joining any evil association, in the name of Jesus.

131.   I break and cancel every evil mark, incision, writing placed in my spirit and body as a result of my membership with any evil association with the blood of Jesus and purify my body, soul and spirit with the Holy Ghost fire, in the name of Jesus.

132.   I break all covenants inherited from my ancestors on the father and mother side, in the name of Jesus.

133.   Lord, break down every evil foundation of my life and rebuild a new one on Christ the Rock, in the name of Jesus.

134.   Fire of God, roast to ashes every evil bird, snake, or any other animal attached to my life by any evil association, in the name of Jesus.

135.   I dismantle every hindrance, obstacle or blockage put in my way of progress by any evil association, in the name of Jesus.

136.   All the doors of blessings and breakthroughs, shut against me by any evil association, open, in the name of Jesus.

137.   I break and cancel every inherited curse, in the name of Jesus.

138.   Lord, remove from me all the curses placed upon my ancestral families as a result of their involvement with evil associations, in the name of Jesus.

139.   I break and cancel every curse placed upon me by my parents, in Jesus' name.
140.   I break and cancel every curse, spell, hex, enchantment, bewitchment, incantation placed upon me by any satanic agent, in the name of Jesus.
141.   I break and revoke every blood and soul-tie covenant and yokes attached to any satanic agent, in the name of Jesus.
142.   I purge myself of all the evil food I have eaten consciously or unconsciously with the blood of Jesus and purify myself with the fire of the Holy Ghost, in the name of Jesus.
143.   All demonic spirits attached to any covenant and curse in every department of my life, be roasted with the fire of God, in the name of Jesus.
144.   I declare my body, soul and spirit a-no-go-area for all evil spirits, in Jesus' name.
145.   Lord, let every area of my life experience Your wonder-working power, in the name of Jesus.
146.   I refuse to enter into any trap set by any evil association against my life, in the name of Jesus.
147.   I break and lose myself from every collective covenant, in the name of Jesus.

SECTION 4

MY LIFE IS NOT FOR SALE
Scripture Romans 7
Confession Hebrews 10:38-39
Now the just shall live by faith: but if any man draw back, my soul shall have no pleasure in him.39 But we are not of them who draw back unto perdition; but of them that believe to the saving of the soul.

DAY 8 (12-09-2018)
Reading through the Bible in 70 Days (Day 38 - Proverbs 2:17-17:20)

Devotional Songs (Pages 10-11)

Praise Worship

Prayer of Praise and Thanksgiving (Pages 13 & 14)

148.   I break and lose myself from every collective curse, in the name of Jesus.
149.   I break and cancel every covenant with any idol and the yokes attached to it, in the name of Jesus.
150.   I break and cancel any evil covenant entered into by my parents on my behalf and all the yokes attached to it, in the name of Jesus.
151.   Fire of God, roast the forces of hindrance and obstacles and paralyse their powers, in the name of Jesus.
152.   Lord, let the Holy Ghost effect immediate breakthroughs in every area of my life, in the name of Jesus.

153. I confess that my deliverance shall remain permanent, never to be reversed again, in the name of Jesus.

154. Father, let all evil competitors stumble and fall, in the name of Jesus.

155. Father, let all my adversaries make mistakes that will advance my cause, in the name of Jesus.

156. I send confusion into the camp of all evil counselors planing against my progress, in the name of Jesus.

157. I command darkness into the camp of my enemies, in the name of Jesus.

158. I remove my name from the book of failure and demonic side track, in the name of Jesus.

159. Lord, give me power to make use of the divine opportunity presented to me, in the name of Jesus.

160. Lord, give me power to possess more wisdom than my competitors, in the name of Jesus.

161. Lord, give me power to drink from the well of salvation, in the name of Jesus.

162. Lord, give me power to always be ahead of my competitors in terms of favour and independent assessment, in the name of Jesus.

163. O Lord, my Father, In the move of Your power throughout this programme, do not pass me by, in the name of Jesus.

164. All the scorpion spirits, sent against me, become stingless, in the name of Jesus.

165. O Lord, let all my Herod receive spiritual decay, in the name of Jesus.

166. Every power, circulating my name for evil, receive disgrace, in the name of Jesus.

167. Every organised strategy of the hosts of the demonic world against my life, be rendered to nothing, in the name of Jesus.

168. All demonic spirits, transferred into my life through demonic contact, be withdrawn and be cast into fire, in the name of Jesus.

SECTION 4

MY LIFE IS NOT FOR SALE

Scripture Romans 7

Confession Hebrews 10:38-39

Now the just shall live by faith: but if any man draw back, my soul shall have no pleasure in him.39 But we are not of them who draw back unto perdition; but of them that believe to the saving of the soul.

DAY 9 (13-09-2018)

Reading through the Bible in 70 Days (Day 39 -Prov 17:21-31:31; Ecclesiastes 1:1-2:4)

Devotional Songs (Pages 10-11)

Praise Worship

Prayer of Praise and Thanksgiving (Pages 13 & 14)

169. Every demonic influence, targeted at destroying my vision, dream and ministry, receive total disappointment, in the name of Jesus.

170. Every demonic trap, set against my life, be shattered to pieces, in Jesus' name.

171. All demonic activities against my destiny, receive disgrace and commotion, in the name of Jesus.

172. All partners in demonic businesses militating against my life, receive commotion and be disorganised, in the name of Jesus.

173. Father Lord, let my life, destiny and prayer life be extremely dangerous for the kingdom of darkness, in the name of Jesus.

174. All demonically organised seductive appearances to pull me down, be rendered null and void, in the name of Jesus.

175. Father Lord, show me an immeasurable forgiveness daily in my life, in the name of Jesus.

176. Father Lord, don't terminate my divine spiritual assignments on earth but help me to accomplish them, in the name of Jesus.

177. My Lord and my God, raise up intercessors to stand in the gap for me always, in the name of Jesus.

178. Father Lord, let all the motionless spiritual gifts and talents in my life begin to function for Your glory, in the name of Jesus.

179. I reject all uncontrollable crying, heaviness and regrets, in the name of Jesus.

180. Father Lord, help me so that my divine spiritual assignments shall not be transferred to another person, in the name of Jesus.

181. All organised forces of darkness against my life, receive commotion, lightning and thunder, in the name of Jesus.

182. All demonic organised network against my spiritual and physical ambition, be put to shame, in the name of Jesus.

183. All demonic mirrors and monitoring gadgets against my spiritual life, crack to pieces, in the name of Jesus.

184. Father, let the demonic computers and their operators militating against my life receive destruction, in the name of Jesus.

185. Father, don't render me unfit for Your work, in the name of Jesus.

186. Father, don't take my life before fulfilling my ministry, in the name of Jesus.

187. Every spiritual spider, webbing problems into my life, die, in the name of Jesus.

188. I disconnect my household from every satanic network, in the name of Jesus.

189. All the satanic gadgets being used to monitor my progress, be destroyed by the

thunder fire of God, in the name of Jesus.

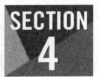

MY LIFE IS NOT FOR SALE

Scripture Romans 7

Confession Hebrews 10:38-39

Now the just shall live by faith: but if any man draw back, my soul shall have no pleasure in him.39 But we are not of them who draw back unto perdition; but of them that believe to the saving of the soul.

DAY 10 (14-09-2018)

Reading through the Bible in 70 Days (Day 40-Eccl 2:5-12:14; SS 1:1-8:14; Isa 1:1-6:12)

Devotional Songs (Pages 10-11)

Praise Worship

Prayer of Praise and Thanksgiving (Pages 13 & 14)

190. Every evil cycle in my life, break, in the name of Jesus.

191. Every local representative of satanic network in my life, be paralysed, in the name of Jesus.

192. Every satanic network, working in concert with household enemy, be brought to shame, in the name of Jesus.

193. O God, my Father, let the wickedness of the wicked swallow up the wicked, in the name of Jesus.

194. O great wind from the wilderness, arise, locate the houses of satanic prophets prophesying against me and destroy them, in the name of Jesus.

195. Every incantation of darkness and death wishes, against my life, backfire, in the name of Jesus.

196. Every power of the enemy, having satanic confidence to curse me, be judged and punished, in the name of Jesus.

197. All hidden places of boastful Goliath, be exposed and shattered to pieces, in the name of Jesus.

198. East wind from the Lord, arise, blow down the pillars of satanic warehouses, in the name of Jesus.

199. My enemies, dig your hole and dig it well, then fall into it, in the name of Jesus.

200. Father, let the hammer of the Almighty God smash every evil altar erected against my life, in the name of Jesus.

201. O Lord, send Your fire to destroy every evil altar fashioned against me, in the name of Jesus.

202. Every stubborn evil altar priest, drink your own blood, in the name of Jesus.

203. Every power, rising up against my deliverance, receive hailstones of fire, in the name of Jesus.
204. O ground open, swallow up all incantations against me, in the name of Jesus.
205. Messages of evil workers against me, receive memory loss, in the name of Jesus.
206. I shall not answer the call of evil spirits, in the name of Jesus.
207. You messenger of death, be broken, be destroyed, in the name of Jesus.
208. O death and grave, untie me now, in the name of Jesus.
209. Every satanic word, used to tie me down, die, in the name of Jesus.
210. Any demonic forests troubling my destiny, catch fire, in the name of Jesus.

SECTION 4 CONFESSION

I totally trust in the Lord, and I am not leaning on my own understanding. I fill my heart with the words of faith; I receive and speak the words of faith. The young lions do lack, and suffer hunger; but me who seeks the Lord God Almighty, shall not lack any good thing, in the name of Jesus. God is my strong Rock and my House of defence, in the name of Jesus. In the name of Jesus Christ, I hand over all my battles to the Lord Jesus Christ, the Lord fights for me and I hold my peace. The Lord has bowed down His righteous ears, to deliver me speedily, in the name of Jesus. I shall eat the riches of the Gentiles, and in their glory I shall boast myself, and all shall see and shall acknowledge that I am the seed, which the Lord has blessed.

I shall no longer be disappointed, or fail at the edge of my desired miracles, success and victory, in the name of Jesus. It is written: behold, I and the children whom the Lord has given me are for signs and for wonders in Israel from the Lord of hosts which dwelleth in mount Zion. I stand upon this infallible word of God and claim every letter of its promises, in the name of Jesus. I also covenant myself and my household onto the Lord: my fruits, I shall dedicate and surrender to the blessings and pleasures of God who has blessed me and banished my reproach forever, in the name of Jesus. The Lord is my light and my salvation, whom shall I fear? The Lord is the strength of my life; of whom shall I be afraid? When the wicked, even mine enemies and foes, come upon me to eat up my flesh, they stumbled and fell, in the name of Jesus.

SECTION 4 VIGIL

(To be done at night between the hours of 12 midnight and 2am)

HYMN FOR THE VIGIL (Page 14)

1. O Lord, let the way of the oppressor be dark and slippery and let the angel of the Lord persecute them, in the name of Jesus.
2. O Lord, let destruction, come upon my enemies unawares and the net that they

have hidden catch them, in Jesus' name.

3. O Lord, let the enemy, fall into the destruction he has created, in Jesus' name.
4. O Lord, let not those, that are my enemies wrongfully rejoice over me, in the name of Jesus.
5. Father, let my enemies be ashamed, and brought to confusion, together with those who rejoice at my hurt, in the name of Jesus.
6. O Lord, let my enemies be clothed with shame, in the name of Jesus.
7. Stir up Thineself, O Lord, and fight for me, in Jesus' name.
8. O Lord, let them be clothed, with shame and dishonour that magnify themselves against me, in the name of Jesus.
9. Father, let not the foot of pride, come against me, in Jesus' name.
10. Thou, that exalteth thine self as an eagle against me, I knock you down, in Jesus' name.
11. Every ancestral debt collector, be silenced, in the name of Jesus.
12. Every locker and warehouse, holding my blessings of wealth, catch fire, in Jesus' name.
13. Invisible wall of barriers, stagnating my destiny, scatter, in Jesus' name.
14. Invisible barricades, stagnating my goals, scatter, in the name of Jesus.
15. Every trap, that repeats evil circles, catch your owner, in Jesus' name.
16. Snare, of right place at the wrong time, break by fire, in Jesus' name.
17. Snare, of being one day late, one naira short, break, in the name of Jesus.
18. Snare, of too little, too late, break, in the name of Jesus.
19. Prayers of Jabez, to provoke my enlargement, manifest in my life, in Jesus' name.
20. Every evil contract, signed by my ancestors in the heavenlies, catch fire, in the name of Jesus.
21. Every dog, collar assigned to lead me astray, break, in the name of Jesus.

SECTION 5

O GOD FIGHT FOR ME BY THE THUNDER OF YOUR POWER
Scripture Reading Isaiah 37
Confession Psalms 62:11
God hath spoken once; twice have I heard this; that power belongeth unto God.

DAY 1 (15-09-2018)

Reading through the Bible in 70 Days (Day 41 - Isaiah 6:13-30:8)

Devotional Songs (Pages 10-11)

Praise Worship

Prayer of Praise and Thanksgiving (Pages 13 & 14)

1. Robbers of sure miracle and sure joy, come out of my life, in the name of Jesus.
2. O God, arise and assign unto me the angels of restoration, in the name of Jesus.
3. Father, let the heavens of completion, restoration of glory, possession of possessions open unto me, in the name of Jesus.
4. Battles that have started, battles that are about to start, over my life and my family, be terminated, in the name of Jesus.
5. The book of wicked judgement, opened against me by the kingdom of darkness, catch fire, in the name of Jesus.
6. Any evil power, assigned to disturb my destiny, die, in the name of Jesus.
7. Thou power of unclean spirit, in any aspect of my life, I bury you now, in the name of Jesus.
8. Thou unclean spirit, release my success and breakthroughs, in the name of Jesus.
9. I plug myself into the socket of divine covenant that can defeat any dark kingdom, in the name of Jesus.
10. O God, arise and give me the weapons of war to conquer every war rising against me, in the name of Jesus.
11. Any power, trying to bring me down, I bring you down before you bring me down, in the name of Jesus.
12. Any anti-greatness power of my father's house, I destroy you, in the name of Jesus.
13. Anti-favour spirit, I bind you and I cast you out, in the name of Jesus.
14. My mockers shall bow before me by the power in the blood of Jesus, in the name of Jesus.
15. Any dark power, pursuing my destiny, before I finish these prayers, lose your power, in the name of Jesus.
16. O God, arise and manifest Your greatness in my life, in the name of Jesus.
17. O God, arise for my sake and let those troubling me know that they are nothing,

in the name of Jesus.

18. Those looking down at me shall hear my story and shall be dazed, in Jesus' name.

19. Before seven hours, thunder of the Almighty God, strike the hands of any witch doctor assigned against me, in the name of Jesus.

20. Every good gate, closed against me, be opened by fire, in the name of Jesus.

21. Any power, within me, assigned to convert me to a living dead, die, in Jesus' name.

O GOD FIGHT FOR ME BY THE THUNDER OF YOUR POWER
Scripture Reading Isaiah 37
Confession Psalms 62:11
God hath spoken once; twice have I heard this; that power belongeth unto God.

DAY 2 (16-09-2018)

Reading through the Bible in 70 Days (Day 42- Isaiah 30:9 - 50:7)

Devotional Songs (Pages 10-11)

Praise Worship

Prayer of Praise and Thanksgiving (Pages 13 & 14)

22. Thou spirit of death and hell, depart from my life, in the name of Jesus.

23. Every dry hand, troubling my body, catch fire, in the name of Jesus.

24. Power and spirit of bitterness, come out of my life, in the name of Jesus.

25. Sacrifices of bitterness, prepared against me, catch fire, in the name of Jesus.

26. O God, arise and take out the hand of bitterness from my work, in Jesus' name.

27. Every battle of my father's house, chasing away my glorious helper, die, in the name of Jesus.

28. Every battle of my father's house, saying I will not get to the top, die, in the name of Jesus.

29. Every battle of my father's house, that has stolen my destiny, die, in Jesus' name.

30. Powers contesting for my seat of glory, I recover my seat from you, in Jesus' name.

31. I recover my kingdom from any power contesting for it, in the name of Jesus.

32. Any power, entering into the waters to fight against me, fall down and die, in the name of Jesus.

33. The crown upon my head, from heaven, Lord, take me to where it will speak, in the name of Jesus.

34. Father, perform unbelievable and unforgettable testimony in my life, in the name of Jesus.

35. Powers, hunting for me with death, shall die in my place, in the name of Jesus.

36. The crown on my head shall speak forth this year, in the name of Jesus.

37. O God, arise and show me the path way to my divine favour, in the name of Jesus.
38. Father, arise and make me recover my portion today, in the name of Jesus.
39. My business, jump out of the hand of the wicked, in the name of Jesus.
40. Every power, assigned to confuse my way, I bury you, in the name of Jesus.
41. The blessings I have not experienced for the past ten years, manifest in my life, in the name of Jesus.
42. Every enemy assigned to arise on the day of my glory, Lord, give me victory over them, in the name of Jesus.

O GOD FIGHT FOR ME BY THE THUNDER OF YOUR POWER
Scripture Reading Isaiah 37
Confession Psalms 62:11
God hath spoken once; twice have I heard this; that power belongeth unto God.

DAY 3 (17-09-2018)

Reading through the Bible in 70 Days (Day 43- Isa 50:8-66:24; Jer 1:1-6:24)

Devotional Songs (Pages 10-11)

Praise Worship

Prayer of Praise and Thanksgiving (Pages 13 & 14)

43. Every mighty man, assigned to trouble me on the day of my glory, I overcome you today, in the name of Jesus.
44. The strongroom, assigned to trouble me on the day of my glory, catch fire, in the name of Jesus.
45. I recover my life from every satanic government, in the name of Jesus.
46. Whether the devil likes it or not, I shall get to my place of rest and promised land, in the name of Jesus.
47. All the good doors, shut against me, Lord, open them today, in the name of Jesus.
48. Lord, give me a sign that would silence my enemies, in the name of Jesus.
49. Every evil hand, laid upon me by the enemy to stop me, wither, in Jesus' name.
50. Powers, hindering my destiny from speaking at high places, I defeat you today, in the name of Jesus.
51. Every brain-caging arrow, go back to your senders, in the name of Jesus.
52. Every satanic kingdom, caging my star, release my star, in the name of Jesus.
53. O God, arise and catapult me to the high place, in the name of Jesus.
54. Power to recover my possessions from darkness, fall upon me, in Jesus' name.
55. Every robber of greatness, be disgraced, in the name of Jesus.
56. Powers, contesting for my life, fall down and die, in the name of Jesus.

57. Every success of darkness over my life die, in the name of Jesus.
58. Every success of witchcraft over my life die, in the name of Jesus.
59. Every success of marine power over my life die, in the name of Jesus.
60. Every evil hand upon my body wither, in the name of Jesus.
61. Every spiritual wound in my body dry up in the name of Jesus
62. Every battle, that has started or that is yet to start in my life, fall down and die, in the name of Jesus.
63. Every enslaving battle die, in the name of Jesus.

O GOD FIGHT FOR ME BY THE THUNDER OF YOUR POWER
Scripture Reading Isaiah 37
Confession Psalms 62:11
God hath spoken once; twice have I heard this; that power belongeth unto God.

DAY 4 (18-09-2018)

Reading through the Bible in 70 Days (Day 44-Jeremiah 6:25-25:23)

Devotional Songs (Pages 10-11)
Praise Worship
Prayer of Praise and Thanksgiving (Pages 13 & 14)

64. Every kingdom, caging my star, release my star and scatter, in the name of Jesus.
65. Every family delay, melt, in the name of Jesus.
66. Every hand, hindering my progress, wither, in the name of Jesus
67. Every sorrow provoking evil handwriting, be wiped off, in the name of Jesus.
68. Every power, that says I will die in hardship, die, in the name of Jesus.
69. Every battle I collected from my parent, I conquer it, in the name of Jesus.
70. Every hand of bitterness depart from my life, in the name of Jesus.
71. Every coven manipulation, scatter, in the name of Jesus.
72. In the presence of my enemies, O Lord, catapult me to mega success, in the name of Jesus.
73. O heavens, arise, kill the enemies of my promotion, in the name of Jesus.
74. Anointing of full restoration, fall upon me, in the name of Jesus.
75. Every trap, set against my feet, catch your owner, in the name of Jesus.
76. O Lord, like Jacob, show me the ladder of my breakthroughs, in the name of Jesus.
77. Every power, reporting my progress to darkness, fall down and die, in Jesus' name.
78. Lord, I confess that the earth is Yours and the fullness thereof, and no other power can hold my family, which You have given me, in the name of Jesus.
79. I possess my family for Jesus and I say the Lord has given it to me, in Jesus' name.

80. I command you witchcraft power possessing my family to take off your hand, in the name of Jesus.
81. I redeem my family by the blood of Jesus from any blood crying against it, in the name of Jesus.
82. I command every evil thing planted in my family to be bunt by fire, in Jesus' name
83. I command every association holding their meeting on my family in the night to be chased out of my family by fire forever, in the name of Jesus.
84. I reverse all the curses put upon my family to blessings, in the name of Jesus.

O GOD FIGHT FOR ME BY THE THUNDER OF YOUR POWER
Scripture Reading Isaiah 37
Confession Psalms 62:11
God hath spoken once; twice have I heard this; that power belongeth unto God.

DAY 5 (19-09-2018)

Reading through the Bible in 70 Days (Day 45- Jeremiah 25:24-43:4)

Devotional Songs (Pages 10-11)

Praise Worship

Prayer of Praise and Thanksgiving (Pages 13 & 14)

85. Thank You Father for giving my family to Your Son, in the name of Jesus.
86. O Lord, thank You for illuminating my understanding, in the name of Jesus.
87. I recover the strength of God as I go into this battle in the name of Jesus.
88. Father Lord, let the blood of Jesus, Your Son, cleanse me of every known sin that may stand against me to hinder my prayers, in the name of Jesus.
89. Every spirit of unbelief, depart from me, in the name of Jesus.
90. You spirit claiming my family, come out, it is time to go away, in the name of Jesus.
91. The Bible says no man or spirit shall be able to withstand me all the days of my life; I receive this promise, in the name of Jesus.
92. You spiritual Perizzites and Jebusites, dwelling on my promised land for centuries, pack out for me the rightful owner has come, in the name of Jesus.
93. Father, let my family produce fire against spiritual Perizzites and Jebusites, in the name of Jesus.
94. Whatever blood that has been crying in my family, receive the blood of Jesus and shut up, in the name of Jesus.
95. Any curse pronounced on my family, be reversed into blessing, in Jesus' name.
96. I plead the blood of Jesus to the four corners of my family and command any evil in it to die by fire, in the name of Jesus.

97. You spirit of death, hovering over my family, go back to your sender, in the name of Jesus.

98. Any libation poured on my family against my life, be rendered null and void and of no effect, in the name of Jesus.

99. Any charm or poison buried in my family against my life and my progress, catch fire, in the name of Jesus.

100. Any satanic altar that has existed on my family lineage for years, scatter by fire, in the name of Jesus.

101. Any occult grave, dug for my family, be covered by the blood of Jesus, in the name of Jesus.

102. I will build my family on Jesus and live in it, in the name of Jesus.

103. Any charm house, shrine or altar working against my family catch fire and be burnt, in the name of Jesus.

104. Whatever evil I have collected through any material, go back to the senders, in the name of Jesus.

105. I over power the ancestral spirits and drive them away from my family, in the name of Jesus.

O GOD FIGHT FOR ME BY THE THUNDER OF YOUR POWER
Scripture Reading Isaiah 37
Confession Psalms 62:11
God hath spoken once; twice have I heard this; that power belongeth unto God.

DAY 6 (20-09-2018)

Reading through the Bible in 70 Days (Day 46-Jer 43:5-52:34; Lamentations 1:1-5:3)

Devotional Songs (Pages 10-11)

Praise Worship

Prayer of Praise and Thanksgiving (Pages 13 & 14)

106. My presence in my family will attract promotion and not a demotion, in the name of Jesus.

107. Any conspiracy against my family, scatter, in the name of Jesus.

108. Any plan to destroy my family, be disorganized by fire, in the name of Jesus.

109. Father, let good things come out of my family, in the name of Jesus.

110. Father, let every evil eye set against my family receive blindness, in Jesus' name.

111. I redeem my family from any curse or charm by the blood of Jesus, in the name of Jesus.

112. Father, let my family constantly produce fire against any evil agent that may

come to attack us, in the name of Jesus.

113. O God, arise and release me from the power of any dead person tying me down, in the name of Jesus.

114. Garment of nakedness and shame, catch fire, in the name of Jesus.

115. Prison's spirit, come of out of my children's body, in the name of Jesus.

116. Finger of the wicked, come out of my body, in the name of Jesus.

117. Powers, waging war against my body, come out now, in the name of Jesus.

118. Any curse tying me down, break, in the name of Jesus.

119. The battle of evil mouth, summoned against me, scatter, in the name of Jesus.

120. Wherever I have been tied down, I command my release, in the name of Jesus.

121. Evil power house, tying me down, catch fire, in the name of Jesus.

122. Every caldron of witchcraft, bewitching my life, break, in the name of Jesus.

123. O God, arise and deliver my life from the camp of the wicked elders, in the name of Jesus.

124. Every satanic word, used to tie me down, die, in the name of Jesus.

125. Curses on my father's head, curses on my mother's head, seeking my head, die, in the name of Jesus.

126. Spirit of paralyses, hear the word of God, I am not your victim, die, in the name of Jesus.

SECTION 5

O GOD FIGHT FOR ME BY THE THUNDER OF YOUR POWER
Scripture Reading Isaiah 37
Confession Psalms 62:11
God hath spoken once; twice have I heard this; that power belongeth unto God.

DAY 7 (21-09-2018)

Reading through the Bible in 70 Days (Day 47-Lam 5:4-5:22; Ezekiel 1:1 - 19:8)

Devotional Songs (Pages 10-11)

Praise Worship

Prayer of Praise and Thanksgiving (Pages 13 & 14)

127. Any power, circulating my name from shrine to shrine, die, in the name of Jesus.

128. Powers, sitting on my vision, die, in the name of Jesus.

129. Venom of serpent and scorpion in my body, come out now, in the name of Jesus

130. Every power, blocking my glory, clear away and die, in the name of Jesus.

131. O God, arise and deliver me from unknown battle, in the name of Jesus.

132. Every power, that has determined to make me cry, die, in the name of Jesus.

133. Every power, existing to expand my battle, die, in the name of Jesus.

134. My Father, my Father, my Father, arise give me an unforgettable testimony, in the name of Jesus.
135. Curses of my father's house, tying down my leg from running, die, in the name of Jesus.
136. Unstoppable anger of God, judge those who are mocking God in my life, in the name of Jesus.
137. Arrows against wealth gathering, come out of me, in the name of Jesus.
138. Venom of short life, I will not swallow you, die, in the name of Jesus.
139. Lame spirits, inherited from my father, I bury you now, in the name of Jesus.
140. Bullets of the wicked elders, come out of me, in the name of Jesus.
141. My Father, catapult me to greater heights, in the name of Jesus.
142. Power of hardship in my body, die, in the name of Jesus.
143. Every evil decree, upon my destiny, die, in the name of Jesus.
144. Every work of the enemy in my life, catch fire, in the name of Jesus.
145. My portion, stolen by the wicked, I recover you, in the name of Jesus.
146. Arrows from the dream, hear the word of the Lord, jump out of my body, in the name of Jesus.
147. Arrows disallowing my prosperity from gathering, come out, in Jesus' name.

SECTION 5

O GOD FIGHT FOR ME BY THE THUNDER OF YOUR POWER
Scripture Reading Isaiah 37
Confession Psalms 62:11
God hath spoken once; twice have I heard this; that power belongeth unto God.

DAY 8 (22-09-2018)

Reading through the Bible in 70 Days (Day 48- Ezekiel 19:9 - 34:20)

Devotional Songs (Pages 10-11)

Praise Worship

Prayer of Praise and Thanksgiving (Pages 13 & 14)

148. Resurrection power, power that cannot be defeated, come upon me, in the name of Jesus.
149. Holy Ghost, arise, deliver me from satanic detention, in the name of Jesus.
150. Evil marks, suppressing my glory, die, in the name of Jesus.
151. Powers, monitoring my life for evil, die, in the name of Jesus.
152. My Father do good things You have never done before in my life, in Jesus' name.
153. Powers, monitoring my breakthrough dreams, die by fire, in the name of Jesus.
154. Battles, glued to my life by the enemy, break away, in the name of Jesus.

155. Witchcraft pots, battling my life, thunder of God, scatter them, in Jesus' name.
156. Detention of domestic witchcraft, catch fire, in the name of Jesus.
157. Masquerade of death, in my family line, die, in the name of Jesus.
158. My hands shall bless, in the name of Jesus.
159. My hands shall not borrow, in the name of Jesus.
160. My hands shall not beg, in the name of Jesus.
161. Any evil name holding me, release me, in the name of Jesus.
162. You rage of domestic witchcraft, be scattered, in the name of Jesus.
163. I disband spiritual robbers from my destiny, in the name of Jesus.
164. Power to confuse my enemies, come upon me, in the name of Jesus.
165. Yearly battles, die, in the name of Jesus.
166. I receive power to scatter the covens of darkness, in the name of Jesus.
167. Powers assigned to dominate me for evil, die by fire, in the name of Jesus.
168. Any demonic forest, troubling my destiny, catch fire, in the name of Jesus.

SECTION 5

O GOD FIGHT FOR ME BY THE THUNDER OF YOUR POWER
Scripture Reading Isaiah 37
Confession Psalms 62:11
God hath spoken once; twice have I heard this; that power belongeth unto God.

DAY 9 (23-09-2018)

Reading through the Bible in 70 Days (Day 49- Eze 34:21-48:35; Dan 1:1 -2:19)

Devotional Songs (Pages 10-11)

Praise Worship

Prayer of Praise and Thanksgiving (Pages 13 & 14)

169. O God that troubled Pharaoh, trouble my enemies, in the name of Jesus.
170. Angels of war, where are you, arise, turn my enemies upside down, in the name of Jesus. Psalms 146:9
171. O God, arise and answer Your name in my life, in the name of Jesus.
172. Sorrow and problems, I am not your victim, die, in the name of Jesus.
173. Harsh battles, hard battles, unrepented battles, die, in the name of Jesus.
174. You hand of the wicked upon my head, catch fire in the name of Jesus
175. You strongman calling my name from an evil altar, die, in the name of Jesus.
176. Any power seating on a mat against me, be wasted, in the name of Jesus.
177. Any power going into any power house against me, be wasted, in Jesus' name.
178. Powers troubling my Israel on any witchcraft altar, be wasted, in Jesus' name.

179. Powers offering satanic sacrifices to cage me, be wasted, in the name of Jesus.
180. My blessings left behind in 2018, I recover you by fire sevenfold, in Jesus' name.
181. Internal battles, domestic battles, household battles, die, in the name of Jesus.
182. From the grip of local and national idol, O God, arise and set me free, in the name of Jesus.
183. All intelligent strongmen, secretly standing against me, die, in the name of Jesus.
184. Breakthrough robbers, destiny robbers, progress robbers, die, in Jesus' name.
185. O God, arise and give me the power to ridicule my enemies, in the name of Jesus.
186. Anointing that dumbfounds the enemy, fall upon me, in the name of Jesus.
187. Power to scatter dark covens, fall upon me, in the name of Jesus.
188. Dark powers that have chosen my date of death and burial, die, now, in the name of Jesus.
189. Every effort of the emptiers and wasters over my life, die, in the name of Jesus.

SECTION 5

O GOD FIGHT FOR ME BY THE THUNDER OF YOUR POWER
Scripture Reading Isaiah 37
Confession Psalms 62:11
God hath spoken once; twice have I heard this; that power belongeth unto God.

DAY 10 (24-09-2018)

Reading through the Bible in 70 Days (Day 50-Daniel 2:20-12:13; Hosea 1:1-9:13)

Devotional Songs (Pages 10-11)
Praise Worship
Prayer of Praise and Thanksgiving (Pages 13 & 14)

190. Covenant of sorrow, covenant of tragedy, break, in the name of Jesus.
191. Demonic forest, demonic mountain, demonic river, troubling my destiny, catch fire, in the name of Jesus.
192. Anointing that terrifies covens, fall on me, in the name of Jesus.
193. Star killers, glory killers, your time is up, die, in the name of Jesus
194. Powers, assigned to make me weep or sorrow, die, in the name of Jesus.
195. O thunder of God, arise and break every pot of affliction, in the name of Jesus.
196. Anything in existence, expanding my battles, die, in the name of Jesus.
197. Garment of curses, catch fire, in the name of Jesus.
198. Every power, insulting God in my life, die by fire, in the name of Jesus.
199. Every cover installed against my advancement, break, in the name of Jesus
200. Ancient chains, battling my hands and legs, break, in the name of Jesus.
201. Garment of reproach and shame over my life, catch fire, in the name of Jesus.

202. Witchcraft pots, battling my life, thunder of God, scatter them, in Jesus' name.
203. Powers assigned to dominate me for evil, die by fire, in the name of Jesus.
204. O God that troubled Pharaoh, trouble my persecutors, in the name of Jesus.
205. Every cover installed against my advancement, break, in Jesus' name.
206. Anything representing me on any evil altar for untimely death, catch fire now, in the name of Jesus.
207. Any power using my life to renew his life, fall down and die, in Jesus' name.
208. Every pronouncement of death, upon my life, die, in the name of Jesus.
209. Every seed of untimely death, in my family life, release me and die, in the name of Jesus.
210. Evil pattern of untimely death in my family line, release me and break, in the name of Jesus.

SECTION 5 CONFESSION

No counsel of the wicked, shall stand against me, in the name of Jesus. Unto me, shall God do exceedingly abundantly above all that I ask, seek, desire and think, according to the power that He had made to work in me, in the name of Jesus. As it is written, I shall be a crown of glory in the hand of God, a royal diadem in the hand of my Maker. I begin to shine as a shining light. The light of God is in me. The word of God, has made me a brazen wall, a fortified city, an iron pillar. My presence terrifies the enemy. He trembles, feels much pain and travails at the sound of my voice which the Lord has empowered. For it is written, wherever the voice of the king is, there is authority. My appearance, is as the appearance of a horse. So, I leap, I run like mighty men. When I fall upon the sword, it cannot hurt me, in the name of Jesus.

God has equipped me, and made me a danger and a terror to all my enemies, in the name of Jesus. The Lord is my light and my salvation, whom shall I fear? The Lord is the strength of my life; of whom shall I be afraid? When the wicked, even mine enemies and foes, come upon me to eat up my flesh, they stumble and fall, in the name of Jesus. I pursue my enemies, I overtake and destroy them, in Jesus' name. The Lord has lifted me up and I am seated with Him in heavenly places in Christ Jesus, far above principalities, powers and dominion, and the Lord has put all things under my feet, and I use my feet to bruise and destroy all my enemies even satan, in the name of Jesus. In Jesus' name, anywhere the soles of my feet shall tread upon, the Lord has given it unto me.

SECTION 5 VIGIL

(To be done at night between the hours of 12 midnight and 2am)

HYMN FOR THE VIGIL (Page 12)

1. O Lord, give unto me the Spirit of revelation and wisdom in the knowledge of Yourself.
2. O Lord, make Your way plain before my face on this issue.
3. O Lord, reveal to me every secret behind any problem that I have.
4. O Lord, bring to light every thing planned against me in darkness.
5. I remove my name, from the book of those who grope and stumble in darkness, in the name of Jesus.
6. O Lord, make me a vessel capable of knowing Your secret things.
7. O Lord, let the teeth of the enemy, over our nation break, in Jesus' name.
8. Every evil altar, erected for our country, be disgraced, in Jesus' name.
9. O Lord, let the thunder of God, smite every evil priest working against our country at the evil altar and burn them to ashes, in the name of Jesus.
10. Every ancestral secret, retarding my progress, be revealed, in Jesus' name.
11. Evil secret activities, currently affecting my life, be exposed and disgraced, in the name of Jesus.
12. Every secret, I need to know to excel spiritually and financially, be revealed, in the name of Jesus.
13. Every secret, hidden in the marine kingdom, affecting my elevation, be exposed and disgraced, in the name of Jesus.
14. Every secret, hidden in the satanic archive, crippling my elevation, be exposed and disgraced, in the name of Jesus.
15. Every secret I need to know, about my environment, be revealed, in Jesus' name.
16. Every secret I need to know, about my father's lineage, be revealed, in Jesus' name.
17. O wind of God, drive away every power of the ungodly, rising against our country, in the name of Jesus.
18. O Lord, let the rage of the wicked, against our country be rendered impotent, in the name of Jesus.
19. O God arise, and give me the neck of my enemies, that I might destroy those who hate me, in Jesus' name.
20. By God's power, my enemies will cry, but there will be none to deliver them, in the name of Jesus.
21. I receive power, to beat my aggressors to chaff as the dust before the wind, in the name of Jesus.

NEXT LEVEL PRAYERS FOR BUSINESS AND CAREER
Scripture Reading Luke 5
Confession Deut 28:13

And the LORD shall make thee the head, and not the tail; and thou shalt be above only, and thou shalt not be beneath; if that thou hearken unto the commandments of the LORD thy God, which I command thee this day, to observe and to do them:

DAY 1 (25-09-2018)

Reading through the Bible in 70 Days (Day 51-Hos 9:14-14:9; Joel 1:1-3:21; Amos 1:1-9:15; Obad 1:1-1:21; Jon 1:1-4:11; Mic 1:1-7:1)

Devotional Songs (Pages 10-11)

Praise Worship

Prayer of Praise and Thanksgiving (Pages 13 & 14)

1. Thank You my God for making me to be in the right business/career, in the name of Jesus.

2. I dedicate my life and my business/career unto You, Lord, in the name of Jesus.

3. Father, let my life and my business/career be unto Your glory. Let them be expressions and extensions of Your kingdom on earth, in the name of Jesus.

4. Lord, open my eyes to see Your purpose in my business/career, in Jesus' name.

5. Every evil pronouncement and prophecy on my business/career, die, in the name of Jesus.

6. No weapon of satanic enchantment and divination against my business/career shall prosper, in the name of Jesus.

7. Father, grant me the wisdom, knowledge and understanding I need to make my business/career great, in the name of Jesus.

8. I receive the power to strike out all sorts of evil in my business/career, in the name of Jesus.

9. Father, let uncommon and unusual doors of favour with men be opened for my business/career, in the name of Jesus.

10. Father, give me a mouth and wisdom for progress and success in my business/career, in the name of Jesus.

11. Lord, open my eyes to see into the mysteries of any challenge confronting my business/career, in the name of Jesus.

12. I kick out of my life every spirit of error in business, in the name of Jesus.

13. I receive a sound spirit for error-free business/career operations, in Jesus' name.

14. I receive the spirit of diligence in service for my business/career, in Jesus' name.

15. I receive grace and mercy to excel in my business/career, in the name of Jesus.

16. By the power in the blood of Jesus, I shall rise to the place of prominence in my business/career, in the name of Jesus.

17. I shall be fruitful in my business/career, and my life shall be filled with the glory of God, in the name of Jesus.

18. I receive divine protection in my business/career from the powers of the emptiers, in the name of Jesus.

19. Father, let the fire of God consume every altar of affliction raised against my business/career, in the name of Jesus.

20. Every satanic monitoring gadget, assigned to my business/career, catch fire, in the name of Jesus.

21. I receive power and anointing of the Holy Spirit to prosper, in the name of Jesus.

NEXT LEVEL PRAYERS FOR BUSINESS AND CAREER
Scripture Reading Luke 5
Confession Deut 28:13

And the LORD shall make thee the head, and not the tail; and thou shalt be above only, and thou shalt not be beneath; if that thou hearken unto the commandments of the LORD thy God, which I command thee this day, to observe and to do them:

DAY 2 (26-09-2018)

Reading through the Bible in 70 Days (Day 52-Micah 7:2-7:20; Nahum 1:1-3:19; Hab 1:1-3:19; Zephaniah 1:1-3:20; Haggai 1:1-2:23; Zechariah 1:1-14:21; Malachi 1:1-2:6)

Devotional Songs (Pages 10-11)

Praise Worship

Prayer of Praise and Thanksgiving (Pages 13 & 14)

22. I reject sorrow and backwardness in my business/career, in the name of Jesus.

23. Every frustration and disappointment fashioned against my business/career, scatter, in the name of Jesus.

24. O Lord, teach my hands to profit and prosper in my business/career, in the name of Jesus.

25. I receive divine wisdom, high level of understanding, foresight and insight for my business/career, in the name of Jesus.

26. Every satanic covenant, working against the progress of my business/career, break, by the power in the blood of Jesus, in the name of Jesus.

27. Lord, help me to be faithful in paying tithes and offerings regularly, in Jesus' name.

28. Father, let the gates of my business/career be opened regularly for the riches of the gentiles, in the name of Jesus.

29. I enter into God's abundance for my life, in the name of Jesus.

30. Every rage of the enemy, against my business/career, be silenced by the power in the blood of Jesus, in the name of Jesus.

31. Every satanic market altar, militating against my business/career, catch fire, in the name of Jesus.

32. You gang of traitors appearing as friends in my place of work/place of business, be exposed and disgraced, in the name of Jesus.

33. Satanic cohorts, working in concert with the spirit of mammon against my life, fall down and die, in the name of Jesus.

34. Every evil conspiracy against my business/career, scatter, in the name of Jesus.

35. Every evil throne, assigned against my business/career, scatter, in Jesus' name.

36. I redeem my business/career from every satanic dedication by the blood of Jesus, in the name of Jesus.

37. Agents of darkness, planted within and around my business/career, be exposed and disgraced, in the name of Jesus.

38. I dethrone the prince/princess enthroned over the area where I operate my business/my career, in the name of Jesus.

39. Father, let the angels of God that cause business/career to prosper, take charge of my business/career, in the name of Jesus.

40. I handover all instruments I use for my business/career to the Holy Spirit, in the name of Jesus.

41. Lord, remove anyone You have not assigned to work with me, in the name of Jesus.

42. Foundation of wickedness and idolatry around where I operate my business/career, scatter, in the name of Jesus.

SECTION 6

NEXT LEVEL PRAYERS FOR BUSINESS AND CAREER
Scripture Reading Luke 5
Confession Deut 28:13

And the LORD shall make thee the head, and not the tail; and thou shalt be above only, and thou shalt not be beneath; if that thou hearken unto the commandments of the LORD thy God, which I command thee this day, to observe and to do them:

DAY 3 (27-09-2018)

Reading through the Bible in 70 Days (Day 53-Malachi 2:7-4:7; Matthew 1:1-13:13)

Devotional Songs (Pages 10-11)

Praise Worship

Prayer of Praise and Thanksgiving (Pages 13 & 14)

43. Father, let hidden treasures of darkness be assigned unto me, in the name of Jesus.
44. In this business/in my career, I shall excel and be preferred above others, in the name of Jesus.
45. Father, let the God of promotion establish His covenant of promotion in my business/career, in the name of Jesus.
46. I shall not labour in vain or bring forth for trouble in my business/career, in the name of Jesus.
47. My star shall shine and fall no more, in the name of Jesus.
48. Every hidden charm, amulet, ring, talisman, bones, animal parts, concoction, bewitched object buried around my place of business/career, catch fire and die, in the name of Jesus.
49. I purify all objects of operation for my business/career with the blood of Jesus, in the name of Jesus.
50. Father, let the elements cooperate with my business/career, in the name of Jesus.
51. I receive accelerated profit, blessings and promotion in my business/career, in the name of Jesus.
52. I shall not die before the day of my glory, in the name of Jesus.
53. Father, let all my enemies turn back because God is for me, in the name of Jesus.
54. Father, let the doors of business/career opportunities open for me in the morning, afternoon and evening, in the name of Jesus.
55. No devourer shall destroy the fruit of my labour, in the name of Jesus.
56. You devourers and wasters of fortune, depart from my life, in the name of Jesus.
57. I use the blood of Jesus Christ to wash my hands and my entire body and make them clean today, in the name of Jesus.

58. I retrieve my blessings from every evil attack, in the name of Jesus.
59. I break every curse of failure over my business/career, in the name of Jesus.
60. Father, reveal to me every secret behind my problem, in the name of Jesus.
61. You devil, take off your legs from any money that belongs to me, in Jesus' name.
62. Father, let the ministering spirits (God's angels) go forth and bring in blessings/career opportunities unto me, in the name of Jesus.
63. Father, let the rod of iron fall on any strange money passed to me, in Jesus' name.

NEXT LEVEL PRAYERS FOR BUSINESS AND CAREER
Scripture Reading Luke 5
Confession Deut 28:13
And the LORD shall make thee the head, and not the tail; and thou shalt be above only, and thou shalt not be beneath; if that thou hearken unto the commandments of the LORD thy God, which I command thee this day, to observe and to do them:

DAY 4 (28-09-2018)

Reading through the Bible in 70 Days (Day 54-Matthew 13:14 - 24:39)

Devotional Songs (Pages 10-11)

Praise Worship

Prayer of Praise and Thanksgiving (Pages 13 & 14)

64. Father, let there be a breakthrough for me in my business/career transactions, in the name of Jesus.
65. Lord, let me have the spirit of favour in my business transaction/career, in the name of Jesus.
66. O Lord, release prosperity on my business/career, in the name of Jesus.
67. Father, let all demonic hindrances to my finances be totally paralysed, in the name of Jesus.
68. I break every circle of failure, in the name of Jesus.
69. Father, let my business/career be shielded from all evil observers, in Jesus' name.
70. Father, let men go out of their ways to show favour unto me, in the name of Jesus.
71. Lord, let not the lot of the wicked fall upon my business/career, in Jesus' name.
72. Father, let the spirit of favour be opened upon me everywhere I go concerning my business/career, in the name of Jesus.
73. Father, I ask You, in the name of Jesus, to send ministering spirits to bring in prosperity and funds into my business/career.
74. Father, let men bless me anywhere I go, in the name of Jesus.
75. I release my business/career from the clutches of financial hunger, in Jesus' name.

76. I bind the spirit in all staff members who will try to use evil weapons against me, including lying, gossip, slander and blackmail, in the name of Jesus.
77. Father, let all financial hindrances in my life be removed, in the name of Jesus.
78. Every good thing presently eluding my business/career, flow into it, in Jesus' name.
79. I reject every spirit of financial embarrassment, in the name of Jesus.
80. Father, block every space causing unprofitable leakage to my business/career, in the name of Jesus.
81. Father, let my business/career become too hot to handle for dupes and demonic customers, in the name of Jesus.
82. Father, let spiritual magnetic power that attracts and keeps wealth be deposited in my business/career, in the name of Jesus.
83. Lord, help me to submit to Your will every day of my life, in the name of Jesus.
84. Lord, cause me to be spiritually and mentally alert in my place of work, in the name of Jesus.

SECTION 6

NEXT LEVEL PRAYERS FOR BUSINESS AND CAREER
Scripture Reading Luke 5
Confession Deut 28:13
And the LORD shall make thee the head, and not the tail; and thou shalt be above only, and thou shalt not be beneath; if that thou hearken unto the commandments of the LORD thy God, which I command thee this day, to observe and to do them:

DAY 5 (29-09-2018)

Reading through the Bible in 70 Days (Day 55-Matthew 24:40 - 28:20; Mark 1:1 - 6:33)
Devotional Songs (Pages 10-11)
Praise Worship
Prayer of Praise and Thanksgiving (Pages 13 & 14)

85. Father, let all my plans and purposes for my business/career bring honour and glory to the Lord Jesus Christ, in the name of Jesus.
86. Father, let Your angels lift up my business/career on their hands so that it does not strike its foot against a stone, in the name of Jesus.
87. Father, let all decisions made on my business be originated by the Holy Ghost, in the name of Jesus.
88. Father, let the influence of the Holy Ghost be upon every person in my business/that connects to my career, in the name of Jesus.
89. O Lord, let increased productivity and profit be the lot of my business/career, in the name of Jesus.

90. O Lord, let my business/career continue to grow and expand, in the name of Jesus.

91. O Lord, give me direction and guidance at all times in my business/career, in the name of Jesus.

92. Father, let the path of my business/career grow brighter and brighter until it becomes like the full light of the day, in the name of Jesus.

93. I bind every spirit of uncertainty and confusion, in the name of Jesus.

94. I walk out of the realm of failure into the arena of success, in the wonderful name of Jesus.

95. I remove my business/career from the dominion of the powers of darkness, in the name of Jesus.

96. You curse and ordination of debt in my business/career, be nullified, in the name of Jesus.

97. Lord, anoint my brain to prosper after the order of Bazaleel the son of Uri, the son of Hur, of the tribe of Judah, in the name of Jesus.

98. Father, let the anointing of fire be in all my plans and organization, in Jesus' name.

99. I stamp out every spirit of anger, lack of co-operation, wrong judgements, contentions and disloyalty among all members of my staff, in the name of Jesus.

100. Father, let my business/career become a channel of blessings and a foundation for other businesses/careers, in the name of Jesus.

101. Father, let the shower of financial revival fall upon my business/career, in the name of Jesus.

102. Lord, anoint all letters emanating from me for help to be accompanied by divine favour, angelic transportation and positive results, in the name of Jesus.

103. I reverse every curse I have issued against my business/career, in Jesus' name.

104. Father, in the name of Jesus, assign ministering spirits to go forth and minister on my behalf and bring me good fortune.

105. Lord, give me the wisdom and ability to understand righteousness and fair dealing in my business/in career, in the name of Jesus.

SECTION 6

NEXT LEVEL PRAYERS FOR BUSINESS AND CAREER
Scripture Reading Luke 5
Confession Deut 28:13

And the LORD shall make thee the head, and not the tail; and thou shalt be above only, and thou shalt not be beneath; if that thou hearken unto the commandments of the LORD thy God, which I command thee this day, to observe and to do them:

DAY 6 (30-09-2018)

Reading through the Bible in 70 Days (Day 56-Mark 6:34 - 16:11)

Devotional Songs (Pages 10-11)

Praise Worship

Prayer of Praise and Thanksgiving (Pages 13 & 14)

106. Lord, give me the grace to remain diligent in acquiring knowledge and skill which I need for my business/career, in the name of Jesus.

107. Father, let my business/career burst forth and prosper, in the name of Jesus.

108. I declare that the devil will have no control over my finances, in Jesus' name.

109. I declare that the devil will not be able to steal my finances, in the name of Jesus.

110. Lord, give unto me godly counsel, knowledge and wisdom for managing my finances, in the name of Jesus.

111. Father, let those who would defraud or cheat me be put to shame and confusion, in the name of Jesus.

112. Father, let those who would plan to steal from my business/career be put to shame and confusion, in the name of Jesus.

113. Father, make Your face to shine upon me and enlighten me and be gracious unto me, in the name of Jesus.

114. Lord, bestow Your favour upon me, in the name of Jesus.

115. Father, make me a blessing to my family, neighbours and business/career associates, in the name of Jesus.

116. Father, give me knowledge and skill in all learning and wisdom, in Jesus' name.

117. Father, bring me to find favour, compassion and loving-kindness with all my business/career contacts, in the name of Jesus.

118. Lord, cause me to obtain favour in the sight of all who look unto me, in the name of Jesus.

119. Father, let Your wisdom prevail in every meeting held to promote my business/career, in the name of Jesus.

120. Father, help each one in my business/that connects to my career to bring forth profitable opinions at appropriate time, in the name of Jesus.

121. Father, let all unproductive and destructive meetings on my business/career fail to take place, in the name of Jesus.

122. Lord, help me to hear Your voice and to make the right decisions on my business/career all the time, in the name of Jesus.

123. Lord, help me carry out my decision-making accurately and profitably, in the name of Jesus.

124. Father, let the Holy Spirit show us things to come in the business/career world,

in the name of Jesus.

125.   I claim divine wisdom to enable me to create and develop new products and services, in the name of Jesus.

126.   Lord, help my business to introduce products and services which will be a blessing to people's lives.

SECTION 6

NEXT LEVEL PRAYERS FOR BUSINESS AND CAREER
Scripture Reading Luke 5
Confession Deut 28:13

And the LORD shall make thee the head, and not the tail; and thou shalt be above only, and thou shalt not be beneath; if that thou hearken unto the commandments of the LORD thy God, which I command thee this day, to observe and to do them:

DAY 7 (01-10-2018)

Reading through the Bible in 70 Days (Day 57-Mark 16:12 - 16:20; Luke 1:1 - 9:27)

Devotional Songs (Pages 10-11)

Praise Worship

Prayer of Praise and Thanksgiving (Pages 13 & 14)

127.   Lord, give us innovative concepts and new ideas to enable us to develop newer and better goods and services for my company/organisation, in Jesus' name.

128.   Lord, open ideas to my spirit that can be translated into products and services, in the name of Jesus.

129.   Lord, let the positive growth of my business/career amaze my friends and foes, in the name of Jesus.

130.   Lord, direct me to stop planning and working on any project which will waste my time and energy, in the name of Jesus.

131.   Father, let every spirit causing financial wastage depart from my business/career, in the name of Jesus.

132.   Lord, help me to locate a sound financial institution that can and will properly handle my money matters, in the name of Jesus.

133.   Lord, help me always to remain ahead and not behind, in the name of Jesus.

134.   Lord, open new doors and provide new markets for my goods and services, in the name of Jesus.

135.   Father, let all who owe me pay up at the appropriate time, in the name of Jesus.

136.   Father, I lift up to You those who are indebted to me. Bless them so that they can pay me, in the name of Jesus.

137.   Lord, increase the business/career of my debtors and make provisions for them

to meet their financial obligations.

138. Lord, bring in needed funds through increased sales and services to meet all my financial obligations, in the name of Jesus.

139. I come against the spirit of anxiety or worry concerning my business /career situation, in the name of Jesus.

140. Father, guide and direct me to rectify any problem I have with my business/career, in the name of Jesus.

141. Lord, forgive me for any wrong decision or wrong action or thought I have ever engaged in, in the name of Jesus.

142. Father, help me to see my mistakes and faults and to do all in my power to correct them, in the name of Jesus.

143. Father, show me what to do so that crisis would not arise in my business/career, in the name of Jesus.

144. Lord, give me the eagle eye and the eyes of Elisha to foresee market situations, in the name of Jesus.

145. Lord, give me wisdom to walk out of any unfavorable business situations, in the name of Jesus.

146. Father, help me to formulate a plan of recovery to keep my business/career at the top, in the name of Jesus.

147. Lord, send me divine counselors who can help me with my business/career, in the name of Jesus.

SECTION 6

NEXT LEVEL PRAYERS FOR BUSINESS AND CAREER
Scripture Reading Luke 5
Confession Deut 28:13
And the LORD shall make thee the head, and not the tail; and thou shalt be above only, and thou shalt not be beneath; if that thou hearken unto the commandments of the LORD thy God, which I command thee this day, to observe and to do them:

DAY 8 (02-10-2018)
Reading through the Bible in 70 Days (Day 58-Luke 9:28 - 19:41)

Devotional Songs (Pages 10-11)

Praise Worship

Prayer of Praise and Thanksgiving (Pages 13 & 14)

148. Lord, always help me to identify evil business/career traps, in the name of Jesus.

149. Lord, help me to erect safeguards to prevent business/career failure, in the name of Jesus.

150. Lord, let members of my staff be people committed to You and Your word and who operate with integrity and honesty, in the name of Jesus.

151. Lord, let my staff be sincere, above reproach and have sure goals and visions and can take sound decisions, in the name of Jesus.

152. Lord, send us staff who will be a healthy perspective to our organisation.

153. Lord, bring me staff that will enhance my company's ability to grow and in turn make profit, in the name of Jesus.

154. Lord, bless the families of my staff financially and physically, in Jesus' name.

155. Lord, help all members of my staff to control their tongue, in the name of Jesus.

156. Father, give me the anointing to get the job done above and beyond my own strength, ability, gifts and talents, in the name of Jesus.

157. Lord, impart to all members of staff everything they need to perform their duties with joy and excellence, in the name of Jesus.

158. Lord, help me to yield to the Holy Spirit whenever I encounter circumstances beyond my knowledge, in the name of Jesus.

159. Father, let all my workers perform their duties with a spirit of excellence, in the name of Jesus.

160. Father, let all my workers fulfill their duties to the best of their ability, in the name of Jesus.

161. Lord, let all my workers receive the enabling power to plan their day and pay attention to their duties, in the name of Jesus.

162. Father, I dedicate and consecrate my business/career to You, in Jesus' name.

163. I command every spirit working against me in the heart of my boss to be bound and to leave, in the name of Jesus.

164. I bind every spirit of business/career destruction, in the name of Jesus.

165. I break myself loose from every curse of work disruption, in the name of Jesus.

166. Father Lord, loose Your angels to go and create favour for me before my boss and other members of my department, in the name of Jesus.

167. I bind the spirits in all the personnel who would try to use any evil thing against me, including lying, gossip and slander, in the name of Jesus.

168. Father, loose Your angels to go and create favour with my boss' heart and to secure my job, in the name of Jesus.

SECTION 6

NEXT LEVEL PRAYERS FOR BUSINESS AND CAREER
Scripture Reading Luke 5
Confession Deut 28:13
And the LORD shall make thee the head, and not the tail; and thou shalt be above only, and thou shalt not be beneath; if that thou

hearken unto the commandments of the LORD thy God, which I command thee this day, to observe and to do them:

DAY 9 (03-10-2018)

Reading through the Bible in 70 Days (Day 59-Luke 19:42 - 24:53; John 1:1 - 5:6)

Devotional Songs (Pages 10-11)

Praise Worship

Prayer of Praise and Thanksgiving (Pages 13 & 14)

169. I receive power to fight the enemy and drive him back in my life, job, finances and home, in the name of Jesus.

170. Father, let every decision taken on my case be completely favourable to me, in the name of Jesus.

171. I decree breakthroughs for my business/career, in the name of Jesus.

172. O Lord, give unto me the Spirit of revelation and wisdom in the knowledge of Yourself, in the name of Jesus.

173. O Lord, make Your way plain before my face on this issue, in the name of Jesus.

174. O Lord, remove spiritual cataract from my eyes, in the name of Jesus.

175. O Lord, forgive me for every false motive or thought that has ever been formed in my heart since the day I was born, in the name of Jesus.

176. O Lord, forgive me for any lie that I have ever told against any person, system or organisation, in the name of Jesus.

177. O Lord, deliver me from the bondage and sin of spiritual laziness, in Jesus' name.

178. O Lord, open up my eyes to see all I should know on issues related to my business/career, in the name of Jesus.

179. O Lord, teach me deep and secret things, in the name of Jesus.

180. O Lord, reveal to me every secret behind any problem that I have, in the name of Jesus.

181. O Lord, bring to light every thing planned against me in darkness, in the name of Jesus.

182. O Lord, ignite and revive my beneficial potentials, in the name of Jesus.

183. O Lord, give me divine wisdom to operate my life, in the name of Jesus.

184. O Lord, let every satanic veil preventing me from having plain spiritual vision be removed, in the name of Jesus.

185. O Lord, give unto me the spirit of revelation and wisdom in the knowledge of You, in the name of Jesus.

186. O Lord, open my spiritual understanding, in the name of Jesus.

187. O Lord, let me know all I should know about this issue, in the name of Jesus.

188. O Lord, reveal to me every secret behind the particular issue, whether beneficial or not, in the name of Jesus.

189. O Lord, remove from me any persistent buried grudge, enmity against anyone and every other thing that can block my spiritual vision, in the name of Jesus.

SECTION 6

NEXT LEVEL PRAYERS FOR BUSINESS AND CAREER
Scripture Reading Luke 5
Confession Deut 28:13

And the LORD shall make thee the head, and not the tail; and thou shalt be above only, and thou shalt not be beneath; if that thou hearken unto the commandments of the LORD thy God, which I command thee this day, to observe and to do them:

DAY 10 (04-10-2018)

Reading through the Bible in 70 Days (Day 60-John 5:7 - 13:30)

Devotional Songs (Pages 10-11)

Praise Worship

Prayer of Praise and Thanksgiving (Pages 13 & 14)

190. O Lord, teach me to know that which is worth knowing and love that which is worth loving and to dislike whatsoever is not pleasing to Your eyes, in the name of Jesus.

191. O Lord, make me a vessel capable of knowing Your secret, in the name of Jesus.

192. Father, in the name of Jesus, I ask to know Your mind about . . . (slot in the appropriate situation) situation, in the name of Jesus.

193. O Lord, let the spirit of prophecy and revelation fall upon the totality of my being, in the name of Jesus.

194. Holy Spirit, reveal deep and secret things to me about . . ., in the name of Jesus.

195. I bind every demon that pollutes spiritual vision and dreams, in Jesus' name.

196. Every dirt blocking my communication pipe with the living God, be washed clean with the blood of Jesus, in Jesus' name.

197. I receive power to operate with sharp spiritual eyes that cannot be deceived, in the name of Jesus.

198. Glory and the power of the Almighty God, fall upon my life in a mighty way, in the name of Jesus.

199. I remove my name from the book of those who grope and stumble in darkness, in the name of Jesus.

200. Divine revelations, spiritual visions, dreams and information will not become scarce in my life, in the name of Jesus.

201. I drink to the full in the well of salvation and anointing, in the name of Jesus.
202. O God, to whom no secret is hidden, make known unto me whether . . . (mention the name of the thing) is Your choice for me, in the name of Jesus.
203. Every idol present consciously or unconsciously, in my heart concerning this issue, melt away by the fire of the Holy Spirit, in the name of Jesus.
204. I refuse to fall under the manipulation of the spirits of confusion, in Jesus' name.
205. I refuse to make foundational mistakes in my decision, in the name of Jesus.
206. Father Lord, guide and direct me in knowing Your mind on this particular issue, in the name of Jesus.
207. I stand against all satanic attachments that may seek to confuse my decision, in the name of Jesus.
208. If . . . (mention the name of the thing) is not for me, O Lord, redirect my steps.
209. O God, You who reveals secret things, make known unto me Your choice for me in this issue, in the name of Jesus.
210. Holy Spirit, open my eyes and help me to make the right decision, in the name of Jesus.

SECTION 6 CONFESSION

I tread upon and destroy completely all strongholds and barriers of the enemy against me, in the name of Jesus. I tread on them with the shoes of the gospel of the Lord Jesus Christ, I make an utter ruin of them all and all their possessions, kingdoms, thrones, dominions, palaces and everything in them, in Jesus' name. I erase them all and I make them completely desolate, in Jesus' name. My strength is in the Lord Jesus Christ, Jesus is my strength, I receive strength from the Lord, in the name of Jesus. The word of God says that He will restore to me, the years that the locust has eaten, the cankerworm, and the caterpillar, and the palmerworm, in the name of Jesus. With the blood of Jesus, the Lord will flush my land and wash my palms and possessions, in the name of Jesus. The whole world, may decide to go wild with evil flowing like a flood. The enemy, in his evil machinations, may decide against me. The earth may choose not to tremble; whatever may be or happen, I refuse to be shaken, in the name of Jesus.

Who is like unto Him, our God, who dwells on high, far above all powers and dominions. He raiseth up the poor out of the dust, and lifteth the needy out of the dunghill; that He might set him with princes. Even so shall the Lord deal with me, in the name of Jesus. The Bible says, that whatsoever I desire when I pray, I should believe and receive, in the name of Jesus. Therefore, I pray now that, in Jesus' name, I am set free from every captivity or attack of negative speech from my mouth or thoughts and from my heart, against myself. I tear down, in faith, every spiritual wall of partition, between me and my divinely appointed helpers and benefactors, in the name of Jesus.

SECTION 6 VIGIL
(To be done at night between the hours of 12 midnight and 2am)
HYMN FOR THE VIGIL (Page 12)

1. I cast out, my pursuers, as the dirt in the street, in Jesus' name.
2. By Your favour, O Lord, the people whom I have not known shall serve me, in the name of Jesus.
3. As soon as they hear of me, they shall obey me, the strangers shall submit themselves unto me, in the name of Jesus.
4. You dark strangers in my life, fade away and be afraid out of your close places, in the name of Jesus.
5. O God, avenge me and subdue my adversaries under me, in Jesus' name.
6. O Lord, hear me in the day of trouble, and let the name of the God of Jacob defend me, in the name of Jesus.
7. O Lord, send me help from Your sanctuary and strengthen me out of Zion, in the name of Jesus.
8. O Lord, let the imagination of the wicked for our country be neutralized, in the name of Jesus.
9. Every secret I need to know, about my mother's lineage, be revealed, in the name of Jesus.
10. Every secret I need to know, about my hometown, be revealed, in Jesus' name.
11. Every secret I need to know, about the work I am doing, be revealed, in the name of Jesus.
12. O Lord, give unto me the Spirit of revelation and wisdom in the knowledge of Yourself.
13. O Lord, make your way plain before my face on this issue.
14. O Lord, remove spiritual cataract from my eyes.
15. O Lord, reveal to me every secret behind this particular issue whether beneficial or not.
16. Every counsel of evil kings against our country, scatter, in Jesus' name.
17. My Father, break the teeth of the ungodly in this nation, in Jesus' name.
18. You enemies of our country, fall by your own counsel, in Jesus' name.
19. Holy Spirit, reveal deep and the secret things to me about . . . , in Jesus' name.
20. I bind, every demon polluting my spiritual vision and dreams, in Jesus' name.
21. I receive power, to operate with sharp spiritual eyes that cannot be deceived, in the name of Jesus.

SECTION 7

CONNECTING TO THE GOD THAT DOETH HARD THINGS

Scripture Reading Exodus 14
Confession Isaiah 54:14-15

In righteousness shalt thou be established: thou shalt be far from oppression; for thou shalt not fear: and from terror; for it shall not come near thee. Behold, they shall surely gather together, but not by me: whosoever shall gather together against thee shall fall for thy sake.

DAY 1 (05-10-2018)

Reading through the Bible in 70 Days (Day 61-John 13:31 - 21:25; Acts 1:1 - 6:3)

Devotional Songs (Pages 10-11)

Praise Worship

Prayer of Praise and Thanksgiving (Pages 13 & 14)

1. All satanic records that are against my life, receive the fire of God and be roasted, in the name of Jesus.
2. All satanic satellites and cameras, used to monitor and manipulate my life receive the fire of God and be roasted, in the name of Jesus.
3. All satanic remote control, fashioned against my life, receive the fire of God and be roasted, in the name of Jesus.
4. All satanic labels and marks, placed on my life, be rubbed off by the blood of Jesus, in the name of Jesus.
5. All anti-testimony forces, gathered against me, scatter, in the name of Jesus.
6. All oppressors in every area of my life, receive the leprosy of divine judgement, in the name of Jesus.
7. O Lord, make me a pillar in Your house, in the name of Jesus.
8. Lord, give me power to pursue, overtake and recover, in the name of Jesus.
9. Father, let Your fire destroy every foundational problem in my life, in Jesus' name.
10. Every evil link, label and stamp of the oppressors, be destroyed by the blood of Jesus, in the name of Jesus.
11. Every evil spiritual pregnancy, over my life, be aborted, in the name of Jesus.
12. Every dirty hand, be removed from the affairs of my life, in the name of Jesus.
13. I remove my name from the book of untimely death, in the name of Jesus.
14. I remove my name from the book of tragedy, in the name of Jesus.
15. All evil umbrellas, preventing heavenly showers from falling upon me, be roasted, in the name of Jesus.
16. All evil associations, summoned for my sake, be scattered, in the name of Jesus.
17. Father Lord, crucify anything in me that would remove my name from the book of

life, in the name of Jesus.

18. Father Lord, help me to crucify my flesh, in the name of Jesus.

19. If my name has been removed from the book of life, Father Lord, re-write it, in the name of Jesus.

20. Lord, give me power to overcome myself, in the name of Jesus.

21. Every problem, connected to polygamy in my life, be nullified, in the name of Jesus.

 ## CONNECTING TO THE GOD THAT DOETH HARD THINGS
Scripture Reading Exodus 14
Confession Isaiah 54:14-15
In righteousness shalt thou be established: thou shalt be far from oppression; for thou shalt not fear: and from terror; for it shall not come near thee. Behold, they shall surely gather together, but not by me: whosoever shall gather together against thee shall fall for thy sake.

DAY 2 (06-10-2018)

Reading through the Bible in 70 Days (Day 62-Acts 6:4 - 17:25)

Devotional Songs (Pages 10-11)

Praise Worship

Prayer of Praise and Thanksgiving (Pages 13 & 14)

22. Every curse, issued by my husband/wife, be nullified, in the name of Jesus.

23. All satanic deposits in my life, be roasted, in the name of Jesus.

24. Every satanic reinforcement against me, scatter, in the name of Jesus.

25. Every power of any family idol affecting my life and home be broken now, in the name of Jesus.

26. I cancel all evil vows that are affecting me negatively, in the name of Jesus.

27. I destroy the clock and the time-table of the enemy for my life, in Jesus' name.

28. Lord, reschedule my enemies to useless and harmless assignments, in Jesus' name.

29. Every good thing that is dead in my life, come alive now, in the name of Jesus.

30. Every evil device against me, be disappointed, in the name of Jesus.

31. Healing power of God, overshadow me now, in the name of Jesus.

32. I bind every spirit working against answers to my prayers, in the name of Jesus.

33. I disarm any power that has made a covenant with the ground, water and wind about me, in the name of Jesus.

34. My life, be invisible to demonic observers, in the name of Jesus.

35. I bind all remote controlling spirits, in the name of Jesus.

36. I withdraw all the bullets and ammunition made available to my enemy, in the name of Jesus.

37. I revoke all conscious or unconscious covenants with the spirit of death, in the name of Jesus.

38. Lord, I submit my tongue to You, take control, in the name of Jesus.

39. Heavenly surgeon, begin to perform all necessary surgical operations in every area of my life where necessary, in the name of Jesus.

40. I refuse to be spiritually amputated, in the name of Jesus.

41. I refuse to wage war against myself, in the name of Jesus.

42. Every spirit of tragedy, in my family line, I am not your victim, die, in Jesus' name.

SECTION 7

CONNECTING TO THE GOD THAT DOETH HARD THINGS
Scripture Reading Exodus 14
Confession Isaiah 54:14-15
In righteousness shalt thou be established: thou shalt be far from oppression; for thou shalt not fear: and from terror; for it shall not come near thee. Behold, they shall surely gather together, but not by me: whosoever shall gather together against thee shall fall for thy sake.

DAY 3 (07-10-2018)

Reading through the Bible in 70 Days (Day 63-Acts 17:26 - 28:31; Romans 1:1 - 3:1)

Devotional Songs (Pages 10-11)

Praise Worship

Prayer of Praise and Thanksgiving (Pages 13 & 14)

43. O Lord, wake me up from any form of spiritual sleep, in the name of Jesus.

44. All evil seeds planted by fear into my life, be uprooted, in the name of Jesus.

45. O Lord, let Your kingdom be established in every area of my life, in Jesus' name.

46. Armies of heaven, disgrace my oppressors, in the name of Jesus.

47. You emptier and wasters, release me now, in the name of Jesus.

48. My blood, reject every poison, in the name of Jesus.

49. My enemy, fall into the pit you dug for my sake, in the name of Jesus.

50. My life, experience divine favour in all areas of life, in the name of Jesus.

51. Woe unto the vessel sent by the enemy to do me any harm, in the name of Jesus.

52. I command all my blessings swallowed by satanic powers to be vomited now, in the name of Jesus.

53. All powers that are bent on doing me harm, receive paralysis, in the name of Jesus.

54. Every arrow of destruction fired at me, go back to the sender, in the name of Jesus.

55. The enemy will not convert my right hand to the left hand, in the name of Jesus.

56. All satanic letters, against me, be roasted, in the name of Jesus.

57. O Lord, let the tongues of my enemy be divided and be confused, in Jesus' name.

58. All the counsels of the wicked, be broken, in the name of Jesus.
59. I withdraw any personal invitation given to the enemy to harm me, in Jesus' name.
60. O Lord. give me a miracle that would dumb found the world, in the name of Jesus.
61. I command every opposing knee to bow, in the name of Jesus.
62. I command my enemies to become my footstool, in the name of Jesus.
63. I will experience victory in every area of my life, in the name of Jesus.

SECTION 7
CONNECTING TO THE GOD THAT DOETH HARD THINGS
Scripture Reading Exodus 14
Confession Isaiah 54:14-15
In righteousness shalt thou be established: thou shalt be far from oppression; for thou shalt not fear: and from terror; for it shall not come near thee. Behold, they shall surely gather together, but not by me: whosoever shall gather together against thee shall fall for thy sake.

DAY 4 (08-10-2018)

Reading through the Bible in 70 Days (Day 64-Rom 3:2-16:27; 1Cor 1:1 - 4:3)

Devotional Songs (Pages 10-11)

Praise Worship

Prayer of Praise and Thanksgiving (Pages 13 & 14)

64. All my locked-up blessings, rebel and come out of the prison, in the name of Jesus.
65. All attackers, hiding within the tower of the enemy, be revealed, in Jesus' name.
66. Every evil association against me, be severely destabilized, in the name of Jesus.
67. I bind every activity and operations of the devil in my environment, in Jesus' name.
68. I challenge my body with the fire of the Holy Ghost and command strangers to flee, in the name of Jesus.
69. All physical and spiritual sickness, flee away, in the name of Jesus.
70. All the wicked spirits, around me, fall by your own wickedness, in Jesus' name.
71. Any good thing that the enemy has removed in my life, be returned immediately, in the name of Jesus.
72. My name, become thunder, fire and lightning in the hands of those calling it for evil purpose, in the name of Jesus.
73. Every power announcing my name for death, fall down and die, in Jesus' name.
74. As the enemy clothes himself with cursing like a garment, so let it come into his bowels like water and like oil into his bones, in Jesus' name.
75. As the enemy delights not in blessings, so let it be far from him, in Jesus' name.
76. As soon as they hear of me, they shall obey me, the strangers shall submit themselves unto me, in the name of Jesus.

77. Destroy, O Lord, and divide every power conspiring against my destiny, in the name of Jesus.
78. Do not be far from me, O Lord, be my help in the time of trouble, in Jesus' name.
79. Every power planning to tear my soul like a lion, be dismantled, in Jesus' name.
80. Father, draw out Your spear and stop my persecutors, in Jesus' name.
81. Father, take hold of my shield and buckler and stand up for my help, in the name of Jesus.
82. Father, fight against them that fight against me, in the name of Jesus.
83. I will call upon the Lord, who is worthy to be praised, so shall I be saved from mine enemies, in Jesus' name.
84. I come against every form of barrenness in my life, in the name of Jesus.

CONNECTING TO THE GOD THAT DOETH HARD THINGS
Scripture Reading Exodus 14
Confession Isaiah 54:14-15

In righteousness shalt thou be established: thou shalt be far from oppression; for thou shalt not fear: and from terror; for it shall not come near thee. Behold, they shall surely gather together, but not by me: whosoever shall gather together against thee shall fall for thy sake.

DAY 5 (09-10-2018)

Reading through the Bible in 70 Days (Day 65-1 Corn 4:4 - 16:24; 2 Corn 1:1 - 5:3)

Devotional Songs (Pages 10-11)

Praise Worship

Prayer of Praise and Thanksgiving (Pages 13 & 14)

85. Each second, minute and hour of my life, deliver good things unto me, in the name of Jesus.
86. Every spiritual contamination in my life, receive healing, in the name of Jesus.
87. Brush of the Lord, begin to scrub out every dirtiness in my spiritual pipe, in the name of Jesus.
88. Every rusted pipe in my life, be changed, in the name of Jesus.
89. Every power, eating up my spiritual pipe, be roasted, in the name of Jesus.
90. Every blockage in my spiritual pipe, be removed, in the name of Jesus.
91. You hole in my spiritual pipe, be closed, in the name of Jesus.
92. Heavenly plumber, repair my spiritual pipe, in the name of Jesus.
93. My spiritual pipe, receive the strength of God against any contamination, in the name of Jesus.
94. I receive heavenly flushing in my spiritual pipe, in the name of Jesus.

95. I confess that my spiritual pipe shall be effective throughout my life, in the name of Jesus.
96. Every evil padlock and every evil chain, go back to the senders, in Jesus' name.
97. I rebuke every spirit of deafness and blindness in my life, in the name of Jesus.
98. I bind the strongman behind my spiritual blindness and deafness and paralyse his operations in my life, in the name of Jesus.
99. I anoint my eyes and my ears with the blood of Jesus, in the name of Jesus.
100. O Lord, restore my spiritual eyes and ears, in the name of Jesus.
101. Lord, anoint my eyes and my ears that they may see and hear, in Jesus' name.
102. I send the fire of God to my eyes and ears to melt away satanic deposits, in the name of Jesus.
103. Spiritual eyes and ears, open, in the name of Jesus.
104. In the name of Jesus, I capture every power behind my spiritual blindness and deafness.
105. My spiritual screen and ear drum, receive healing, in the name of Jesus.

SECTION 7

CONNECTING TO THE GOD THAT DOETH HARD THINGS
Scripture Reading Exodus 14
Confession Isaiah 54:14-15

In righteousness shalt thou be established: thou shalt be far from oppression; for thou shalt not fear: and from terror; for it shall not come near thee. Behold, they shall surely gather together, but not by me: whosoever shall gather together against thee shall fall for thy sake.

DAY 6 (10-10-2018)

Reading through the Bible in 70 Days (Day 66-2Cor 5:4-13:14; Gal 1:1-6:18;Eph 1:1 -5:20)

Devotional Songs (Pages 10-11)

Praise Worship

Prayer of Praise and Thanksgiving (Pages 13 & 14)

106. You blind and deaf spirit, loose your hold over my life, in the name of Jesus.
107. I will not throw away my gift of salvation, in the name of Jesus.
108. Water of life, flush out every unwanted stranger in my life, in the name of Jesus.
109. You haters of God's salvation in my life, die, in the name of Jesus.
110. You polluters of life, I pollute you, in the name of Jesus.
111. Lord, put into my hand the gift that will elevate my life, in the name of Jesus.
112. Holy Spirit fire, cook me to the glory of God, in the name of Jesus.
113. O Lord, let the anointing of the Holy Spirit break every yoke of backwardness in my life, in the name of Jesus.

114. Blood of Jesus, remove any unprogressive label from every aspect of my life, in the name of Jesus.
115. I reject the spirit of the tail, I choose the spirit of the head, in the name of Jesus.
116. I paralyse the ability of any demonic power limiting my progress, in Jesus' name.
117. O Lord, give unto me the key to good success, so that anywhere I go the doors of good success will be opened unto me, in the name of Jesus.
118. O Lord, establish me as a holy person unto You, in the name of Jesus.
119. O Lord, let the anointing to excel in my spiritual and physical life fall on me, in the name of Jesus.
120. I declare with my mouth that nothing shall be impossible to me, in Jesus' name.
121. I reject the anointing of non-achievement in my hand work, in the name of Jesus.

122. O Lord, let Your favour and that of men encompasses me this year, in the name of Jesus.
123. Holy Spirit, control my ability to frame my words, in the name of Jesus.
124. Scorpions, be rendered sting-less in every area of my life, in the name of Jesus.
125. Serpents, be rendered venom-less in every area of my life, in the name of Jesus.
126. Camp of the enemy, be put in dis-array, in the name of Jesus.

SECTION 7

CONNECTING TO THE GOD THAT DOETH HARD THINGS
Scripture Reading Exodus 14
Confession Isaiah 54:14-15

In righteousness shalt thou be established: thou shalt be far from oppression; for thou shalt not fear: and from terror; for it shall not come near thee. Behold, they shall surely gather together, but not by me: whosoever shall gather together against thee shall fall for thy sake.

DAY 7 (11-10-2018)

Reading through the Bible in 70 Days (Day 67-Eph 5:21-6:24; Phil 1:1-4:23; Col 1:1-4:18; 1Thes 1:1-5:28; 2Thes 1:1-3:18; 1Tim 1:1 - 5:5)

Devotional Songs (Pages 10-11)
Praise Worship
Prayer of Praise and Thanksgiving (Pages 13 & 14)

127. All my Herod, receive spiritual decay, in the name of Jesus.
128. Evil worms in any area of my life, die, in the name of Jesus.
129. All evil handwriting against me, be paralysed, in the name of Jesus.
130. All those circulating my name for evil, be disgraced, in the name of Jesus.
131. All evil friends, make mistakes that would expose you, in the name of Jesus.

132.   Strongman from both sides of my family, destroy yourselves, in Jesus' name.

133.   My peace will not depart from me, in the name of Jesus.

134.   I refuse to wear the garment of tribulation and sorrow, in the name of Jesus.

135.   O Lord, let the spirit that flees from sin incubate my life, in the name of Jesus.

136.   Secrets of hidden and open enemies, be revealed in the name of Jesus.

137.   Every satanic net, receive destruction, in the name of Jesus.

138.   O Lord, create in me a clean heart by Your power, in the name of Jesus.

139.   O Lord, renew a right spirit within me, in the name of Jesus.

140.   I renounce my rights to my anger, in the name of Jesus.

141.   O Lord, remove from me the root of irritation that keeps anger alive in me, in the name of Jesus.

142.   I reject all thoughts that I will never change, in the name of Jesus.

143.   Spirit of God, cleanse me and control anger in my life, in the name of Jesus.

144.   O Lord, produce in me the power of self-control and gentleness, in Jesus' name.

145.   I reject anything that can rob me of the joy of my inheritance in God's kingdom, in the name of Jesus.

146.   I speak to all evil mountains and break their powers over my life, in Jesus' name.

147.   Lord, enable me to hear Your voice, in the name of Jesus.

 SECTION 7

CONNECTING TO THE GOD THAT DOETH HARD THINGS
Scripture Reading Exodus 14
Confession Isaiah 54:14-15

In righteousness shalt thou be established: thou shalt be far from oppression; for thou shalt not fear: and from terror; for it shall not come near thee. Behold, they shall surely gather together, but not by me: whosoever shall gather together against thee shall fall for thy sake.

DAY 8 (12-10-2018)

Reading through the Bible in 70 Days (Day 68-1 Timothy 5:6 - 6:21; 2 Timothy 1:1 - 4:22; Titus 1:1 - 3:15; Philemon 1:1 - 1:25; Hebrews 1:1 - 11:40)

Devotional Songs (Pages 10-11)

Praise Worship

Prayer of Praise and Thanksgiving (Pages 13 & 14)

148.   Lord, let me know Your mind in my life, in the name of Jesus.

149.   Lord, by the power of the blood, remove from my life any hindrance of the enemy, in the name of Jesus.

150.   Every evil garment of shame, be roasted, in the name of Jesus.

151.   Every evil garment of filthiness, be roasted, in the name of Jesus.

152. Every evil garment of spiritual laziness, be roasted, in the name of Jesus.
153. Every evil garment of dis-honour, be roasted, in the name of Jesus.
154. Every evil garment of physical and spiritual depression, be roasted, in the name of Jesus.
155. Every evil garment of evil confessions, be roasted, in the name of Jesus.
156. Thank God for His provision so far.
157. All security men in charge of satanic banks that are harbouring my blessings, be paralysed, in the name of Jesus.
158. I terminate the appointment of all satanic bankers and managers, in the name of Jesus.
159. Thunder of God, break into pieces all the satanic strongrooms harbouring my properties, in the name of Jesus.
160. Ancient chains, battling my hands and legs break, in the name of Jesus
161. Garment of reproach and shame catch fire, in the name of Jesus.
162. Markets of darkness assigned against me catch fire, in the name of Jesus.
163. Every power taking my case to the markets of darkness, die, in Jesus' name.
164. Fire of God, thunder of God arise, pursue satanic traders, in the name of Jesus.
165. O God arise, and let the agenda of dark markets for my life die, in Jesus' name.
166. Any good thing sold off in my life I recover you by fire, in the name of Jesus.
167. Blood of Jesus arise in violence, buy me back, in the name of Jesus.
168. Wicked authorities assigned against me die, in the name of Jesus.

SECTION 7

CONNECTING TO THE GOD THAT DOETH HARD THINGS
Scripture Reading Exodus 14
Confession Isaiah 54:14-15
In righteousness shalt thou be established: thou shalt be far from oppression; for thou shalt not fear: and from terror; for it shall not come near thee. Behold, they shall surely gather together, but not by me: whosoever shall gather together against thee shall fall for thy sake.

DAY 9 (13-10-2018)
Reading through the Bible in 70 Days (Day 69-Hebrews 12:1 - 13:25; James 1:1 - 5:20; 1 Peter 1:1 - 5:14; 2 Peter 1:1 - 3:18; 1 John 1:1 - 5:21; 2 John 1:1 - 1:11)

Devotional Songs (Pages 10-11)
Praise Worship
Prayer of Praise and Thanksgiving (Pages 13 & 14)
169. My virtues, my talents in dark markets, jump out by fire, in the name of Jesus.
170. Organs of my body, sold off in dark markets, I take you back by the power in the

blood of Jesus, in the name of Jesus.

171. O God, my Father, teach my hands to war, and my fingers to battle, in the name of Jesus.

172. Blood of Jesus, silence every blood crying against my life, in the name of Jesus.

173. Blood of Jesus, silence every blood crying against my destiny, in Jesus' name.

174. Every controversy, arising from voices of accusing blood, be silenced, in the name of Jesus.

175. Blood of Jesus, speak better things into my life, in the name of Jesus.

176. I renounce every bewitchment, in the name of Jesus.

177. I curse the root of every witchcraft plantation fashioned against me, in the name of Jesus.

178. I uproot every tree planted to disgrace me, in the name of Jesus.

179. Every spirit of bewitchment, release me and return to your own kind, in the name of Jesus.

180. I refuse every evil harvest, I claim my divine harvest, in the name of Jesus.

181. I order confusion into any demonic wisdom targeted at me, in the name of Jesus.

182. I paralyse chanting spirits assigned against me, in the name of Jesus.

183. Lord, release Your angels of war to fight for me, in the name of Jesus.

184. Death, you are swallowed up in victory, vomit your victim, in the name of Jesus.

185. I dash into pieces every covenant of the tormentors, in the name of Jesus.

186. O Lord, manifest Your power in my life as Jehovah Rapha, in the name of Jesus.

187. O Lord, manifest Your power in my life as the Jehovah El-Shaddai, in the name of Jesus.

188. By the power that parted the Red Sea, let my way open, in the name of Jesus.

189. By the power that pulled down Jericho let my opposition crumble, in the name of Jesus.

SECTION 7

CONNECTING TO THE GOD THAT DOETH HARD THINGS
Scripture Reading Exodus 14
Confession Isaiah 54:14-15

In righteousness shalt thou be established: thou shalt be far from oppression; for thou shalt not fear: and from terror; for it shall not come near thee. Behold, they shall surely gather together, but not by me: whosoever shall gather together against thee shall fall for thy sake.

DAY 10 (14-10-2018)

Reading through the Bible in 70 Days (Day 70 -2 John 1:12 - 1:13; 3 John 1:1 - 1:14; Jude 1:1 - 1:25; Revelation 1:1 - 22:21)

Devotional Songs (Pages 10-11)

Praise Worship

Prayer of Praise and Thanksgiving (Pages 13 & 14)

190. Every power, working death in me, disappear, in the name of Jesus.

191. Every power, amputating my divine destiny, fall down and die, in Jesus' name.

192. Anointing to become the desire of heaven, fall upon me, in the name of Jesus.

193. Vagabond powers organised to disorganize my destiny, die by fire, in the name of Jesus.

194. My head, locate your oil from heaven, in the name of Jesus.

195. Oil driers assigned to empty my destiny, die, in the name of Jesus.

196. Agenda of witchcraft powers to redirect my destiny, die, in the name of Jesus.

197. Violent angels from heaven, arise, attack every power caging my star, in the name of Jesus.

198. You enemies of my father's house, die, in the name of Jesus.

199. Yoke of memory failure, break, in the name of Jesus.

200. Evil voices, speaking pollution to my ears, die, in the name of Jesus.

201. Evil hands, laid on my head, from the womb, wither, in the name of Jesus.

202. Holy Ghost fire, purge my brain, in the name of Jesus.

203. Holy Ghost fire, sanitize my brain, in the name of Jesus.

204. Blood of Jesus, laminate my brain, in the name of Jesus.

205. Inherited brain disorder, die, in the name of Jesus.

206. O God, arise and wash my brain with the blood of Jesus, in the name of Jesus.

207. Deposits of darkness in my brain, clear away, in the name of Jesus.

208. O God, arise and change my brain by fire, in the name of Jesus.

209. Ancestral chains on my brain, break, in the name of Jesus.

210. Every arrow fired into my brain, backfire, in the name of Jesus.

SECTION 7 CONFESSION

I trust, in the word of God, the word stands sure when I speak it, it will accomplish the purpose for which I have spoken it, in Jesus' name. I am the manifestation, the product and the result of God's word. God has spoken into my life and I have become the manifested presence of Jehovah God on earth. I expressly manifest everything, the word of God says I am. I am filled with the word of life. Because the Lord disappointeth the devices of the crafty, so that their hands cannot perform their enterprise. Every work of the strong, the wicked, the evil and the enemy against my life, shall not prosper, in the name of Jesus. In the name of Jesus, I claim the power in the name of the Lord to overcome all the troops of the enemy. In the name of Jesus Christ, by the presence of God in my life, I command the wicked to perish before me; and melt away like wax in the fire. I am a child of God, I am dwelling in the secret place of the most high God, I am protected and covered under the shadow of the wings of Jehovah, in Jesus' name.

The word of God is the power of God, and the entrance of the word of God into my life, has brought the light of God into my life and darkness cannot comprehend it, in the name of Jesus. I send forth this light that is in me as a two-edged sword to destroy all the kingdoms of darkness, in the name of Jesus. The word of God is quick and powerful in my mouth. God has put the power of His word in my mouth, in the name of Jesus. I trust in the word of God, the word stands sure when I speak it, it will accomplish the purpose for which I have spoken it, in Jesus' name.

SECTION 7 VIGIL
(To be done at night between the hours of 12 midnight and 2am)
HYMN FOR THE VIGIL (Page 12)

1. My Father, break the teeth of the ungodly, in Jesus' name.
2. O Lord, hear my voice whenever I call, in the name of Jesus.
3. O God, visit every power lying against me with destruction, in the name of Jesus.
4. O Lord, let the dry wind from heaven blow down the pillars of their solid buildings, in the name of Jesus.
5. Hot coals of fire from heaven, blow down their houses, in Jesus' name.
6. O Lord, let the enemies of this country, become merely another story told, in the name of Jesus.
7. My Father, let my enemies fall, by their own counsel, in Jesus' name.
8. O Lord, cast out my enemies in the multitude of their transgressions, in Jesus' name.
9. Every organised worker of iniquity, depart from me, in the name of Jesus.
10. O Lord, let all my enemies be ashamed and sore vexed, in Jesus' name.
11. My Father, let sudden shame be the lot of all my oppressors, in Jesus' name
12. Every power, planning to tear my soul like a lion tears a lamb, be dismantled, in the name of Jesus.
13. God shall destroy the camp of the enemy, and their camp shall never be built up, in the name of Jesus.
14. O Lord, according to the deeds of the wicked, give them back the works of their hands, in the name of Jesus.

15. O Lord, put off my sack cloth and gird me with gladness, in Jesus' name.
16. Bow down Thine ear to me, O Lord, and deliver me speedily, in the name of Jesus.
17. O Lord, pull me out of every hidden net of the enemy, in Jesus' name.
18. My times are in Your hand, deliver me from the hands of my enemies and from those who persecute me, in the name of Jesus.
19. O Lord, let the wicked be ashamed, and let them be silent in the grave, in the name of Jesus.
20. Every lying lip, speaking against me, be silenced, in Jesus' name.
21. O Lord, bring the counsel of the ungodly to nought, in the name of Jesus.

YORUBA VERSION

KIKA BIBELI JA LAARIN ADORIN OJO

Ojọ 1   - Gẹnẹsisi 1:1 - 18:20

Ojọ 2   - Gẹnẹsisi 18:21 - 31:16

Ojọ 3   - Gẹnẹsisi 31:17 - 44:10

Ojọ 4   - Gẹnẹsisi 44:11 - 50:26;
           Ekṣodu 1:1 - 10:2

Ojọ 5   - Ekṣodu 10:3 - 25:29

Ojọ 6   - Ekṣodu 25:30 - 39:5

Ojọ 7   - Ekṣodu 39:6 - 40:38;
           Lẹfitiku 1:1 - 14:3

Ojọ 8   - Lẹfitiku 14:4 - 26:35

Ojọ 9 -   Lẹfitiku 26:36 - 27:34;
           Numeri 1:1 - 10:16

Ojọ 10 - Numeri 10:17 - 24:3

Ojọ 11 - Numeri 24:4 - 36:13;
           Deutẹronomi 1:1 - 1:2

Ojọ 12 - Deutẹronomi 1:3 - 15:20

Ojọ 13 - Deutẹronomi 15:21- 32:26

Ojọ 14 - Deutẹronomi 32:27 - 34:12;
           Joṣua 1:1 - 15:27

Ojọ 15 - Joṣua 15:28 - 24:33; AwỌn
           Onidajọ 1:1 - 6:20

Ojọ 16 - Awọn Onidajọ 6:21 - 21:17

Ojọ 17 - Awọn Onidajọ 21:18-21:25;
           Rutu 1:1- 4:22;
           1Samuẹli 1:1–15:4

Ojọ 18 - 1 Samuẹli 15:5-30:31

Ojọ 19 - 1Samuẹli 31:1-31:13;
           2 Samuẹli 1:1-17:5

Ojọ 20 - 2Samuẹli 17:6-24:25;
           Awọn Ọba Kini 1:1-6:3

Ojọ 21 - Awọn Ọba Kini 6:4-18:3

Ojọ 22 - Awọn Ọba Kini 18:4-22:53;
           Awọn Ọba Keji 1:1-9:33

Ojọ 23 - Awọn Ọba Keji 9:34-25:11

Ojọ 24 - Awọn Ọba Keji 25:12-
           25:30; Kronika Kini 1:1-11:4

Ojọ 25 - Kronika Kini 11:5-27:12

Ojọ 26 - Kronika Kini 27:13- 29:30;
           Kronika Keji 1:1- 18:23

Ojọ 27 - Kronika Keji 18:24- 36:16

Ojọ 28 - Kronika Keji 36:17- 36:23;
           Esra 1:1-10:44; Nehemiah
           1:1–7:33

Ojọ 29 - Nehemiah 7:34 - 13:31;
           Esteri 1:1 - 10:3;
           Jobu 1:1 - 2:6

Ojọ 30 - Jobu 2:7 - 20:15

Ojọ 31 - Jobu 20:16 - 37:16

Ojọ 32 - Jobu 37:17- 42:17; Orin
           Dafidi 1:1-22:25

Ojọ 33 - Orin Dafidi 22:26 - 50:5

Ojọ 34 - Orin Dafidi 50:6 -78:4

Ojọ 35 - Orin Dafidi 78:5 - 103:12

Ojọ 36 - Orin Dafidi 103:13 - 119:107

Ojọ 37 - Orin Dafidi 119:108-150:6;
           Owe 1:1-2:16

Ojọ 38 - Owe 2:17-17:20

Ojọ 39 - Owe 17:21-31:31; Oniwasu
           1:1-2:4

Ojọ 40 - Oniwasu 2:5-12:14; Orin
           Solomọni 1:1- 8:14; Isaiah
           1:1 - 6:12

Ojọ 41 - Isaiah 6:13 - 30:8

Ojọ 42 - Isaiah 30:9 - 50:7

Ojọ 43 - Isaiah 50:8-66:24; Jeremiah
           1:1-6:24

Ojọ 44 - Jeremiah 6:25-25:23

Ojọ 45 - Jeremiah 25:24-43:4

Ọjọ 46 - Jeremiah 43:5-52:34; Ẹkun Jeremaih 1:1-5:3

Ọjọ 47 - Ẹkun Jeremiah 5:4-5:22; Esekiẹli 1:1 - 19:8

Ọjọ 48 - Esekiẹli 19:9 - 34:20

Ọjọ 49 - Esekiẹli 34:21-48:35; Daniẹli 1:1 - 2:19

Ọjọ 50 - Daniẹli 2:20-12:13; Hosea 1:1-9:13

Ọjọ 51 - Hosea 9:14-14:9; Joẹli 1:1 – 3:21; Amosi 1:1-9:15; Obadiah 1:1-1:21; Jona 1:1-4:11; Mika 1:1-7:1

Ọjọ 52 - Mika 7:2-7:20; Nahumu 1:1-3:19; Habakkuku 1:1- 3:19; Sefaniah 1:1- 3:20; Haggai 1:1-2:23; Sekariah 1:1-14:21; Malaki 1:1-2:6

Ọjọ 53 - Malaki 2:7-4:7;Mattiu 1:1-13:13

Ọjọ 54 - Mattiu 13:14 - 24:39

Ọjọ 55 - Mattiu 24:40 - 28:20; Marku 1:1 - 6:33

Ọjọ 56 - Marku 6:34 - 16:11

Ọjọ 57 - Marku 16:12 - 16:20; Luku 1:1 - 9:27

Ọjọ 58 - Luku 9:28 - 19:41

Ọjọ 59 - Luku 19:42 - 24:53; Johnanu 1:1 - 5:6

Ọjọ 60 - Johanu 5:7 - 13:30

Ọjọ 61 - Johanu 13:31 - 21:25; Iṣe

Awọn 1:1 - 6:3

Ọjọ 62 - Iṣe Awọn Aposteli 6:4 - 17:25

Ọjọ 63 - Iṣe Awọn Aposteli 17:26 - 28:31; Romu 1:1 - 3:1

Ọjọ 64 - Romu 3:2 - 16:27; Kọrintin Kini 1:1 - 4:3

Ọjọ 65 - Kọrinti Kini 4:4 - 16:24; Kọrinti Keh\ji 1:1 - 5:3

Ọjọ 66 - Kọrinti Keji 5:4 - 13:14; Galatia 1:1 - 6:18; Efesu 1:1 - 5:20

Ọjọ 67 - Efesu 5:21 - 6:24; Filippi 1:1 - 4:23; Kolose 1:1 - 4:18; Tẹssalonika Kini 1:1 - 5:28; Tẹssalonika Keji 1:1 - 3:18; Timoteu Kini 1:1 - 5:5

Ọjọ 68 - Timoteu Kini 5:6 - 6:21; Timoteu Keji 1:1 - 4:22; Titu 1:1 - 3:15; Filẹmọni 1:1 - 1:25; Heberu 1:1 - 11:40

Ọjọ 69 - Heberu 12:1 - 13:25; Jakọbu 1:1 - 5:20; Peteru Kini 1:1 - 5:14; Peteru Keji 1:1 - 3:18; Johanu Kini 1:1 - 5:21; Johanu Keji 1:1 - 1:11

Ọjọ 70 - Johanu Keji 1:12 - 1:13; Johanu Kẹta 1:1 - 1:14; Juda 1:1 - 1:25; Ifihan 1:1 - 22:21

AWỌN ORIN ẸMI FUN IJỌSIN

YIN ỌLỌRUN LOKE GIGA ATI NI GBOGBO AIYE
THE VICAR OF BRAY
Iṣẹ́ rẹ ti pọ̀ tó, OLÚWA! Nínú ọgbọ́n ni ìwọ ṣe gbogbo wọn: (Orin Dafidi 104:24)

1. *f*   Yin Ọlorun loke giga
   mp   Ati ni gbogbo aiye
      Lati inu ibu omi
   mf   Ati ninu odo nla
      Nu agbara Rẹ lo daiye
   f   Nu ifẹ ati iyanu
      Gbogbo ise re ho fayo
      Ẹ korin yin s'Olorun

3. *f*   Yin Olorun ibu omi,
      Eye ti nfo ni orun
      Oniruru iseda Re,
      E so ti agbara re
   mf   Gbogbo eni ti ngbe aiye
      Teriba niwaju re
      Jewo titobi Olorun
      Ati ore ofe re

2. *f*   Yin Olorun ile gbogbo
      At'ododo to lewa
   mf   Ise owo re jumo yin
      Pelu ife at'ayo
      Igba ati akoko wan
      So nipa titobi Re
      Ki gbogbo eda dohun po
      - E korin yin s'Olorun

4. *f*   Yin Olorun gbogbo eba,
      Se loba awon oba
      Ni gbogbo orile ede,
      Aiye ati ekun re
   ff   Aworan Olorun la je,
      Ise re ko le baje
      E fi ife bara yin lo,
      E kun fun ise rere.

GBỌ OHUN JESU TI NKE PE
Crown Him 8.7.8.7. with Refrain
"Ìkórè pọ̀, ṣùgbọ́n àwọn alágbàṣe kò tó nǹkan, (Luku 10:2)

1. *f*   Gbọ ohun Jesu ti nke pe;
      "Tani y'o ṣiṣẹ loni;
      Oko pọn pupọ fun 'kore;
      Tani y'o lọ ko wa 'le?"
   ff   Kikankikan l'Oluwa npe,
      Ẹbun nla ni y'O fun ọ,
      Tani y'o fi ayọ dahun
      Pe: "Emi ni yi; ran mi?"

3. *mf*   B'iwọ ko le ṣe alore
      L'ori odi Sioni
      Lati t'ọka s'ọna ọrun;
      Lati f'iye lọ ẹda;
   mp   'Wo le f'adura at'ọrẹ
      Ṣe ohun t'Ọlọrun wi;
      'Wo le ṣe gẹgẹ bi Aaron
      T'o gb'ọwọ woli soke.

2. *mf*   Bo kole fọhun b'angẹli
      Bo kole wasu bi Paul
      Sọ nipa ifẹ nla Jesu
      Jẹri iku Rẹ fun wa
   f   Wi fun awọn ti ko gbagbọ
      Wipe idajọ de tan
   mp   Jọki awọn ọmọde wa
      Si ọdọ Olugbala

4. *f*   Ma jẹ k'a gbọ ki o wipe,
      Ko si nkan t'emi le ṣe!
      Nigbat' ẹmi eniyan nku
      Ti Oluwa si npe ọ,
      F'ayọ gba iṣẹ t'O ran ọ,
      F'iṣẹ Rẹ se ayọ rẹ;
      'Gba t'o npe ọ, tara dahun
   ff   Pe: emi ni yi; ran mi!

ẸMI MIMỌ DE L'ỌJỌ PẸNTIKỌST

The Holy Spirit Came At Pentecost

Gbogbo wọn sì kún fún Ẹmí Mímọ́, (Iṣe Awọn Aposteli 2:4)

1. *ff*   Ẹmi Mimọ de l'ọjọ Pẹntikost
      Pẹlu agbara isọji
      Ifihan Rẹ n'nu awọn to gbagbọ
      Jere ọpọ ọkan fun Kristi

mf   Ijọ Kristi tan ka gbogbo aye
      Wọn nsọrọ pẹlu igboya
      Ọpọ wọn si ku bi ajẹri ku
      Wọn fi gbagbọ lọ si 'ṣẹgun

ff   Wa Ẹmi Mimọ,
p   Okunkun ṣu,
      Kun ọkan wa,
cr   Pẹlu 'fẹ at'gbara Rẹ

ff   Da 'na ifẹ Rẹ si ọkan wa
mf   Wa Ẹmi Mimọ,
      Wa sọ wa ji loni

2. *mp*   'Gbat' okun ẹṣẹ bori aye
      Ẹmi Mimọ tan 'mọlẹ Rẹ
      Olododo y'o ye nipa 'gbagbọ
      Ni 'wọn nkede jakejado
      Ọlọrun si ran ọpọ isọji
      Ina adura njo gere
      A nfẹ iru isọji bi eyi
      Fun 'pe nija akoko yi

BIBELI MIMỌ T'ỌRUN

Pleyel's Hymn 77.77

Èmi ti pa ọ̀rọ̀ rẹ mọ́ ní ọkàn mi kí èmi má ba à ṣẹ̀ sí Ọ (Orin Dafidi 119:11)

1. *mf*   Bibeli mimọ t'ọrun,
      Ọwọn itura temi!
      'Wọ ti nwi bi mo ti ri
      'Wọ li nsọ bi mo ti wa.

2. *mp*   'Wọ nkọ mi bi mo ṣina,
      'Wọ nfi 'fẹ Oluwa han;
      'Wọ l'O si ntọ ẹsẹ mi,
      'Wọ l'O ndare, at'ẹbi.

3. *p*   'Wọ ni nma tu wa ninu
      Ninu wahala aye;
cr   'Wọ nkọ ni nipa 'gbagbọ
      Pe, a le ṣẹgun iku.

4. *f*   'Wọ l'O nsọ t'ayọ ti mbọ
      Ati 'parun ẹlẹṣẹ;
ff   Bibeli mimọ t'ọrun,
      Ọwọn iṣura temi.

JÉSÙ, MO TI ṢṢE LERI (7.6.7.6D)

Bi ẹnikẹni ba nsìn mi, ki o ma tọ̀ mi lẹhin: Joh 12:26

1.   *mp*   Jesu. Mo ti ṣe leri
        Lati sin Ọ d'opin;
        Ma wa l'Ọdọ mi titi,
        Baba mi, Ọrẹ mi;
        Emi k' y'o bẹru ogun
        B'Iwọ ba sunmọ mi
        Emi ki yo si ṣina
        B'O ba f'ọna han mi.

2.   Jẹ ki nmọ p'Osunmọ mi
        Tori 'bajẹ aye;
        Aye fẹ ya ọkan mi,
        Aye fẹ tan mi jẹ;

di   Ọta yi mi kakiri,
      L'ode ati ninu;
cr   Ṣugbọn Jesu sunmọ mi,
      Dabobo ọkan mi.

3.   *p*   Jẹ ki nma gbọ ohun Rẹ
      B'O ti mba mi sọrọ,
      Larin iji idanwo,
      Aṣọ at 'agidi;
cr   Sọ. Mu ko da mi loju,
      K'ọkan mi ni 'janu;
      Sọ, si mu migbọ Tirẹ,
      'Wọ Olutọju mi.

4. *mf* Jesu, 'Wọ ti ṣe leri
F'awọn t'o tẹle Ọ,
Pe ibikibi t'O wa
N'iranṣẹ Rẹ yo wa;
Jesu, mo ti ṣe 'leri
Lati sin Ọ dopin
Jẹki nle tọ Ọ lẹyin
Baba mi, ọrẹ mi.

5. *p* Jẹ ki nma ri 'pa sẹ Rẹ
Ki nle ma tẹle Ọ;
Nipa 'gbara Rẹ nikan,
Ni mo le tẹle Ọ;
Tọ mi, pe mi, si fa mi,
Di mi mu de opin;
Si gba mi si ọdọ Rẹ,
Baba mi, Ọrẹ mi.

ORIN FUN IṢO ORU (13.13.12.12&Ref)
nitori emi li OLUWA ti o mu ọ lara dá. (Ekso. 15:26)

1. *f* Gbọ iro ẹsẹ Jesu, O nkọja lọ bayi,
O ni 'tura f' agbọgbẹ, O nṣ' awosan arun;
Bo ti sọ f' alaisan ni leti adagun,
O nwi bẹ nisisiyi, "O nfẹ 'wosan bi?

mf O nfẹ 'wosan bi?
O nfẹ 'wosan bi?
p Wa, alailera, wa
Wa, ẹlẹṣẹ, wa,
f Wo omi iye tin san,
Omi iwẹnumọ,
Wọ inu rẹ, iwọ yo si ri 'wosan.

2. *f* Ohun Olugbala ni, at' ipe anu Rẹ,
Mu igbala ọfẹ wa fun gbogbo eniyan
O npe gbogbo ọkan ti ẹru ẹṣẹ npa,
O nfi ifẹ bere pe: "O nfẹ 'wosan bi?

3. *mf* Ara nni ọ, ẹru ẹṣẹrẹ nw ọ l' ọrun?
O ko ha le wọnu omi ni bi o ti nru?
Wo Oluwa nduro lati fun Ọ l'okun,
O si nfi 'fẹ bere pe: "O nfẹ 'wosan bi?

4. *mp* Ran wa lọwọ Jesu ka gbẹkẹle ọrọ Rẹ
Jẹ ki ẹmi iwosan ba le wa loni yi,
Wẹ abawọn ẹṣẹ nu, si ṣ 'akoso wa,
Sọ f' ọkan to nwa Ọ pe. "O nfẹ 'wosan bi

IYIN - O O MA ṢE ELEYI NI OJOJUMỌ

Baba, ni orukọ Jesu, mo dupẹ lọwọ Rẹ fun:

1. Fifa mi sinu adura ati agbara,
2. Igbala ọkan mi,
3. Gbigbe agbara Ẹmi-Mimọ Rẹ wọ mi,
4. Pipese ẹbun Ẹmi-Mimọ sinu aiye mi,
5. Eso Ẹmi-Mimọ ti nṣiṣẹ ninu mi,
6. Ẹbun iyanu ti iyin,
7. Gbogbo ọna ti Ẹ ti gba da si ọrọ mi,
8. Eto Rẹ fun aiye mi,
9. Pe O ko ni gbagbe mi, O ki yo fi mi si silẹ,
10. Mimu mi wa si ibi igbe-aiye didagba ati jijinlẹ ninu Oluwa,
11. Gbigbe mi soke nigbati mo ba ṣubu,
12. Pipa mi mọ ni alafia pipe,
13. Mimu ohun gbogbo ṣiṣẹ pọ fun rere fun mi,
14. Pipa mi mọ kuro ninu ikẹkun awọn pẹyẹ-pẹyẹ ati ajakalẹ arun gbogbo
15. Agbara ti nṣiṣẹ iyanu, ti o wa ninu ọrọ Rẹ ati ninu ẹjẹ ọdọ-Agutan,
16. Riran awọn angẹli Rẹ lati dabobo mi,
17. Jija fun mi lodi si awọn ọta mi,
18. Mimu ki nju aṣegun lọ,
19. Pipese fun aini mi gẹgẹbi ọrọ Rẹ pipọ ni ogo,
20. Agbara iwosan Rẹ lori ara, ọkan ati ẹmi mi,
21. Kikun ọkan mi pẹlu imọlẹ ọrun,
22. Mimu mi bori nigba gbogbo ninu Jesu Oluwa,
23. Siṣọ ẹgun mi di ibukun fun mi,
24. Mimu mi gbe lailewu,
25. Fun gbogbo ibukun inu aiye.
26. Titobi, agbara, ogo, ọla ati ododo Rẹ,
27. Pipa ọta ati olugbẹsan lẹnu mọ,
28. Pe O mbẹ lọwọ ọtun mi, emi ki o ṣubu,
29. Pe O jẹ olotito. O o si pa awọn ti Rẹ mọ,
30. Pe O ko jẹ ki awọn ọta mi yọ ayọ lori mi,
31. Fun ifẹ iyanu Rẹ,
32. Pe titobi ni ọ, Ẹlẹru ni iyin,
33. Gbigba ọkan mi lọwọ iku ati ẹsẹ mi lọwọ iṣubu,
34. Pe O jẹ ibi abo mi ati ibi isadi mi ni igba wahala
35. Fun otitọ ati iṣẹ iyanu Rẹ,
36. Fun iṣẹ agbara ati titobi Rẹ ti ogaju aiye lọ,

37. Mimu işudẹdẹ kuro ninu ẹmi mi,
38. Mimu mi jade kuro ninu ibu,
39. Dida mi si, ati pipa ẹsẹ mi mọ kuro ninu işubu,
40. Pe orukọ Oluwa, jẹ ile-işọ agbara, ti olododo nsa wọ inu rẹ, ti wọn si nye.

ADURA FUN IJỌ, IṢẸ AWỌN TI NTAN IHINRERE KALẸ ATI FUN GBOGBO IDILE ONIGBAGBỌ

A O MA GBA GBOGBO ADURA YI NI GBOGBO ỌJỌ ISIMI

1. Baba Oluwa, ẹ seun fun ileri yin ti o wipe emi yi o kọ ijọ mi ẹnu ọna ọrun apadi ki yo o si le bori rẹ.

2. A bere fun idariji lori gbogbo ẹṣẹ ti nfa iyapa ati ailagbara ninu ẹya ara Kristi.

3. A gba aṣẹ lori agbara okunkun ni gbogbo ọna wọn, ni orukọ Jesu.

4. Gbogbo ẹmi ti nfa itini-sinu ẹṣẹ, ẹkọ- odi, ẹtan, agaba-gebe, igberaga ati ẹmi aṣiṣe, a gbe yin de a si ti yin jade, ni orukọ Jesu.

5. Gbogbo eto ati arekereke satani lodi si ẹya ara Kristi, ẹ wọnu ide, ni orukọ Jesu.

6. Gbogbo ẹmi aile-gba- adura, ijakulẹ ati ogo asan ninu ẹya ara Kristi, a gbe yin de, ni orukọ Jesu.

7. Baba Oluwa, jẹki ẹmi iwopalẹ Rẹ ba le ori wa, ni orukọ Jesu.

8. Mo paṣẹ ki gbogbo iṣẹ ẹran-ara ninu aiye awa ọmọ Ọlọrun ku bayi, ni orukọ Jesu.

9. Oluwa, jẹki agbara agbelebu ati ti Ẹmi Mimọ maa tu jade bayi lati rọ ẹran ara loye ninu aiye wa, ni orukọ Jesu.

10. Baba Oluwa, jẹki igbe aiye Jesu Kristi Oluwa wa maa fidi mulẹ lotitọ ninu ẹya ara Kristi, ni orukọ Jesu.

11. Gbogbo agbara imọ-tara-ẹni-nikan, ilepa ti o lodi ati aigbẹkọ maa fọ si wẹwẹ, ni orukọ Jesu.

12. Baba Oluwa, fun ẹya ara Kristi ni ọkan Kristi, ẹmi idariji, ẹmi ifarada, ironupiwada tootọ, imoye, ifara-ẹniji, irẹlẹ, iwopalẹ, iṣọra ati ọkan lati voriyin fun awọn ti o sun wọn juwa lọ, ni orukọ Jesu.

13. Gbogbo agbara aigbọran ninu aiye awa ayanfẹ, a pe yin nija a si fa yin lulẹ, ni orukọ Jesu.

14. A paṣẹ awọn ibukun wọnyi sori ẹya ara Kristi ati si gbogbo iranṣẹ Ọlọrun tootọ, ifẹ, igbagbọ, iwosan latọdọ Ọlọrun, itẹsiwaju, isọtẹlẹ, ọrọ imọ, oniruuru ede, ẹwa ati ogo Ọlọrun, ifiniji ati ifi ọkan sin, ayọ, iwapẹlẹ, iwa-irẹlẹ, iwosan pipe, imọ-ẹmi yatọ, iṣẹ-iyanu ṣiṣe, itumọ ede, iwa bi Ọlọrun ati iwa mimọ, alafia, iṣẹrere, iwa tutu, iseso, ẹbun iwosan, ọrọ ọgbọn.

15. Baba Oluwa, da ipongbe ati ipebi fun Ọlọrun ati fun iwa mimọ silẹ ninu aiye wa bayi, ni orukọ Jesu.

16. Oluwa, ran isọji Rẹ sinu ẹya ara Kristi.

17. Oluwa, fọ gbogbo iranṣẹ Rẹ ati awọn ohun elo Rẹ ki O si kun wọn lọtun, ni orukọ Jesu.

18. Baba Oluwa, jẹ ki ojo Ẹmi Mimọ bẹrẹ sini rọ s'ori gbogbo iranṣẹ Ọlọrun lẹkun rẹrẹ ati l'ọtun, ni orukọ Jesu.

19. Oluwa, fun gbogbo iranṣẹ Rẹ ni agbara lati le gbe igbe aiye adura ti o mu ina doko, ni orukọ Jesu.

20. Oluwa, rọjo alagbaṣe ti o jẹ olotitọ, ti o fi ọkan sin ti o si gbọran sinu ọgba ajara Rẹ, ni orukọ Jesu.

21. A fọ gbogbo aṣẹ ati idari satani lori ọkan ọmọ eniyan, ni orukọ Jesu.

22. Gbogbo ẹmi ti nfi ọkan awọn eniyan sinu igbekun, a fọ egungun ẹhin yin si wẹwẹ, ni orukọ Jesu.

23. Gbogbo majẹmu ti o wa laarin ọkan ọmọ eniyan ati satani, a fọ yin si wẹwẹ, ni orukọ Jesu.

24. Oluwa, jẹki ẹmi idurotiri, ipongbẹ ati ipebi fun Ọlọrun wa sori gbogbo awọn ti o ṣẹṣẹ fi aiye wọn fun Jesu.

25. Oluwa da ina ọtun Rẹ silẹ lati dojuti gbogbo ẹmi agbegbe ti nsiṣe lori awọn atan ihinrere kalẹ ati awọn ajihinrere.

26. A fọ gbogbo agbara ati igbamu aiye yi lori gbogbo ọkan ọmọ eniyan, ni orukọ Jesu.

27. A tu ẹmi igbala sori gbogbo ọna ati ibi gbogbo ti ihinrere ko tii de, ni oruko Jesu.

28. Gbogbo ohun ti o jẹ idiwọ si eto Rẹ fun gbogbo idile onigbagbọ, Oluwa mu wọn kuro.

29. A paṣẹ ki gbogbo ẹmi ibinu, ẹmi iṣekuṣe, ẹmi aigbagbọ, ailera, ariyanjiyan ati aini ifarada maa ja ide wọn ati igbamu wọn kuro lori gbogbo idile onigbagbọ, ni orukọ Jesu.

30. Oluwa, jẹki gbogbo idile onigbagbọ jẹ imọlẹ si gbogbo aiye ati ọkọ irinna fun igbala, ni orukọ Jesu.

31. Oluwa, gbe Esteri, Rutu ati Deborah dide ninu iran wa yi, ni orukọ Jesu.

32. Gbogbo agbara ti npa ayọ-ọrun ninu idile, ẹ maa bajẹ, ni orukọ Jesu.

33. Oluwa, fun wa ni ọgbọn ti o ye koro, lati tọ awọn ọmọ wa ni ọna Rẹ ninu ogo Ọlọrun.

34. Gbogbo igbeyawo onigbagbọ ti ọta ti ṣe atunto rẹ, ẹ maa gba atunto Ọlọrun bayi, ni orukọ Jesu.

35. Oluwa, jẹki ẹmi ọgbọn, idajọ, ifara-ẹniji, iwa pẹlẹ, igbọran si ọrọ Ọlọrun, iṣotitọ ninu ile maa wa sori gbogbo idile onigbagbọ, ni orukọ Jesu.

36. Oluwa, mu gbogbo ẹmi ti o lodi kuro larin awa ọmọ Rẹ ki o si fi ẹmi ti o tọ si arin wa, ni orukọ Jesu.

37. A gba aṣẹ lori gbogbo eto ati iṣẹ satani lori gbogbo idile awọn iranṣẹ Ọlọrun, ni orukọ Jesu.

38. Oluwa, mu ki okun ati agbara awọn iranṣẹ Rẹ pọ si lati ṣiṣẹ iranṣẹ laarin wa, ni orukọ Jesu.

39. Oluwa, jẹki ijọba Kristi de si gbogbo orilẹ-ede nipa ina, ni orukọ Jesu.

40. Gbogbo ohun ti nṣe eto eniyan ninu ẹya ara Kristi, Oluwa ba a jẹ ki O si gbe eto ti Rẹ kale, ni orukọ Jesu.

ADURA FUN ORILĘ EDE
A O MA A GBA A DEEDE NI ỌJỌJỌ ĘTI

BIBELI KIKA: 1Tim 2:1-2: Nitorina mo gba nyin niyanju şaju ohun gbogbo, pe ki a ma bęę, ki a ma gbadura, ki a ma şipę, ati ki a ma dupę nitori gbogbo enia; Fun awọn Ọba, ati gbogbo awọn ti o wa ni ipo giga; ki a le ma lo aiye wa ni idakęję ati pęlę ninu gbogbo iwa-bi-Ọlọrun ati iwa agba.

Jer 1:10: Wo o, li oni yi ni mo fi ọ şe olori awọn orilę-ede, ati olori ijọba wọnni, lati fatu, ati lati fa lulę; lati parun, ati lati wo lulę; lati kọ, ati lati gbin.

Isa 61:1-6, Efe. 6:10-16.

Iyin ati ijọsin si Ọlọrun

1. Baba, ni orukọ Jesu, a jęwọ gbogbo ęsę ati aişedede ilę wa, ti awọn baba nla wa, ti awọn adari wa ati ti awa ọmọ orilę-ede yi, fun apęęrę, iwa ipa, kikọ Ọlọrun silę, iwa ibaję, ibọrişa, iwa ole, ifura, iwa aişododo, ikoro, ogun itajęsilę, ikorira ati igbimọ lati şe iku pa ęya kan, iwa işọtę, ọtę, tita-ęję-alaişę-silę, ogun ęlęya-męya, jiji ọmọ gbe ati iwa işe-ikupani, işę-ęmi-okunkun, ifi-nkan-şofo, aibikita wọbia ati bęębęę lọ.

2. A bębę fun aanu ati idariji, ni orukọ Jesu.

3. Oluwa, ranti ilę wa ki O si ra ilę wa pada, ni orukọ Jesu.

4. Oluwa, gba ilę wa lọwọ iparun ati idajọ.

5. Oluwa, ję ki agbara iwosan Rę bęrę sini şişę lori ilę wa, ni orukọ Jesu.

6. Gbogbo agbara ati ipa okunkun ti ndi rinrin ỌlỌrun lọwọ lorilę-ede yi, ę yarọ, ni orukọ Jesu.

7. Iwọ ọkunrin alagbara ti a yan ti orilę-ede yi, a paşę ki o wọnu ide, ki o si gba itiju, ni orukọ Jesu.

8. Gbogbo agbekalę ibi ati igi satani ni orilę-ede yi, a fa yin tu, a si sọ yin sinu adagun ina, ni orukọ Jesu.

9. A duro lodi si gbogbo ęmi aşodi si Kristi ti nşişę lodi si orilę-ede yi, a si paşę ki wọn maa gba ijakulę, ni orukọ Jesu.

10. A paşę ki okuta ina latọdọ Ọlọrun maa bọ lu gbogbo işe ati işę satani ni apapọ lorilę-ede yi, ni orukọ Jesu.

11. Gbogbo ifę, eto, ọgbọn, ati ireti ọta fun orilę-ede yi, ę gba ijakulę, ni orukọ Jesu.

12. Gbogbo ęgun satani lori orilę-ede yi, şubu lulę ki o ku, ni orukọ Jesu.

13. Nipa ęję Jesu, gbogbo ęsę, aiwa-bi-Ọlọrun, ibọrişa ati gbogbo ọgbọn ibi, ę maa dękun ni ilę wa, ni orukọ Jesu.

14. Ni orukọ Jesu, a fọ gbogbo majęmu ati ifiniji ibi ti a ti şe lori ilę wa.

15. A pe ẹjẹ Jesu sori orilẹ-ede yi, ni orukọ Jesu.

16. A paṣẹ ifẹ Ọlọrun si ilẹ yi, bi eṣu fẹ, bi eṣu kọ.

17. Gbogbo agbara ati aṣẹ ti o lodi ni ilẹ Naijiria, ẹ gba ijakulẹ ati itiju, ni orukọ Jesu.

18. A ti gbogbo ilẹkun satani ni ilu kọọkan ni orilẹ-ede yi, ni orukọ Jesu.

19. Gbogbo itẹ ibi ni orilẹ-ede yi, ẹ fọ si wẹwẹ, ni orukọ Jesu.

20. A de gbogbo ipa ti o lodi ti nṣiṣẹ ninu aiye awọn adari wa ni orilẹ-ede yi, ni orukọ Jesu.

21. Oluwa, da ọwọ ina Rẹ le gbogbo awọn olori wa ni orilẹ-ede yi, ni orukọ Jesu.

22. A de gbogbo Ẹmi okunkun mujẹ-mujẹ ni orilẹ-ede yi, ni orukọ Jesu.

23. Oluwa, jẹki Ọba Alade Alafia jọba ni gbogbo ọna orilẹ-ede yi, ni orukọ Jesu.

24. Gbogbo ọta ihinrere, ẹ gba ijakulẹ ki ẹ si yarọ, ni orukọ Jesu.

25. Oluwa, ni orilẹ-ede yi, pese awọn oludari ti wọn ki yi o ri iṣẹ wọn bi anfani lati ko ọrọ orilẹ-ede yi jẹ, ṣugbọn ti wọn yi o ri iṣẹ wọn gẹgẹ bi i oun ti Ọlọrun gbe le wọn lọwọ lati ṣe tọkan-tọkan, ni orukọ Jesu.

Oluwa, jeki gbogbo aiwa-bi-Ọlọrun gba iparun nipa ina Ọlọrun, ni orukọ Jesu.

Oluwa, jẹki awọn adari wa ni ilu yi kun fun ọgbọn ati imọ Ọlọrun, ni orukọ Jesu.

Oluwa, jẹki awọn adari wa ni orilẹ-ede yi kọ imọran enia ati ti ẹmi okunkun ki wọn si tẹle imọran ti Ọlọrun, ni orukọ Jesu.

. Oluwa, jẹki awọn adari wa ni orilẹ-ede yi kun fun ọgbọn ati imọ Ọlọrun, ni orukọ Jesu.

). Oluwa, jẹki ijọba orilẹ-ede yi jẹ eyi ti yi o maa gba aṣẹ ati idari latọdọ Ọlọrun, ni orukọ Jesu.

1. Gbogbo pẹpẹ satani ni orilẹ-ede yi, ẹ gba ina Ọlọrun ki ẹ si jona di eeru, ni orukọ Jesu.

32. Gbogbo woli, alufa, ati adajọ ẹlẹmi okunkun, a payin lẹnu mọ, ni orukọ Jesu. A paṣẹ ki wọn maṣe da si ọrọ orilẹ-ede yi mọ, ni orukọ Jesu.

33. Ẹjẹ Jesu, fọ ilẹ wa mọ kuro lọwọ gbogbo adalu-ẹjẹ, ni orukọ Jesu.

34. A paṣẹ ina Ọlọrun sori gbogbo oriṣa, ẹbọ, etutu, ojubọ ati itẹ satani ni orilẹ-ede yi, ni orukọ Jesu.

35. Gbogbo adehun ti a mọ ati eyi ti a ko mọ, ti awa enia orilẹ-ede yi ti ni pẹlu satani, ẹ ba jẹ, ni orukọ Jesu.

36. A gba gbogbo ẹtọ wa, a si fi wọn jin fun Jesu.

37. Oluwa, jẹki gbogbo ilu ti mbẹ lorilẹ-ede yi ni iriri ibukun ati ifarahan Jesu.

38. A paṣẹ ki gbogbo ẹmi aìka-ofin-si, iwa-ibajẹ, ati mimu ogun-oloro ni orilẹ-ede yi maa yarọ, ni orukọ Jesu.

39. Oluwa, jẹki agbara, ifẹ ati ogo Ọlọrun fi di mulẹ ni ilẹ wa, ni orukọ Jesu.

40. Oluwa, jẹki ebi ati ipongbẹ fun Ọlọrun kun ọkan gbogbo Kristiani ni orilẹ-ede yi, ni orukọ Jesu.

41. Oluwa, gbe ẹmi isọji kalẹ ni ilẹ Naijiria.

42. Oluwa, da ọwọ ina Rẹ le Olori-ogun, ọmọ-ogun, ọlọpa, Ile iṣẹ ati Ibi Ikẹkọ, Ile ẹkọ giga ti Fasiti, Ilẹ-ẹkọ giga ti Girama ni orilẹ-ede yi.

43. A paṣẹ ki agbara Jesu Kristi Oluwa bale ọrọ-aje orilẹ-ede yi, ni orukọ Jesu.

44. A paṣẹ ki iṣerere ati ibukun Oluwa wa nigbogbo ọna orilẹ-ede yi, ni orukọ Jesu.

45. A paṣẹ iyarọ fun gbogbo agbara ti nhalẹ mọ oṣelu, ọrọ, ati ifidimulẹ orilẹ-ede yi, ni orukọ Jesu.

46. Gbogbo ipa satani lori orilẹ-ede yi, latọdọ awọn ilu miran, a paṣẹ ki ẹ yarọ, ni orukọ Jesu.

47. Ni orukọ Jesu, a paṣẹ idarudapọ ati ede-aiyede saarin awọn ọmọ ẹrubirin ni ti o nfẹ fi ilu yi sinu ide.

48. Ni orukọ Jesu, a fọ gbogbo majẹmu ti o wa laarin awọn adari wa ati ipa satani lati ita.

49. Ni orukọ Jesu, a paṣẹ iyarọ fun gbogbo ẹmi ifi ọrọ ṣofo ni orilẹ-ede yi.

50. A paṣẹ ki ẹmi baara fi ilu yi silẹ, ni orukọ Jesu.

51. Oluwa, fi titobi Rẹ han lori ọrọ orilẹ-ede yi, ni orukọ Jesu.

52. Oluwa, jẹki ijọba Jesu Kristi de si orilẹ- ede yi, ni orukọ Jesu.

53. Oluwa, ṣe ohun ọtun ni ilu wa yi lati fi agbara ati titobi Rẹ han awọn keferi.

54. Oluwa, jẹki ijọba Jesu Kristi de sinu ọkan gbogbo ọmọ orilẹ-ede yi.

55. Oluwa, ṣaanu fun orilẹ-ede yi.

56. Gbogbo ogo ilẹ yi ti o ti sọnu, Oluwa da pada fun wa ni orukọ Jesu.

57. Gbogbo ibikibi ni orilẹ-ede yi ti ihinrere Jesu Kristi ko tii de, a paṣẹ ki o de bẹ, ni orukọ Jesu.

58. Oluwa, ran alagbaṣe sinu ọgba ajara Rẹ lati le mu ihinrere tọ awọn ti ko tii gbaa ni orilẹ-ede yi.

59. Gbogbo odi agbara ẹmi oṣi ni ilu yi, a wo yin lulẹ, ni orukọ Jesu.

60. Oluwa, bẹrẹ eto Rẹ fun ilu yi, ni orukọ Jesu.

61. Gbogbo agbara okunkun ti nṣiṣe lodi si awọn ile ikẹkọ wa, ẹ gba itiju, ni orukọ Jesu.

62. Gbogbo awọn aṣoju satani ni ibi giga ni ilu yi, ẹ tuka, ni orukọ Jesu.

63. Gbogbo itẹ ibi nipa ti ẹmi ti o nti gbogbo itẹ ti a fojuri lẹhin ni ilẹ Naijiria, ẹ tuka, ni orukọ Jesu.

64. Gbogbo majẹmu satani ti ẹnikẹni ti ṣe nitori orilẹ-ede yi, va ifagile, ni orukọ Jesu.

65. Gbogbo ejo ati akeekee ti igbimọ ni ori-o-jori ni ilẹ kọọkan ni orilẹ-ede yi, a tẹ yin pa, ni orukọ Jesu.

66. A paṣẹ atunto eto ni ayika wa lati ṣe wa ni anfaani ni ilu yi, ni orukọ Jesu.

67. Gbogbo ọba ajeeji ti a yan nipa ti ẹmi, sori itẹ ni ilu yi, a rọ yin loye, ni orukọ Jesu.

68. Gbogbo ọlọla, ijoye, agbara, alaṣẹ, okunkun, iwa buburu ni ibi giga ti nṣiṣẹ lodi si ilu yi, ẹ wọnu ide ki ẹ si gba itiju, ni orukọ Jesu.

69. Oluwa, jẹ ki ododo Rẹ jọba ni gbogbo ẹya ilu yi, ni orukọ Jesu.

70. Yin Ọlọrun lati dupẹ pe O ti gbọ adura yi.

ÌPELE KINÍ – SÍSO PÒ MÓ OLÓRUN ÌLÈKÙN TÓ ŞÍ ŞÍLÈ

BÍBÉLÌ KÍKÀ: Ìşe àwọn Àpóstélì 12

Ìjéwó: *Isaiah 59: 1 – 2. Kíyèsi, ọwọ́ Olúwa kò kúrú láti gbani, bẹ́ẹ̀ni etí rẹ kò wúwo tí ki yio fi gbọ́ - şùgbọ́n àişedédé nyín ni o yà yín kúrò lọ́dọ̀ Olọ́run nyín àti èşè nyín ni ó pa ojú rẹ mọ́ kúrò lọ́dọ̀ nyín tí on kì yío fi gbọ́.*

ÌPELE KÌÍNÍ, OJÓ KÌÍNÍ (06-08-2018)

1. Ọdún yí yió jẹ odún ìkórè àkúnwọ́ sílẹ̀ òjijì mi, Ní Orúkọ Jésù
2. Bàbá mi, pàrọ̀ aşọ mi ni ọdún yí Ní Orúkọ Jésù
3. Bàbá mi, lo etò yi láti şe ayé mí ní èşọ́ ni ọdún yi Ní Orúkọ Jésù
4. Kíni ìşòro tó ti kọjá tí on bú ramúramù sí mi panu mọ́, Ní Orúkọ Jésù
5. Ìwọ agbára o fẹ́rẹ́ de bẹ́, kú, Ní Orúkọ Jésù
6. Aşẹ̀dá ìşòro, a fa ẹ̀mí ìşòro gùn, ku, Ní Orúkọ Jésù
7. Bàbá mi, lo gbogbo òru ọdún yi láti fi àşírí tó jinlẹ̀ nípá àyànmọ́ mi hàn mi, Ní Orúkọ Jésù
8. Mo tú gbogbo ìpàdé ibi tí wọ́n nşètò lòdì sí mi ká, Ní Orúkọ Jésù
9. Olórun Bàbá mi, wá mi rí, yán mí, kí o sì mú mi jádé kúrò lí àárín èrò, Ní Orúkọ Jésù
10. Gbogbo ọ̀tá ẹ̀kúnrẹ́rẹ́ ayọ́ mi ní ojú yío tì, Ní Orúkọ Jésù
11. Ẹnu mi yío gbọ̀rọ̀ ju ti àwọn ọ̀tá mi lọ. Ní Orúkọ Jésù
12. Ẹmi yio kọ orin mi, n yio si jó ijó mi Ní Orúkọ Jésù
13. Ìròyìn ayọ̀ yío wá ni ri ìhà gbogbo, Ní Orúkọ Jésù
14. Àjé ìyówù tí ó nfi àyànmọ́ mi şeré li a o parẹ́ danù, Ní Orúkọ Jésù
15. Ipò òkùnkùn tí o n da àyànmọ́ mi laamu, túká, Ní Orúkọ Jésù
16. Agbára-ká-gbára tí o n fẹ ki nkú, kú dípò mi, Ní Orúkọ Jésù
17. Agbàra-ká-gbàra tí o ti şètò pósí lòdì sí mi yio gba ìjákulẹ̀, Ní Orúkọ Jésù
18. Àyọkúrò tí sátánì àti àfikún tí sátánì tí wọ́n dojú rẹ kọ́ mí yiò kú, Ní Orúkọ Jésù
19. Olórun dìde, kí o sì fún mi ni ìdí Pàtàkì tí n yí fi şe àjọyọ̀ àti rérìn ní ọdún yi ti Ní Orúkọ Jésù
20. Gbogbo àkókò ìwàláyé mi ni yio jẹ ìjákulẹ̀ fún ọtá Ní Orúkọ Jésù
21. Èmi ko ni tàse Móse mi lí odún yi, Ní Orúkọ Jésù

ÌPELE KÌÍNÍ, ỌJỌ́ KEJÌ (07-08-2018)

Ìjẹ́wọ́: *Isaiah 59: 1 – 2. Kíyèsi, ọwọ́ Olúwa kò kúrú láti gbani, bẹ́ẹ̀ni etí rẹ kò wúwo tí ki yio fi gbọ́ - ṣùgbọ́n àìṣedédé nyín ni o yà yín kúrò lọ́dọ̀ Ọlọ́run nyín àti ẹ̀ṣẹ̀ nyín ni ó pa ojú rẹ mọ́ kúrò lọ́dọ̀ nyín tí on kì yío fi gbọ́.*

22. Bàbá mi jẹ́ ki eyiti o pójù lọ mi lí ọdún tí o kọjá jẹ́ èyítí o kéré jùlọ ni li ọdún yi, Ní Orúkọ Jésù.
23. Mo kéde rẹ pe èmi ki yio kùná, Ní Orúkọ Jésù
24. Olúwa, gba mi lọ́wọ́ àwọn ogun àjèjì, Ní Orúkọ Jésù
25. Bàbá mi, jẹ́ ki àkókò yii jẹ́ àkókò Júbílèe àti ìdùnnú mi, Ní Orúkọ Jésù
26. Gbogbo aṣọ isá òkú ti o dè ọwọ́ mi, ẹ yangbẹ danú, Ní Orúkọ Jésù
27. Gbogbo ọwọ́ ibi tí o de emi àti ayé mi, ẹ tú mi sílẹ̀ kí ẹ sí jẹ́ kín lọ, Ní Orúkọ Jésù
28. Ìwọ àlá onírúrú asán, poora, Ní Orúkọ Jésù
29. Gbogbo agbára tí o nfa ọwọ́ ago ayé mi séyìn, ẹ kú Ní Orúkọ Jésù
30. Agbára k'ágbára tí ó fi kọ́kọ́rọ́ ìgbéga mi pamọ́, kú, Ní Orúkọ Jésù
31. Mo yọ orúkọ mi kúro`nínú gbogbo àkọsílẹ̀ ẹbí tì sátánì Ní Orúkọ Jésù
32. Àsopọ̀ èjẹ̀ sátánì tí ó wà lí àárín mi àti ẹbí mi, fọ́, Ní Orúkọ Jésù
33. Mo fọ agbára ẹ̃gún agbègbe tí o nja ayé mí.
34. Gbogbo ilé ìgba ìròyìn sílẹ̀ tí ẹlẹ́mi òkùnkùn ẹ túká, Ní Orúkọ Jésù
35. Gbogbo agbára tí o nfi ikú le pa mi, kú, Ní Orúkọ Jésù
36. Gbogbo agbára tí o ti yà mí sọ́tọ̀ fún ìpọ́njú, kú, Ní Orúkọ Jésù
37. Ìwọ agbára ìlàkàka aláìlérè, kú, Ní Orúkọ Jésù
38. Ìpàlé lé ajẹ àtirandíran, fọ́, Ní Orúkọ Jésù
39. Ònfà ìkùnà, kú, Ní Orúkọ Jésù
40. Olúwa, ẹ jẹ̀rì orúkọ nlá yín lórí ipò mi, Ní Orúkọ Jésù
41. Olúwa, ẹ jẹ̀rì agbára nlá yín lórí ipò mi, Ní Orúkọ Jésù
42. Agbára k'ágbára tí on gba agbára sátánì nítorí mi, kú, Ní Orúkọ Jésù

ÌPELE KÌÍNÍ, ỌJỌ́ KẸTA (08-08-2018)

Ìjẹ́wọ́: *Isaiah 59: 1 – 2. Kíyèsi, ọwọ́ Olúwa kò kúrú láti gbani, bẹ́ẹ̀ni etí rẹ kò wúwo tí ki yio fi gbọ́ - ṣùgbọ́n àìṣedédé nyín ni o yà yín kúrò lọ́dọ̀ Ọlọ́run nyín àti ẹ̀ṣẹ̀ nyín ni ó pa ojú rẹ mọ́ kúrò lọ́dọ̀ nyín tí on kì yío fi gbọ́.*

43. Mo tú ìràwọ̀ mi sílẹ̀ kúró lọ́wọ́ agbára àránsí àti ogun, Ní Orúkọ Jésù
44. Gbogbo àṣeyọrì tí ko kójú òṣùwọ̀n, tí wọn gbìn sínú ìràwọ̀ mi, kú, Ní Orúkọ Jésù
45. Ọlọ́run dìde kí ò sí tú ìbùkún mi tí wọ́n dè lọ́nà sílẹ̀, Ní Orúkọ Jésù
46. Mo tu ìyọnu inú Bíbélì sórí gbogbo àjọ àjẹ tí on yọ ayé mi lénu, Ní Orúkọ Jésù

47. Ẹgbé mi fún gbogbo agbára ti wọn yan láti da mi dúró sí ojú kán, Ní Orúkọ Jésù

48. Bàbá, jẹ́ kí àtùpà/àbẹ̀là àwọn ènìyàn, kú, Ní Orúkọ Jésù

49. Ọlọ́run pín ìbànújẹ́ fún gbogbo àwọn àjọ àjẹ́ tí wọ́n yan lódì sí mi, Ní Orúkọ Jésù

50. Ọlọ́run dìdè, jẹ́ kí ìbínú Rẹ jẹ́ ónjẹ òwúrọ̀, ónjẹ ọ̀sán àti ónjẹ àṣálẹ́ fún gbogbo agbára tí wọn bẹ lọ́wẹ̀ làtì fi mí ré, Ní Orúkọ Jésù

51. Mo tú ìrúkèrudò àti iṣẹ́ sórí agbára K'ágbára tí wọn rán láti ṣe àyànmọ́ mi yanmọyanmọ, Ní Orúkọ Jésù

52. Àfipa gba gbèsè àti ìrandéran, já ìdè rẹ, Ní Orúkọ Jésù

53. Olúwa, jẹ́ kí isọdahoro àti iparun lépa àwọn àlepa mi, Ní Orúkọ Jésù

54. Gbogbo ohun tí o n sòrọ̀ àṣẹ Íati da ayé mi lóró àti láti dènà ayé mi, kú, Ní Orúkọ Jésù

55. Ohun gbogbo tí wọ́n nlo láti ṣèrùbà àyànmọ́ mi, ẹ ta padà, Ní Orúkọ Jésù

56. Èyin Àngélì ológun láti ọrun, ẹ dìde, ẹ ti gbogbo olórí àlùfá sátánì ti o nyọ ayé mi lẹ́nu mọ́lẹ̀, Ní Orúkọ Jésù

57. Bí mo tí nwọ inú ogun lọ, mo fi ẹ̀jẹ Jésu bo ara mi Ní Orúkọ Jésù

58. Mo bèrè fún àbùwọ́n ẹ̀jẹ Jésù sórí agbègbè yi, Ní Orúkọ Jésù

59. Mo kọ gbogbo ìdásì ẹran ara àti sátánì nínú àdúrà mi, Ní Orúkọ Jésù

60. Ọlọ́run dìdè, kí o sì fa ọrun yá nínú irunù àti ìbínú Rẹ, kí o sì sọ̀kalẹ̀ si agbègbe yi, Ní Orúkọ Jésù

61. Bàbá, jẹ́ ki àwon àjọ àjẹ́ yọ́ bi ìdà níwájú iná Ní Orúkọ Jésù

62. Ọlọ́run, bẹ gbogbo ọfọ̀ àjẹ́ wò pẹlú ara, iṣẹ̀lẹ̀ àti ariwo nlá, Ní Orúkọ Jésù

63. Ọlọ́run, dìde pàṣẹ fún àwọn Àngélì kí wọ́n da iná àjòòkú sórí gbogbo ojúbọ àwọn àjẹ́.

ÌPELE KÌÍNÍ, ỌJỌ́ KẸRIN **(09-08-2018)**

Ìjẹ́wọ́: *Isaiah 59: 1 – 2. Kíyèsi, ọwọ́ Olúwa kò kúrú láti gbani, bẹ́ẹ̀ni etí rẹ kò wúwo tí ki yio fi gbọ́ - ṣùgbọ́n àiṣedédé nyín ni o yà yín kúrò lọ́dọ̀ Ọlọ́run nyín àti ẹ̀ṣẹ̀ nyín ni ó pa ojú rẹ mọ́ kúrò lọ́dọ̀ nyín tí on kì yío fi gbọ́.*

64. Ọlọ́run dìde kí O sì dá rúdurùdu sílẹ̀ ní àgọ àjẹ́, Ní Orúkọ Jésù

65. Èyin Àngélì elẹ́tó, ẹyin Àngélì ibi. Èyin Àngélì ológun. Èyin Àngélì ẹ̀ṣọ́ alâabò ẹyin ángélì iṣẹ́ ìránṣẹ́ kérúbù, ángélì agbègbè ẹ pa àwọn tí ó báyẹ láti pa kí àyànmọ́ mi le ṣerere, Ní Orúkọ Jésù

66. Ìwọ ilẹ̀, kọ̀ láti ṣe àbájáde ìgbìmọ̀ àwọn adáhunṣe / aláwo tí wọ́n yàn lòdì sí mi Ní Orúkọ Jésù.

67. Mo dàarú, mo si fagile, àwọn àṣọtẹ́lẹ̀ àjẹ́ tí wọ́n yan lòdì sí mi Ní Orúkọ Jésù

68. Mo ṣètò ìdájọ́ àwọn àjẹ́ sí inú àwọn ọrun Ní Orúkọ Jésù

69. Olórun, da ìdọ̀tí ìríra sí orí àjọ àjẹ́ tí o wa lí àgbègbé yi, Ní Orúkọ Jésù

70. Bàbá, jẹ́ ki tábílì ẹni ìkà nínú ẹbí mi di ìdẹ̀kún fun wọn, Ní Orúkọ Jésù

71. Bàbá, jẹ́ kí ẹ̀jẹ̀ àwọn ọ̀tá mi di ìdẹ̀kùn fún wọn, Ní Orúkọ Jésù

72. Bàbá, jẹ́ kí ojú àwọn àjẹ́ tí o nṣiṣẹ́ ní agbègbè yí ṣókùnkùn, Ní Orúkọ Jésù

73. Olúwa, jẹ́ kí àjọ àwọn àjẹ́ ilé bàbá mi di ahoro tóbẹ̀ gẹ́ kí ẹnikẹni máṣe gbé inú wọn, Ní Orúkọ Jésù

74. Bàbá, Olúwa, jẹ́ ki jíjábọ́ forísọlẹ̀ maá dé bá fífò àwọn àjẹ́ àti oṣó, Ní Orúkọ Jésù

75. Kò sí àjẹ́ ná tàbí oṣó nâa tí yíó fi ayé mi rúbọ, Ní Orúkọ Jésù

76. Ẹ̀yin ẹmí omi tí ónṣiṣẹ́ pọ́ pẹ̀lú ẹmí àjẹ́ lòdì sí ayé mi, mo dá yín lẹ́jọ́ nípa iná, Ní Orúkọ Jésù

77. Ayaba ọ̀run ti ónṣiṣẹ́ pọ̀ pẹ̀lú àjẹ́ lòdì sí ayé mi, mo dá yín lẹ́jọ́ iná, Ní Orúkọ Jésù

78. Bàbá ní àrá agbára Rẹ, jẹ́ kí òrùn wọ́ sí orí àwọn pẹpẹ àjẹ́ ní agbègbé yí, Ní Orúkọ Jésù

79. Bàbá, jẹ́ kí ojú ọjọ́ àwọn ọ̀tá mi ṣókùnkùn Ní Orúkọ Jésù

80. Ìwọ oorun pa agbára iṣẹ́ àjẹ́ àti agbára oṣó ti wọ́n yàn lòdì sí mi li ọsán. Ìwọ òṣùpá pa wọ́n nígbà òrú, Ní Orúkọ Jésù

81. Bàbá, jẹ́ kì àwọn ìràwọ̀ lí ọ̀wọọ̀wọ̀ wọ́n bá àwọn àjẹ́ àti oṣó tí won ni ìdílé mi jà, Ní Orúkọ Jésù

82. Mo fi kọ́kọ́rọ́ Dáfídì tí gbogbo àjọ àjẹ́ pa, Ní Orúkọ Jésù

83. Ọlọ́run ran àjì lílé rẹ, kí o bà lé àwọn ilé àjẹ́ ní ìdílé bàbá mì pẹlú ìrora nlá

84. Ọlọ́run, dìde, kí o sì tẹ́ mọ́lẹ̀, gbogbo ẹgbẹ́ àjẹ́, Ní Orúkọ Jésù

ÌPELE KÌÍNÍ, ỌJỌ́ KARÙN (10-08-2018)

Ìjẹ̀wọ́: Isaiah 59: 1 – 2. Kíyèsi, ọwọ́ Olúwa kò kúrú láti gbani, bẹ̀ẹ̀ni etí rẹ kò wúwo tí ki yio fi gbọ́ - ṣùgbọ́n àiṣedédé nyín ni o yà yín kúrò lọ́dọ̀ Ọlọ́run nyín àti ẹ̀ṣẹ nyín ni ó pa ojú rẹ mọ́ kúrò lọ́dọ̀ nyín tí on kì yío fi gbọ́.

85. Ọlọ́run, dìde jẹ́ kí àtẹ̀gùn ìjì líle bà lé àwọn agbára àjẹ́, Ní Orúkọ Jésù

86. Ọlọ́run jẹ́ kí ọjọ́ ìjàmbá dé bá ẹgbẹ́ ogun àjẹ́ Ní Orúkọ Jésù

87. Ọ̀pó ẹmí òkùnkùn tí o gbé àwọn ọ̀tá mi ró, wó palẹ̀ Ní Orúkọ Jésù

88. Èmi kí yío ku kì ọgo mi tó farahàn Ní Orúkọ Jésù

89. Orúkọ Jésù tí o ga jù gbogbo orúkọ lọ, oa orúkọ ibi rẹ kúrò nínú ayé mi Ní Orúkọ Jésù

90. Gbogbo iṣẹ́ àjẹ́ li àkókò isọmọloruko mi, ku, Ní Orúkọ Jésù

91. Mo rin orúkọ mi sínú ẹ̀jẹ̀ Jésù Ní Orúkọ Jésù

92. Mo gba agbára látí pín òkun pupa mí níyà Ní Orúkọ Jésù

93. Gégé bí ti Dánièlì, Olúwa, gbà mí kúro lọ́wọ̀ àwọn kíníùn sátánì Ni Orukọ Jesu

94. Ìwọ pẹpẹ ìpọ́njú, kú, Ní Orúkọ Jésù
95. Agbára láti yà ṁi sọ́tọ̀ fún ojúrere, bà lé mi, Ní Orúkọ Jésù
96. Àfihàn èjẹ̀ ti sátánì sí inú èjẹ̀ mi gbọ́ ọ̀rọ Olúwa, ayé mi ki ìṣe ìjẹ fún ọ Ní Orúkọ Jésù
97. Gbogbo ìtẹ́ tí o wá lì abẹ́ omi, tí óngbogùn tí aye mi ẹ túká, Ní Orúkọ Jésù
98. Gbogbo afẹ́fẹ́ sátánì, tí on fẹ́ lòdì sí ìṣerere mí, ku, Ní Orúkọ Jésù
99. Gbogbo ìfòróróyàn ti sátánì, tí o nṣọrọ lòdì si mi, ẹ gbẹ dànù Ní Orúkọ Jésù
100. Ìwọ agbára Ọlọ́run, fa gbogbo irúgbín búburú tu kúrò nínú ayé mí, Ní Orúkọ Jésù
101. Èjẹ Jésù, ké ìdàgbàsókè ibi kúrò nínú ọkàn mi
102. Iná Ẹ̀mí mímọ́ yó irúgbìn àìlera danù kúró nínú ayé mi, Ní Orúkọ Jésù
103. Gbogbo àlá ti àwọn àjẹ nṣe àtìlẹ́yìn fún, ẹ kú, Ní Orúkọ Jésù
104. Jésù Olúwa, rìn gẹ́gẹ́ bí oníṣègùn nlá nínú ayé mi, Ní Orúkọ Jésù
105. Ìwọ agbára Ọlọ́run, fa gbogbo ìkorò tu kúrò nínú ọkàn mi, Ní Orúkọ Jésù

ÌPELE KÌÍNÍ, ỌJỌ́ KẸFÀ (11-08-2018)

Ìjẹ́wọ́: Isaiah 59: 1 – 2. Kíyèsi, ọwọ́ Olúwa kò kúrú láti gbani, bẹ̀ẹ̀ni etí rẹ kò wúwo tí ki yio fi gbọ́ – ṣùgbọ́n àìṣedédé nyín ni o yà yín kúrò lọ́dọ̀ Ọlọ́run nyín àti ẹ̀ṣẹ nyín ni ó pa ojú rẹ mọ́ kúrò lọ́dọ̀ nyín tí on kì yío fi gbọ́.

106. Gbogbo àìsàn tí àwọn àjẹ nṣe agbáteẹrù rẹ, ẹ ta padà Ní Orúkọ Jésù
107. Jésù Olúwa, oníṣègùn nlá', wó mí sàn báyì Ní Orúkọ Jésù
108. Bàbá mi fi ìjà fún àwọn tí on bá mi jà, Ní Orúkọ Jésù
109. Ìfimúfílẹ̀ sàtáni lórí ayé mi, kú, Ní Orúkọ Jésù
110. Gbogbo odi/ ògiri ríri àti àìrí tí o lòdì sí àlàjá mi, ẹ fọ́, Ní Orúkọ Jésù
111. Mo gba ìtúnramú tí o ni ìkanra nínú láti ọrun kẹta gẹ́gẹ́ bí ti Danịeli lòdì si gbogbo àwọn alénimádẹ̀yìn, Ní Orúkọ Jésù
112. Gbogbo kaini tí ó wà ṅinú ìran ẹbí mi ẹ kò ní fí mi rúbọ Ní Orúkọ Jésù
113. Gbogbo ọfà àjẹ́ láti ọ̀dọ̀ àwọn bàbánlá mi, kú, Ní Orúkọ Jésù
114. Ọ̀dá tí ó wà lọ́wọ ọkùnrin alágbára ìdílé, ta pàdà Ní Orúkọ Jésù
115. Mo kọ̀ gbogbo bíbu ọ́wọ́ lu, láti fi orúkọ mi sọwọ́ fún sátánì Ní Orúkọ Jésù
116. Mo kéde rẹ pé a ti kọ orúkọ mĩ́ sí inú ìwé ìyè ọ́dọ̀ àgùntàn Ní Orúkọ Jésù
117. Mo kọ̀ gbogbo ayẹyẹ tí óni ṣe pẹ̀lú pé mi o ti ṣe ìgbéyàwó pẹ̀lú satani Ní Orúkọ Jésù
118. Mo kéde rẹ pé ìyàwó Krístí ni mí Ní Orúkọ Jésù
119. Mo kọ̀ gbogbo ìfisìn tí sátánì tí wọ́n ṣe fún mi Ní Orúkọ Jésù
120. Agbára k'ágbára tí o n lo èjẹ̀ mi fún ojúṣe ibi, ẹ já ìdè yín Ní Orúkọ Jésù

121. Mo kò, mo sí lòdì sí gbogbo ègún àti ọ̀rọ̀ ibi tí o nṣiṣẹ́ lòdì si ayé mi Ní Orúkọ Jésù

122. Gbogbo ojúṣe àjẹ́ lòdì sí ayé mi, ẹ gba ìdayàfó Ní Orúkọ Jésù

123. Mo kò gbogbo ojúṣe àwọn ẹ̀mí a fúnitọ́ àti òbí ọ̀run tó lòdì sí ayé mi, Ní Orúkọ Jésù

124. Mo kọ gbogbo ibaptisi ti sátánì, Ní Orúkọ Jésù

125. A ti ba baptisi mi sínú Krísti, ìdánimọ̀ mi, nínú Kristi, lí o wá bàyí Ní Orúkọ Jésù

126. Mo gbe dè, mo sì le jáde ẹ̀mí emèrè ìyówù tí ó so mọ́ ẹ̀ka iyówù nínú ayé mi, Ní Orúkọ Jésù

ÌPELE KÌÍNÍ, ỌJỌ́ KEJE **(12-08-2018)**

Ìjẹ́wọ́: *Isaiah 59: 1 – 2. Kíyèsi, ọwọ́ Olúwa kò kúrú láti gbani, bẹ́ẹ̀ni etí rẹ kò wúwo tí ki yio fi gbọ́ - ṣùgbọ́n àiṣedédé nyín ni o yà yín kúrò lọ́dọ̀ Ọlọ́run nyín àti ẹ̀ṣẹ̀ nyín ni ó pa ojú rẹ mọ́ kúrò lọ́dọ̀ nyín tí on kì yio fi gbọ́.*

127. Ojúṣe Ọlọ́run nìkan ṣoṣo ni mo gbà láyè fún aye Ní Orúkọ Jésù

128. Mo kéde pé gbogbo ègún tí o lòdì sí ayé mi di òtúbántẹ́ Ní Orúkọ Jésù

129. Gbogbo ọgbọ́n ìmọ̀ ẹ̀rọ sátáni, ẹ túká Ní Orúkọ Jésù

130. Gbogbo ìkódè ikú sórí ayé mi, ẹ padà sọ́dọ̀ ẹni tí ó ran yin Ní Orúkọ Jésù

131. Ọlọ́run Bàbá mi, fi kún agbára ònfà iṣerere mi, Ní Orúkọ Jésù

132. Mo já gbogbo ọkàn àiṣedédé ti o wà láariń ẹmi àti ọ̀rọ̀ iyówù Ní Orúkọ Jésù

133. Mo gbaa pada agbègbe ayé mi ní ìyówù tí o ni àsopọ̀ pẹlú ibi Ní Orúkọ Jésù

134. Gbogbo ẹ̀ka ayé mi, ẹ kọ gbígba agbára láti ọwọ́ òkùnkùn, Ní Orúkọ Jésù

135. Mo dá gbogbo ètò ibi tí o lòdì sí ayé mi padà, Ní Orúkọ Jésù

136. Mo lo`ijìyà iná oró lòdì sí àwọn àjẹ idílé, Ní Orúkọ Jésù

137. Mo gbé gbogbo ẹ̀mí ti o nran àwọn ọ̀tá mi lọ́wọ́ dè Ní Orúkọ Jésù

138. Mo gbọn ọta ìbọn òkùnkùn kúró lí orí mi, Ní Orúkọ Jésù

139. Gbogbo agbára tí on fi irun orí mi bá mi jà, ẹ kú, Ní Orúkọ Jésù

140. Àwọn ẹrù àìrí tí òkùnkùn tó wà lórí mi, ẹ gbinà

141. Gbogbo iṣòro tí o wọ inú ayé mí nípasẹ̀ àwọn ogun ti on ja orí, ẹ kú, Ní Orúkọ Jésù

142. Ẹ̀yin agbára idílé bàbá mi, ẹ tú orí mí sílẹ̀ nípa iná, Ní Orúkọ Jésù

143. Ẹ̀yin ejò àti àkekè tí wọ́n yàn lòdì sí ayé mi ẹ kú, Ní Orúkọ Jésù

144. Mo kọ ẹ̀mí irù, mo sì pe ẹmí orí mọ ara mi

145. Mo fagilé agbára gbogbo ẹyin tí o nbẹ lórí mi, Ní Orúkọ Jésù

146. Orí mi, kọ majẹ̀mu ìkùnà, Ní Orúkọ Jésù

147. Orí mí (gbé ọwọ́ ọ̀tún lé iwájú orí rẹ látí ìsìsíyìlọ, ayé yíó rọrùn fún ọ. Nwọn o ma fẹ ọ, nwọn o ma mọ riri rẹ, nwọn o si ma fun ọ lere, Ní Orúkọ Jésù

ÌPELE KÌÍNÍ, ỌJỌ KẸJỌ (13-08-2018)

Ìjẹ́wọ́: *Isaiah 59: 1 – 2. Kíyèsi, ọwọ́ Olúwa kò kúrú láti gbani, bẹ̀ẹ̀ni etí rẹ kò wúwo tí ki yio fi gbọ́ - ṣùgbọ́n àiṣedédé nyín ni o yà yín kúrò lọ́dọ̀ Ọlọ́run nyín àti ẹ̀ṣẹ̀ nyín ni ó pa ojú rẹ mọ́ kúrò lọ́dọ̀ nyín tí on kì yío fi gbọ́.*

148. Iná Ẹ̀mí mímọ́ gbe ọpọlọ mi wọ̀ Ní Orúkọ Jésù
149. Orí mi, kọ̀ gbogbo àyídàyídà àti ibodè ikú àitójó Ní Orúkọ Jésù
150. Ẹ̀mí mímọ́, dé orí mí lí adé pẹ̀lú ogo atokewa, Ní Orúkọ Jésù
151. Mo tú orí mí sílẹ̀ kúró lọ́wọ́ gbogbo májẹ̀mú ibi ti èjẹ̀ lí Orúkọ Jèsù.
152. Gbogbo agbára tí o ṣèdá awọsanma ibi sí orí mí, ẹ túká, Ní Orúkọ Jésù
153. Agbòrùn ibi iyiowù tí o bo orí mi, túká, Ní Orúkọ Jésù
154. Ẹ̀mí Mímọ́ fi orí mi kọ àyànmọ́ àtòké ọrun wá mi, Ní Orúkọ Jésù
155. Iná Ọlọ́run, jó gbogbo ohun èlò àjèjì ti sátànì ti o nbẹ lí orí mí run Ní Orúkọ Jésù
156. Olúwa, da òróró Rẹ sími lórí, bùsi omí àti àkàrà mí, kin le jẹ nínú ọrá ilẹ̀ yí, Ní Orúkọ Jésù
157. Gbogbo orí tí wọ́n gbé ga látí rẹ̀ mí sílẹ̀ mo fà yín lulẹ̀ nípa Ọlọ́run Èlíjàh Ní Orúkọ Jésù
158. Èjẹ Jésù sọrọ iyè sínú orí mi, Ní Orúkọ Jésù
159. Agbára k'ágbára tí o n pe orí mi níwájù jíngí ibi, kú pẹ̀lú jíngí rẹ Ní Orúkọ Jésù
160. Ògo mí, orí mi, dìde kí o tàn, Ní Orúkọ Jésù
161. Agbára k'ágbára tí o n pe orí mi níbi túká Ní Orúkọ Jésù
162. Mo ta gbogbo ọfà àjé tì wọn tási orí mi padà Ní Orúkọ Jésù
163. Mo lo èjẹ Jésù láti fi fagilé àwọn ràbọ̀ràbọ̀ ọ̀wọ̀ ibi ti wọ́n gbé le mi lóri nigbati mo wà lí ọmọ owọ́ Ní Orúkọ Jésù
164. Orí mi, kọ ìrẹ̀sílẹ̀ Ní Orúkọ Jésù
165. Ọfà òkùnkùn tí wọn ta sínú ọpọlọ mi kú Ní Orúkọ Jésù
166. Ìfòróròyàn fún àṣeyọrí tí kó wọ́ pọ̀, bàlé ayé mi, Ní Orúkọ Jésù
167. Ọpọlọ mí jí dìde nípa iná Ní Orúkọ Jésù
168. Agbára k'ágbára tí o n pe orí mi fún ibi túká, Ní Orúkọ Jésù

ÌPELE KÌÍNÍ, ỌJỌ́ KẸSÀN (14-08-2018)

Ìjẹ́wọ́: *Isaiah 59: 1 – 2. Kíyèsi, ọwọ́ Olúwa kò kúrú láti gbani, bẹ̀ẹ̀ni etí rẹ kò wúwo tí ki yio fi gbọ́ - ṣùgbọ́n àiṣedédé nyín ni o yà yín kúrò lọ́dọ̀ Ọlọ́run nyín àti ẹ̀ṣẹ̀ nyín ni ó pa ojú rẹ mọ́ kúrò lọ́dọ̀ nyín tí on kì yío fi gbọ́.*

169. Ibigíga nínú ayé mi, tí o n gbógun ti àyànmọ́ mi, mo fà yín lulẹ̀ Ní Orúkọ Jésù

170. Ìfòróróyàn láti tayọ, gbé ayé mi wọ̀ báyi, Ní Orúkọ Jésù

171. Agbára ìṣẹ̀dá Ọlọ́run dìde, kí o si farahàn láyè mi, Ní Orúkọ Jésù

172. Gbogbo agbára tí on fi orí mí ba mi ja, tẹriba, Ní Orúkọ Jésù

173. Ifororo yan fun titayọ ba le ori mi nípa iná Ní Orúkọ Jésù

174. Ẹ̀mí Mímọ́ Ọlọ́run, kun mi lọ́tun Ní Orúkọ Jésù

175. Bàbá mi fi iná Ẹ̀mí Mímọ́ ràgàbò mi Ní Orúkọ Jésù

176. Gbogbo ìgbèkùn tí o lòdì sí agbára nínú ayé mi, fọ, Ní Orúkọ Jésù

177. Gbogbo àjèjì nípa tí ẹmí lí ayé mí, ẹ sá kúrò lọ́dọ̀ ẹmi mi; Ẹ̀mí Mímọ́ kún mi nípá, Ní Orúkọ Jésù

178. Bábá mi, ta ìgbé ayé ẹmí mí pá si tente orí òkè Ní Orúkọ Jésù

179. Olúwa, ṣí ojú mi àti etí mi láti gba àwọn ohun ìyanu lọ́dọ̀ Rẹ Ní Orúkọ Jésù

180. Olúwa yànda ẹ̀là ahọ́n bí ti iná Re sórí ayé mi, kí o sì jó gbogbo àgbègbè ìpẹ̀hìndà ìgbé ayé tí omi ni ṣàn Ní Orúkọ Jésù

181. Olúwa, wó gbogbo agbègbè ìpẹ̀hìndà ìgbé ayé ti ẹmí ni ṣàn Ní Orúkọ Jésù

182. Olúwa, si òye mí nípa ti ìwé mímọ́, Ní Orúkọ Jésù

183. Olúwa jí mi dìde kúró nínú orun tí ẹni ìyówù, kí ẹ sì ràn mi lọ́wọ́ láti gbé ìhàmórà ìmọ́lẹ̀ wọ̀

184. Mo dúró lòdì sí ohunkóhun nínú ayé mi ti yio mu ki àwọn ẹlòmíràn kọṣè Ní Orúkọ Jésù

185. Olúwa ró mi lí ágbára láti dúrò ṣinṣin lòdì si ìgbésè àti ogbọ́n èṣù Ní Orúkọ Jésù

186. Olúwa fún mi li agbára láti yẹra fún ohunkóhun tàbí ẹnikẹ́ni tí o le fẹ́ gba ipò Ọlọ́run nínú ọkàn mi Ní Orúkọ Jésù

187. Mo gba agbára láti fí ìyẹ́ gun okebiidi Ní Orúkọ Jésù

188. Mo dìde ogun lòdì si àìmọ̀kan nípa ti ẹmí Ní Orúkọ Jésù

189. Mo gbe dè mo sì le jáde gbogbo ẹmi àìgbẹ́kò Ní Orúkọ Jésù

ÌPELE KÍÌNÍ, ỌJỌ́ KẸWÀ (15-08-2018)

Ìjẹ́wọ́: *Isaiah 59: 1 – 2. Kíyèsi, ọwọ́ Olúwa kò kúrú láti gbani, bẹ́ẹ̀ni etí rẹ̀ kò wúwo tí ki yio fi gbọ́ - ṣùgbọ́n àìṣedédé nyín ni o yà yín kúrò lọ́dọ̀ Ọlọ́run nyín àti èṣẹ̀ nyín ni ó pa ojú rẹ mọ́ kúrò lọ́dọ̀ nyín tí on kì yío fi gbọ́.*

190. Nínú ìwà mímọ́ ni ngo ma ṣiṣẹ́ lí ojújumọ́, Ní Orúkọ Jésù

191. Ògọ̀rọ̀ mi yio lọ sí òrun nítorí ayé mi Lí Oruko Jesu

192. Gbogbo agbára ilé bàbá mi, tí on ṣiṣẹ́ lòdì sí ìgbàlà mi, ẹ kú, Ní Orúkọ Jésù

193. Olúwa wó mi pàlẹ̀, kí o si tún mi mo, Ní Orúkọ Jésù

194. Mo gba iná ọ̀tun àti ìfòróró yàn ọ̀tun Ní Orúkọ Jésù

195. Èmi ko ni jé àṣìta ọfà lí ọwọ́ Ẹlẹ́dà mi, Ní Orúkọ Jésù
196. Agbára ìpìlẹ̀ yíówù tí on ṣiṣẹ́ lòdì sí ìgbàlà mi di píparun, Ní Orúkọ Jésù
197. Gbogbo àjàgà tí on ṣiṣẹ́ lòdì si ìdàgbà sókè tí ẹmí nínú ayé mi, fọ́, Ní Orúkọ Jésù
198. Gbogbo òwúsùwúsù ti ẹmí, ẹ poora kúró nínú ìran mi, Ní Orúkọ Jésù
199. Gbogbo ẹmí òngbé, mo gbé yin sin lónì, Ní Orúkọ Jésù
200. Bábá mi, jẹ́ kí omi ìyẹ̀, san wọ gbogbo agbegbe igeb aye ti ẹmi mi ti o ti ddi oku, Ní Orúkọ Jésù
201. Ejò àti àkekè ìpìlẹ̀ ti wọn ṣètò si aye mí lati ba ìgbàlà mi jẹ, ku, Ní Orúkọ Jésù
202. Ọlọ́run Èlíjàh, dìde kí o sì fún mi ni agbada iná mi, Ní Orúkọ Jésù
203. Ohunkóhun ti wọn gbìn sínú mi, tí ko iti farahàn báyì, ṣùgbọ́n ti yio farahàn lí ojó òla látí mú mi pèhìndà, ẹ gbẹ dànù, Ní Orúkọ Jésù
204. Gbogbo agbára àjẹ́ tí o nmu ẹ̀jẹ̀ ìgbé ayé tí ẹmí mí, kú, Ní Orúkọ Jésù
205. Òjò Ọlọ́run síji bò mí, Ní Orúkọ Jésù
206. Òkun Ọlọ́run, ró mi li ágbára
207. Gbogbo ìgbèkùn inú tí on fa ìgbèkùn òde lòdì sí ìgbàlà mi fọ́, Ní Orúkọ Jésù
208. Mo kọ̀ láti fi iṣẹ́ sílẹ̀ fẹ̀hìntì, mo níláti túnra mú Ní Orúkọ Jésù
209. Ìfóróró yàn fún títayọ bá lé orí mí nípa iná Ní Orúkọ Jésù
210. Ọlọ́run dìde, kí o sì fuń mi li àlá ti o ti òkè ọ̀run wá, tí yio yi ayé mi padà, Ní Orúkọ Jésù

IJẸWỌ ẸKA

A ti kọ́ pé "Bi Ọlọ́run bá wà fún wa, tani yíò ṣe" lòdì sí wa Ọlọ́run wa pẹ̀lú mi, kò sí ìbẹ̀rù fún mi, Ní Orúkọ Jésù. Mo gbà ohun èlò ìjà tí ìtọ́ni Ángélì àti iṣẹ wọn sínú ayé mi ni lọ́wọ́lọ́wọ́ yi ní Orúko Jésù. A ti pàṣẹ fún àwọn Ángélì láti òdọ Ọlọ́run wa, láti pa mí mọ́ lí ònà mi gbogbo, mo si gbà wọ́n, Ńwọn nlọ ṣíwájú mi ni ibikíbi tí mo ba nlọ àti nínú ohun gbogbo ti mo ba nṣe; Ńwọn lọ ṣajú latí sọ àwọn ọnà wíwọ̀ di títọ́ fún mi, Ní Orúkọ Jésù. Àwọn Ángélì Ọlọ́run ṣẹ̀ṣọ lórí mi li ọsàn àti lí òru. Ńwọn ri dájú pé búburú kọkanko ṣúbú lu mí lí oruko Jésù. Mo rán àwọn Ángélì Ọlọ́run láti lépa gbogbo àwọn ọtá mi, kíwọ́n si sọ wọn di ìyàngbẹ níwájú afẹ́fẹ́, ní oruko Jésù. Mo sì tún rán ìjì líle kọlù wọ́n, láti pa wọ́n run, àti láti sọ wọ́n sínú ọgbún àìnísàlè ní Orúko Jésù.

Ní Orúkọ Jésù Kristi, ọwọ́ Ọlọ́run ńlá ńbẹ lára mi, o n gbémiró ó sì npami mọ́ kúrò lọ́wọ́ gbogbo àwọn tí o dìde ogun sí mi, Ní Orúkọ Jésù Kristi ti pèsè ore ọfé Rẹ fún mi. Mo bèrè fún ore ọfé na, mo sì gbàa nípa ìgbàgbọ́ ní ọrúkọ Jésù. Mo lẹ ṣe mo si le ni ohun gbogbo nípasẹ Kristi Jésù. Láti ìsìsíyì lọ, ọkàn mi ti wá gba ìtura, nítorí Ọlọ́run tí ma n de li òjíjì, Ọlọ́run olupèsè àti Ọlọ́run ore ọfé sì wa looni itẹ ní Ọrúkọ Jésù.

ÌPELE ÌṢỌ́ ÒRU
(ṢÍṢE LÁARIN AGOGO MÉJÌLÁ ÒRU SÍ AGOGO MÉJÌ ÒRU)
ORIN FÚN ÌṢỌ́ ÒRU (OJÚ EWÉ KẸTÀLA)

1. Ìfihàn àtọ̀runwá, ìran ti ẹmí, àlá àti ìròyìn kò ní wọ́n ní ayé mi, Ní Orúkọ Jésù
2. Ọlọ́run fọ́ agbára àwọn alénimádèhìn sí wẹ́wẹ́ bí amo amọkòkò Ní Orúkọ Jésù
3. Ọlọ́run dìde pẹ̀lú àwọn ohun ìjà ogun Rẹ kí o gba ogun mi jà fún mi Ní Orúkọ Jésù
4. Ọlọ́run jẹ́ ògo mí àti olùgbé orí mi sókè Ní Orúkọ Jésù
5. Àwọn ọ̀tá mi lí a mú wálẹ̀ tí wọ́n sì ṣubú ṣùgbọ́n èmi dìde mo sí dúró ṣinṣin Ní Orúkọ Jésù
6. Olúwa jẹ́ kí ọwọ́ Rẹ wá àwọn ọ̀tá mi ri. Jẹ́ ki ọwọ́ ọ̀tún Rẹ wá àwọn tí o kórira Rẹ ri Ní Orúkọ Jésù
7. Ọlọ́run ṣe àwọn ọ̀tá mi lí ni àkókò ìbínú Rẹ li Ní Orúkọ Jésù
8. Ọlọ́run, dìde, gbé àwọn ọ̀tá mi, nínú ìrúnú Rẹ, ki o si jẹ́ kí iná Rẹ pa wọ́n run Ní Orúkọ Jésù
9. Olúwa jẹ́ kí gbogbo irúgbìn àti èso ọ̀tá, tí wọ́n yàn lòdì sí àyànmọ́ mí bàjẹ́ Ní Orúkọ Jésù
10. Olúwa jẹ́ kí ète búburú ọ̀tá ta padà Ní Orúkọ Jésù
11. Ọlọ́run dìde, ki O sì jẹ́ kí gbogbo àwọn ọ̀tá mi pẹ̀hìndà Ní Orúkọ Jésù
12. Olúwa jẹ́ ki ọfà Rẹ lépa, kí o sì wá gbogbo agbára ìkà tí o n dọdẹ mi ri Ní Orúkọ Jésù
13. Máṣe jínà sí mi, Olúwa, jẹ́ ìrànlọ́wọ́ mi li ìgba ìṣòro Ní Orúkọ Jésù
14. Olúwa, yára láti ràn mí lọ́wọ́ Ní Orúkọ Jésù
15. Ìwọ afẹ́fẹ́ nlá láti aginjù, dìde, wá ilé àwọn agbára tí o n fi ìnú orílè èdè yi ṣòfó rí Ní Orúkọ Jésù
16. Olúwa jẹ́ kí ìyà jẹ gbogbo ọ̀tá tí wọ́n nro pé àwọn ti ga ju ìparun àti ìdájọ́ lọ́ lí orílèdè yí Ní Orúkọ Jésù
17. Ki aṣírí gbogbo ibi ìpamọ́ àwọn ọ̀tá alágídí orílèdè yí tú kí wọ́n fọ́ sí wẹ́wẹ́ Ní Orúkọ Jésù
18. Bàbá mí jẹ́ asà fún mi ní ọ̀nà gbogbo Ní Orúkọ Jésù
19. Ọlọ́run gbọ́ ohùn mí látí òkè mímọ́ Rẹ Ní Orúkọ Jésù
20. Nípa agbára Ọlọ́run alàyè, èmi kí yio bẹ̀rù egbaarun àwọn ènìà tí wọn dìde ogun sí mi Ní Orúkọ Jésù
21. Ọlọ́run lu àwọn ọ̀tá mí lì egungun ẹ̀kẹ́ Ní Orúkọ Jésù

ÌPELE KEJÌ: SÍSOPỌ̀ MỌ́ ẸNI TÓ ŃYÍ ÌTÀN PADÀ

BÍBÉLÌ KÍKÀ: ISAIAH 6

ÌPELE KEJÌ, ỌJỌ́ KÌÍNÍ (16-08-2018)

Ìjẹ́wọ́: Heberu 12:2 "Kí a máa wo Jésù olùpilẹ̀ṣẹ̀ àti aláṣepé ìgbàgbọ́ wa; nítorí ayọ̀ tí a gbé ka iwájú rẹ̀, tí ó farada àgbélèbú, láìka ìtìjú sí, tí o sì jókò lí ọwọ́ ọ̀tún ìtẹ́ Ọlọ́run."

1. Bàbá mi, fi àtẹ̀gùn àyànmọ́ mi hàn mí tí yóò so mí pọ̀ mọ́ ògo mi àt'òkèwá, ní orúkọ Jésù.

2. Bàbá mi, ró mi ní agbára bíi ti Jákọ́bù, láti jà kúrò nínú Jákọ́bù mi wọ inú Ísraélì mi, ní orúkọ Jésù.

3. Olúwa, mú ìfọ́jú t'ẹ̀mí kúrò nínú ojú mi, ní orúkọ Jésù.

4. Mo gbédè gbogbo ẹmí àìmọ́ tó ńkó àdálù bá ìran àti àlá ẹmí, ní orúkọ Jésù.

5. Bàbá mi, jẹ́ kí àwọn ojú ẹ̀mí mi là láti rí àwọn ohun ìyanu, ní orúkọ Jésù.

6. Ìwọ, tí ó sọ Pétérù apẹja dí apẹja ènìyàn, sọ mí da ohun tí O fẹ́ kín ndà, ní orúkọ Jésù.

7. Ihò nínú ògiri tí yóò dójúti ti yóo sì tú àṣírí àwọn ọ̀tá mi, fí ara han nípa iná, ni orúko Jésù.

8. Ìwọ agbára àlá àt'òkèwá, síji bo orí mi, ní orúkọ Jésù.

9. Ẹ̀yin ọrun, ẹ so orí mi pò mọ́ àtẹ̀gùn ọrun, ní orúkọ Jésù.

10. Bàbá mi, sọ àwọn àlá mi di ìran àt'òkèwá, ní orúkọ Jésù.

11. Olúwa, fi hàn mí àṣírí tí o wà lẹ́yìn àwọn ìṣòro mi, ni orúko Jésù.

12. Gbogbo àṣírí tí ó yẹ kín nmọ láti tayọ nípa t'ẹ̀mí àti ètò iṣúná, ẹ faràhàn, ní orúkọ Jésù.

13. Gbogbo ìròyìn tí wọ́n fi pamọ́ ní ibi ìkó ǹkan pamọ́ sí, tí ó nya ìgbésókè mi lárọ, àṣírí yín kó tú, kí ẹ sì gba ìtìjú, ní orúkọ Jésù.

14. Gbogbo àṣírí tí ó yẹ kín nmọ̀ nípa agbègbè mi, ẹ fi hàn mí, ní orúkọ Jésù.

15. Àṣírí tí ó yẹ kín ǹmọ̀ nípa iṣẹ́ tí mó ńse, ẹ fi hàn mí, ní orúkọ Jésù.

16. Ìròyìn àt'òkèwá láti ta àyànmọ́ mi nípa lọ s'òkè, fi ara hàn ní orúkọ Jésù.

17. Bàbá, jẹ́ kín rí, jẹ́ kín mọ̀, jẹ́ kín ní ìrírí agbára ìfihàn Rẹ, ní orúkọ Jésù.

18. Gbogbo agbára tó ńbu ìsọjí ẹmí mi ṣán, ṣubúlulẹ̀, kú, ní orúkọ Jésù.

19. Ọlọ́run Abrahamu, Isaaki ati Israeli, fún mi ní àlá àt'òkèwá tí yóò mú àyànmọ́ mi tẹ̀síwájú, ní orúkọ Jésù.

20. Agbárak'ágbára tó ńpe àlá àyànmọ́ mi níjà, mo gbe yin sin báyìí, ní orúkọ Jésù.

21. Ẹ̀yin ángẹ́lì ìfihàn, ẹ bẹ̀ ìgbé ayé àlá mi wọ̀, ní orúkọ Jésù.

ÌPELE KEJÌ, ỌJỌ́ KEJÌ (17-08-2018)

Ìjẹ́wọ́: **Heberu 12:2 "Kí a máa wo Jésù olùpilẹ̀ṣẹ̀ àti aláṣepé ìgbàgbọ́ wa; nítorí ayọ̀ tí a gbé ka iwájú rẹ̀, tí ó farada àgbélèbú, láìka ìtìjú sí, tí o sì jókò lí ọwọ́ ọ̀tún ìtẹ Ọlọ́run."**

22. Agbára tí wọ́n yàn láti fi mi sínú òkùnkùn t'ẹmi, kú, ní orúkọ Jésù.
23. Mo gbédè, mo lé jàde agbára àyídáyidà àti rúdurùdu àlá, ní orúkọ Jésù.
24. Àwọn àṣírí tí o yẹ kín nmọ̀ nípa ilé Bàbá mi, ẹ fi ara hàn, ní orúkọ Jésù.
25. Gbogbo àṣírí tí o yẹ kín nmọ̀ nípa ògo mi, ẹ fi ara hàn mi, ní orúkọ Jésù.
26. Èyin àlá àt'òkèwá, tí yóò mú mi tẹsíwájú, ẹ fi ara hàn, ní orúkọ Jésù.
27. Bàbá, rán àwọn ángẹ́lì oníṣẹ́ rẹ láti mú ìròyìn rere ayọ̀ ńlá wá, ní orúkọ Jésù.
28. Àṣiri àwọn àgbà ìkà l'éyìn àwọn ìpéníjà mi, kí àṣírí yin máa tú, kí ẹ̀ sì máa gba ìtìjú, ní orúkọ Jésù.
29. Àwọn àṣírí tí o yẹ kín nmọ̀ kí àyànmọ mi leè tayọ, ẹ fi ara hàn mí, ní orúkọ Jésù.
30. Àwọn àṣírí tí o farasin nínú ìjọba omi tó ńdámú ìgbésókè mi, ẹ fì hán mi, ní orúkọ Jésù.
31. Àwọn àṣírí tí o yẹ kín nmọ̀ nípa ayé mi, ẹ fi hàn mí, ní orúkọ Jésù.
32. Àwọn àṣírí tí o yẹ kín nmọ̀ nípa iran ìdílé Bàbá mi, ẹ fi hàn mí, ní orúkọ Jésù.
33. Àwọn àṣírí tí ó yẹ kín nmọ̀ nípa iran ìdílé ìyá mi, ẹ fi hàn mi, ní orúkọ Jésù.
34. Gbogbo àṣírí tí o yẹ kin nmọ̀ láti gbé mi lọ sí ìpele tí o kàn, Bàbá, ẹ fi hàn mí, ní orúkọ Jésù.
35. Àṣírí irandíran, tó ńdí ìtẹ̀síwájú mi l'ọwọ́, ẹ fi hàn mí, ní orúkọ Jésù.
36. Gbogbo ohun èlò ibòdè ní ikáwọ́ mi, àṣírí yin kó tú, ẹ parun, ní orúkọ Jésù.
37. Gbogbo ètò àjẹ fún ayé mi, kú, ní orúkọ Jésù.
38. Gbogbo ìpààlè òkùnkùn l'órí ògo mi, kú, ní orúkọ Jésù.
39. Pẹ̀lú ikanra àti ipá, mo gbà padà ohun gbogbo tí ọta ti jí lọ l'ọwọ́ mi, ní orúkọ Jésù.
40. Gbogbo ètò àti iṣẹ́ ọkùnrin alágbára fún ayé mi, kú, ní orúkọ Jésù.
41. Gbogbo ọfà ibòdè àti afọ̀ṣẹ, tí wọ́n ta sínú ọpọlọ mi, gba iná, ní orúkọ Jésù. Bàbá mi, jẹ́ ki ńdi ẹrùjẹ̀jẹ̀ àti ìpayà fún àwọn ọtá mi, ní orúkọ Jésù.

ÌPELE KEJÌ, ỌJỌ́ KẸTA (18-08-2018)

Ìjẹ́wọ́: **Heberu 12:2 "Kí a máa wo Jésù olùpilẹ̀ṣẹ̀ àti aláṣepé ìgbàgbọ́ wa; nítorí ayọ̀ tí a gbé ka iwájú rẹ̀, tí ó farada àgbélèbú, láìka ìtìjú sí, tí o sì jókò lí ọwọ́ ọ̀tún ìtẹ Ọlọ́run."**

43. Gbogbo ìṣoro tí wọn ṣètò láti pa àyànmọ mi run, kú, ní orúkọ Jésù.
44. Olúwa, so mí pọ̀ mọ́ orísun ẹmí mímọ́ láti gba ìjẹgàba atí agbára, ní orúkọ Jésù.
45. Mo fà lulẹ̀ gbogbo ibọde sàtánì l'órí èyà ara mi y'ówù, ní orúkọ Jésù.

46. Mo gun ẹṣin ogun, mo sì rin wọ inú ilé àlàjá, ní orúkọ Jésù.
47. Ọlọrun, fọ gbogbo eékún búburú tó nṣiṣẹ lòdì sí àyànmọ mi, ní orúkọ Jésù.
48. Ìjì rúdurùdu, w'ọnú àgọ àwọn ọtá mi, ní orúkọ Jésù.
49. Gbogbo ibòdè àti ìfayà orí búburú kò ní ṣerere nínú ayé mi, ní orúkọ Jésù.
50. Gbogbo kokoro búburú tó nṣe ògo mi, fọ, ní orúkọ Jésù.
51. Gbẹ̀nàgbẹ̀nà ọrun, ẹ kàn pa, gbogbo adigunjalè àwọn ohun ìní mi nípa t'ẹmí, ní orúkọ Jésù.
52. Mo tú ọwọ mi àti ẹsẹ mi kúrò nínú ibòdè àjẹ́, ní orúkọ Jésù.
53. Ègún ìrandíran, kú, ní orúkọ Jésù.
54. Olúwa, dìde kí O sì lo gbogbo ohun ìjà tí ó wà ní ìkáwọ rẹ láti dójútì àwọn ọtá mi, ní orúkọ Jésù.
55. Ìwo agbára "àmúbọ́" ku, ni orúkọ Jésù.
56. Gbogbo ibọdè àjẹ lórí àyánmọ àti àwọn àlúmọ́nì mi, kú, ní orúkọ Jésù.
57. Gbogbo ibi tí wọn tí ńda orúkọ mi fùn ikù àìtójó, Àpáta àyérayé, lọ wọn tútú, ní orúkọ Jésù.
58. Ibọde ẹran-ara mi,ẹjẹ àti egungun, kú, ní orúkọ Jésù.
59. Ìwọ agbára ikú díẹ̀-díẹ̀, kú, ní orúkọ Jésù.
60. Mo fọ pósí òkùnkùn pẹlú inâ, ní orúkọ Jésù.
61. Gbogbo Pharaoh tó ńlépa Mose mi, kú sínu òkun pupa, ní orúkọ Jésù.
62. ÈMI NI TÍ NJẸ EMI NI dide, ki o si jewo agbara Re ninu aye mi, ni orúkọ Jésù.
63. Ọpá Ọlọrun, dìde kí o sì pín òkun pupa níyà fún mi,ni orúkọ Jésù.

ÌPELE KEJÌ, ỌJỌ́ KẸRIN (19-08-2018)

Ìjẹ́wọ́: Heberu 12:2 "Kí a máa wo Jésù olùpilẹ̀ṣẹ àti aláṣepé ìgbàgbọ́ wa; nítorí ayọ̀ tí a gbé ka iwájú rẹ, tí ó farada àgbélèbú, láìka ìtìjú sí, tí o sì jókò lí ọwọ́ ọtún itẹ́ Ọlọrun."

64. Bàbá mi, sínìdí, sún kúrò, kí o sì gbé kúrò gbogbo agbára to nse l'òdì sí igbéga mi, ní orúkọ Jésù.
65. Mo gun ẹṣin ogun, mo wọ'nú ìṣẹgun lọ, ní orúkọ Jésù.
66. Gbogbo ibọdè lòdì sí ìtẹsíwájú mi láyé, kú, ní orúkọ Jésù.
67. Èyin ángélì ìparun, ẹ bẹ àgọ àwọn ọtá mí olórí kunkun wó, ní orúkọ Jésù.
68. Olúwa, dìde nípa afẹ́fẹ́ ila ọrun rẹ kí o sì mú kí Pharaoh mi ṣúbú sínú òkun pupa, ní orúkọ Jésù.
69. Gbogbo agbára búburú tó nṣe àkitiyan láti tún àyànmọ mi tò, kú, ní orúkọ Jésù.
70. Mo fagilé gbogbo ibọdè lórí àwòrán tàbí èrè tí wọn da nítorí mi, ní orúkọ Jésù.
71. Agbòorùn iná tí Ọlọrun alágbára, bo ayé mi, ni orúkọ Jésù.
72. Mo já, mo tú ara mi sílẹ̀ kúrò nínú gbogbo ibọdè òkùnkùn ti ilẹ, ní orúkọ Jésù.

73. Gbogbo ọfà ìnira tí wọ́n tà lòdì sí ayé mi, padà sọdọ àwọn tí o ṣeé, sì kúrò, ní orúkọ Jésù.

74. Mo pe Lasaru mi dìde kúrò nínú ibòjì àjẹ́, ní orúkọ Jésù.

75. Agbára tó ńgbé ànfàní àt'òkèwá mì, ayé mi kò sí fún ọ, kú, ní orúkọ Jésù.

76. Gbogbo àtakò búburú, tó nkojú àyànmọ́ mi, panumọ́ nípa agbára nínú ẹ̀jẹ̀ Jésù, ní orúkọ Jésù.

77. Ètò sàtánì fún ayé mi, kú, ní orúkọ Jésù.

78. Gbogbo ìbọ̀dè tó lòdì sí ìtẹ̀síwájú, tó nṣiṣẹ lòdì sí àyànmọ́ mi, fọ́, ní orúkọ Jésù.

79. Gbogbo ohun ìjà ìdáyàfò tí wọ́n ṣe lòdì sí ayé mi, gba iná, ní orúkọ Jésù.

80. Ẹ̀mí mímọ́, dìde kí o sì so mí pọ̀ mọ àwọn tí yóò bukun mi, ní orúkọ Jésù.

81. Iná Ọlọ́run, ṣe àbẹ̀wò sí gbogbo odù tí wọ́n yàn lòdì sí ayé mi, ní orúkọ Jésù.

82. Àgọ ara mi, kọ̀ láti fi ìmọ̀ ṣọ̀kan pẹlú gbogbo ọfà òkùnkùn, ní orúkọ Jésù.

83. Gbogbo ìgbálẹ̀ àjẹ́, tó ńgba àwọn àlàjá mi dànù, gba iná, ní orúkọ Jésù.

84. Gbogbo ìgbèkùn àti ìbọ̀dè tí wọ́n ṣe lòdì sí àtẹ̀gùn àyànmọ́ mi, fọ́, ní orúkọ Jésù.

ÌPELE KEJÌ, ỌJỌ́ KARUN (20-08-2018)

Ìjẹ́wọ́: Heberu 12:2 "Kí a máa wo Jésù olùpilẹ̀ṣẹ̀ àti aláṣepé ìgbàgbọ́ wa; nítorí ayọ̀ tí a gbé ka iwájú rẹ̀, tí ó farada àgbélèbú, láìka ìtìjú sí, tí o sì jókò lí ọwọ́ ọ̀tún ìtẹ́ Ọlọ́run."

85. Gbogbo alágbèléro àjàgà tí o´dojúkọ àyànmọ́ mi, ẹ kú pẹlú àjàgà yín, ní orúkọ Jésù.

86. Ẹyin olùgbé ohun rere mì ní ilé bàbá mi, mi ò sí fún yín, ẹ kú, ní orúkọ Jésù.

87. Ẹyin ángẹ́lì Ọlọ́run, ẹ túká, gbogbo àwọn tó ńgbèrò ibi lòdì sí àyànmọ́ mi, ní orúkọ Jésù.

88. Gbogbo dragoni òkùnkùn tó nṣe lòdì sí ayé mi, kú, ní orúkọ Jésù.

89. Gbogbo ohun ìjà ìbọ̀dè tí wọ́n yàn lòdì sí àṣeyorí mi, yangbẹ, ní orúkọ Jésù.

90. Gbogbo ẹmí iju pòórá kúrò nínú àyànmọ́ mi, ní orúkọ Jésù.

91. Àyànmọ́ mi fò jáde kúrò nínú odù àjẹ́, ní orúkọ Jésù.

92. Ẹje Jésù, iná Ọlọ́run, ọfà Ọlọ́run, bá Pharaoh mi jà, ní orúkọ Jésù.

93. Gbogbo àyídáyidà àlá mi lòdì sí àṣeyorí mi láyé, kú, ní orúkọ Jésù.

94. Gbogbo ọtá tí o tí kọ̀ láti jẹ́ kín nlọ, gba ìparun ìlọpo méjì, ní orúkọ Jésù.

95. Orí mi, kọ gbogbo ìbọ̀dè ìdílé, ní orúkọ Jésù.

96. Ìkòkò búburú ilé bàbá mi tó nṣe lòdì sí ayé mi, gba 'ná, ní orúkọ Jésù.

97. Gbogbo ọfà búburú láti inú odù òkùnkùn, padà lọ sí ọ̀dọ̀ àwọn tí ó rán ẹ wá, ní orúkọ Jésù.

98. Agbárá k'agbara tó ńwípé inú ipò yí ni máa kú sí, irọ́ lo pa, kú, ní orúkọ Jésù.

99. Gbogbo ẹgbẹ́ búburú àìmọ̀ ẹ fi mi sílẹ̀, ẹ túká, ní orúkọ Jésù.

100. Nípa agbára nínú èjè Jésù, mo wọ́ inú àsọtẹ́lẹ̀ àyànmọ mi lọ, ní orúkọ Jésù.

101. Ẹ̀yin ọrun,iwọ ilẹ̀ pọ gbogbo ibọ̀dè lòdì sí mí tò wà nínù rẹ jáde, ní orúkọ Jésù.

102. Mo sọ̀rọ̀ sínú ikùn àwọn omi láti fi àwọn àlàjá mi sílẹ̀ nípa iná, ní orúkọ Jésù.

103. Ìwọ pharaoh ní ìlú tí a tí bí mí, mo gbé ọ gbìn sínú òkun pupa, ní orúkọ Jésù.

104. Mo gba àkóso ohun ìrìnsẹ kẹ̀kẹ́ ẹṣin yín, ní orúkọ Jésù.

105. Gbogbo ìdókòwò sàtánì nínú ayé mi, ṣòfò danù, ní orúkọ Jésù.

ÌPELE KEJÌ, ỌJỌ́ KẸFÀ (21-08-2018)

Ìjéwọ́: Heberu 12:2 "Kí a máa wo Jésù olùpilẹ̀ṣẹ̀ àti aláṣepé ìgbàgbọ́ wa; nítorí ayọ̀ tí a gbé ka iwájú rẹ̀, tí ó farada àgbélèbú, láìka ìtìjú sí, tí o sì jókò lí ọwọ́ ọ̀tún ìtẹ́ Ọlọ́run."

106. Ayé mi, dìde, kí o sì bẹ̀rẹ sí ní ní ìrírí ìtẹ̀síwájú kánkán láti òkè wá, ní orúkọ Jésù.

107. Orí mi, kọ gbogbo àyídáyidà àti ibọ̀dè ikú àítójọ́, ní orúkọ Jésù.

108. Ọfà òkùnkùn tí wọ́n ta sínú orì mi, kú, ní orúkọ Jésù.

109. Orí mi, kọ ibọ̀dè ilé bàbá mí, ní orúkọ Jésù.

110. Ẹ̀yin ibi gíga nínu ayé mi tó ń bá àyànmọ mi jà, mo fà yín lulẹ̀, ní orúkọ Jésù.

111. Gbogbo agbára tó ńlo èrò mi lòdi sí mi, tẹríba, ní orúkọ Jésù.

112. Ìfóróróyàn fún èrò tó ńmú èsì rere jáde, w'ọnú ayé mi, ní orúkọ Jésù.

113. Rúdurùdu, gbọ́ ọ̀rọ̀ Olúwa, tẹríba, ní orúkọ Jésù.

114. Ìfòróróyàn fún àṣeyọrí ti kò wópọ̀, wọnú ayé mi, ní orúkọ Jésù.

115. Agbára k'ágbára tí o ńpè orí mí fún ibi, túká, ní orúkọ Jésù.

116. Gbogbo àyídáyidà ògo mi nípasẹ̀ irun orí mí, túká báyìí, ní orúkọ Jésù.

117. Gbogbo ọfà ikùnà, ti wọ́n ta sínú ọwọ́ mi, ta padà, ní orúkọ Jésù.

118. ṣẹkẹ́ṣẹkẹ̀ ní orí mi, fọ́, ní orúkọ Jésù.

119. Iná ẹmí mímọ́, dìde, pa gbogbo irúgbìn sàtánì nínú orí mi, ní orúkọ Jésù.

120. Gbogbo agbára tó ńpe orí mi ní ẹnu ibòdè ibòjì, kú, ní oruko Jesu.

121. Olúwa, dìde, sán àrá láti ọrun kí o sì tú gbogbo àwọn aninílara mi ká, ní orúkọ Jésù.

122. Ìwọ agbára Ọlọ́run, dìde, gbógun tí gbogbo àjọ àjẹ́ tí wọ́n yàn lòdì sí orí mi, ní orúko Jésù.

123. Olúwa, dìde, la ọ̀nà fún mi ní ibi tí ọ̀nà kò sí, ní orúkọ Jésù.

124. Katakata ẹmí mímọ́, gba àwọn ìdènà mi kúrò nípa iná, ní orúkọ Jésù.

125. Gbogbo ọwọ́ ibi tí wọn gbé sí mi ní orí, nígbà tí mo wà ní ọmọ ọwọ, kú,ní orúkọ Jésù.

126. Mo kéde ìbùkún àti àwọn ohun rere sí orí mi, ní orúkọ Jésù.

ÌPELE KEJÌ, ỌJỌ́ KEJE (22-08-2018)

Ìjẹ́wọ́: Heberu 12:2 "Kí a máa wo Jésù olùpilẹ̀ṣẹ̀ àti aláṣepé ìgbàgbọ́ wa; nítorí ayọ̀ tí a gbé ka iwájú rẹ̀, tí ó farada àgbélèbú, láìka ìtìjú sí, tí o sì jókò lí ọwọ́ ọ̀tún ìtẹ́ Ọlọ́run."

127. Ọlọ́run Elijah, dìde, kí o sì tú gbogbo ìdènà ká ní ọ̀nà mi, ni orúkọ Jésù.

128. Agbára k'ágbára tó nsọ wípé mí o nì ṣe àṣeyorí, irọ́ lo pa, kú, ní orúkọ Jésù.

129. Agbára k'ágbára tó npin orúkọ mi kiri fún ibi, kú, ní orúkọ Jésù.

130. Agbára k'ágbára tí wọ́n yàn láti dójú tì mí, kú, ní orúkọ Jésù.

131. Bàbá mi, ta mi kán lọ sí ìpele gíga àlàjá mí tó kàn, ní orúkọ Jésù.

132. Ìwọ agbára ìṣẹda Ọlọ́run, bà lé orí mi báyì, ní orúkọ Jésù.

133. Ẹsẹ̀ ibi tí ó rìn wọ inú ayé mi, ká kúrò, ní orúkọ Jésù.

134. Gbogbo oun tí o farasin tí wọ́n yàn lòdì sí mí, kú, ní orúkọ Jésù.

135. Gbogbo ojú búburú tí o ńtọ pinpin mi fún ibi, ẹ parun nípa iná, ní orúkọ Jésù.

136. Mo yapa kúrò lára gbogbo ẹgbẹ́ búburú ìdágún sí ojú kan, ní orúkọ Jésù.

137. Gbogbo ìgbámú búburú ilé bàbá mi lórí ayé mi, gé danù nípa iná, ní orúkọ Jésù.

138. Gbogbo àwọsánmà ìkà lórí mi, ká kúrò, ní orúkọ Jésù.

139. Gbogbo ẹgbẹ́ búburú tí o tí gbé mi, pọ̀ mí jáde, ní orúkọ Jésù.

140. Mo fọ́ gbogbo ègún ìdágún sí ojú kan lórí àyànmọ́ mí, ní orúkọ Jésù.

141. Ìbòjú òkùnkùn nínú ojú mi, túká, ní orúkọ Jésù.

142. Gbogbo ẹni tó ńjẹ ohun rere nínú ayé mi, kú, ní orúkọ Jésù.

143. Ìkà agbègbè tí ó ndojú kọ ayé mi, túká, ní orúkọ Jésù.

144. Bàbá, jẹ́ kí iṣẹ́ àmì àti ìyanu jẹ ìpín mí, ní orúkọ Jésù.

145. Gbogbo ìdènà nínú ayé mi, ẹ yàgò fún iṣẹ́ ìyanu, ní orúkọ Jésù.

146. Gbogbo ìjákulẹ̀ nínú ayé mi, dí àfara sí iṣẹ́ ìyanu mí, ní orúkọ Jésù.

147. Mo dí ẹ̀jẹ̀ Jésù mú lòdì sí ìdádúró sàtánì àwọn iṣẹ́ ìyanu mi, ní orúkọ Jésù.

ÌPELE KEJÌ, ỌJỌ́ KẸJỌ (23-08-2018)

Ìjẹ́wọ́: Heberu 12:2 "Kí a máa wo Jésù olùpilẹ̀ṣẹ̀ àti aláṣepé ìgbàgbọ́ wa; nítorí ayọ̀ tí a gbé ka iwájú rẹ̀, tí ó farada àgbélèbú, láìka ìtìjú sí, tí o sì jókò lí ọwọ́ ọ̀tún ìtẹ́ Ọlọ́run."

148. Gbogbo ìṣoro olórí kunkun nínú ayé mi, mo gbé yín sín, ní orúkọ Jésù.

149. Ẹ̀yin tó njà iṣẹ́ ìyanu gbà, ẹ fi àwọn iṣẹ́ iyanu mi sílẹ̀, ní orúkọ Jésù.

150. Bàbá mi, dìde, nípa iṣẹ́ àmì àti ìyanu rẹ, kí ò sì bẹ ayé mi wò, ní orúkọ Jésù.

151. Gégé bí yíyọ oòrùn, Ọlọ́run àrà, dìde nínú ayé mí, ní orúkọ Jésù.

152. Agbára Ọlọ́run tó nṣíṣẹ ìyanu, wọ inú ipò mì fún iṣẹ́ àmì àti ìyanu, ní orúkọ Jésù.

153. Iṣẹ́ àmì àti ìyanu, fi ara hàn nínú ayé mi, ní orúkọ Jésù.

154. Iná Ẹ̀mí mímọ́, bẹ̀ mi wo pelu ise ami ati iyanu Re, ni orúkọ Jésù.

155. Mo pàṣẹ nípa iná àti àrá wípé mi ò ní kú kí iṣẹ́ ìyanu mí to fi ara hàn, ní orúkọ Jésù.

156. Olúwa, dìde, kí o sì gbọ́ mi ni ìgbà ìpọ́njú, ní orúkọ Jésù.

157. Ọlọ́run iṣẹ́ àmì àti ìyanu, Ìwọ ní oniṣẹ abẹ ọ̀run, fi ọwọ kan mi nípa agbára rẹ lóni, ní orúkọ Jésù.

158. Mí ò ní kú nítorì àwọn ìṣoro mí, ní orúkọ Jésù.

159. Ojú kì yóò tì mí nítorí àwọn ìṣoro mí, ní orúkọ Jésù.

160. Iná Ọlọ́run, bẹ̀rẹ̀ síní gbógun ti gbogbo àwọn tó ńja iṣẹ́ iyanu gbà tí wọ́n yàn lòdì sí ayé mi, ní orúkọ Jésù.

161. Gbogbo ègún àti májẹ̀mú àṣetì lórí ayé mi, fọ́, ní orúkọ Jésù.

162. Ìwọ Goliati àṣetì nínú ayé mi, kú, ní orúkọ Jésù.

163. Èmi kì yóò kú gégé bí ẹni tí a kò ṣe àwárí rẹ̀, ní orúkọ Jésù.

164. Èmi kì yóò kú gégé bí ẹni tí a kò lò àti orin tí a kò kọ, ní orúkọ Jésù.

165. Èmi kì yóò kú gégé bí ẹni tí a kò ṣe àjọyọ̀ rẹ̀ ati ẹni tí a kò mọ ipa rẹ, ní orúkọ Jésù.

166. Èmi kì yóò kú gégé bí ẹni tí kò so èso àti ẹni tí kò ní ìmúṣẹ, ní orúkọ Jésù.

167. Ohun rere gbogbo tí ọ̀tá ti gbé mì nínú ayé mi, ẹ pọ̀ jáde, ní orúkọ Jésù.

168. Olúwa, dìde, rán ìrànlọ́wọ́ sí mi láti ilẹ̀ mímọ́ Rẹ wá, ró mi ní agbára láti Síónì wá, ní orúkọ Jésù.

ÌPELE KEJÌ, ỌJỌ́ KẸSAN (24-08-2018)
Ìjẹ́wọ́: Heberu 12:2 "Kí a máa wo Jésù olùpilẹ̀ṣẹ̀ àti aláṣepé ìgbàgbọ́ wa; nítorí ayọ̀ tí a gbé ka iwájú rẹ̀, tí ó farada àgbélèbú, láìka ìtìjú sí, tí o sì jókò lí ọwọ́ ọ̀tún ìtẹ́ Ọlọ́run."

169. Olugbalà àti Òlútúsílẹ̀ mi, ẹ kéde rẹ̀ láti ọrun wá, ní orúkọ Jésù.

170. Kín ńto parí àdúrà yí, Olúwa, jẹ́ kí àwọn ángélì Rẹ bẹ̀rẹ̀ iṣẹ́ nítorí tèmi, ní orúkọ Jésù.

171. Gbogbo ọmọ aládé Pasia àti gbogbo ẹ̀mí agbègbè ní àyíká mi, tí ó ńdí ìfaràhàn iṣẹ́ ìyanu Ọlọ́run lọ́wọ nínú ayé mi, túká, ní orúkọ Jésù.

172. Mo gbédè, mo lé jáde kúrò ní agbègbè mi, gbogbo àwọn adènà àdúrà àti iṣẹ́ ìyanu, ní orúkọ Jésù.

173. Ẹ̀yin tó ńjá iṣẹ́ ìyanu gbà, ẹ fi iṣẹ́ ìyanu mi sílẹ̀ nípa iná, ní orúkọ Jésù.

174. Gbogbo agbòrùn sàtánì tó ńdí òjò ibùkún ọrun lọ́wọ́ láti rọ̀ sórí ayé mi, gba iná, ní orúkọ Jésù.

175. Olúwa, dìde, jẹ kí ọrun mi kí ó ṣí báyìí, ní orúkọ Jésù.

176. Èmi kò ní sọ ìrètí nù, nítorí tí èmi ti gbàgbọ́ láti rí ìgbàlà Olúwa ní ilẹ̀ alàyè, ní orúkọ Jésù.

177. Olúwa, jẹ kí a pa ọkàn mi mọ́ kúrò nínú ikú,ojú mi kúrò nínú omijé àti ẹsẹ̀ mi kúrò nínú ìṣubú, ní orúkọ Jésù.

178. Àwọn ènìyàn yóò gbọ́ ẹ̀rí mi, wọ́n yóò sì yin orúkọ Olúwa lógo, ní orúkọ Jésù.

179. Bàbá mi, jẹ́ kí ìdásí àt'òkèwá rẹ nínú ayé mi kí ó mú àwọn ọkàn wá sínú ìjọba Ọlọ́run ní orúkọ Jésù.

180. Mo fagilé, gbogbo àdéhùn sàtánì tí wọ́n ṣe lòdì sí àyànmọ́ mi nípa agbára nínú ẹ̀jẹ̀ Jésù.

181. Gbogbo ègún òbí tó ńyọ ìtẹ̀síwájú mi lẹ́nu, gba iná ajó-ni-run Ọlọ́run.

182. Gbogbo agbára òkùnkùn, tó nṣe àyídáyidà àṣèyọrí mi, túká, ní orúkọ Jésù.

183. Gbèsè ìràndíran, èmi kìí ṣe ìjẹ rẹ, kú, ní orúkọ Jésù.

184. Gbogbo ètò iṣúná mi tí ó wà nínú àhámọ́, nínú àwọn omi, ẹ gba ìtúsílẹ̀ nípa iná, ní orúkọ Jésù.

185. Gbogbo àyídáyidà irun orí mi, yí padà nípa agbára nínú ẹ̀jẹ̀ Jésù.

186. Gbogbo agbára tí wọ́n yàn láti dá iṣẹ́ ìyanu mi dúró, ṣubúlulẹ̀, kú, ní orúkọ Jésù.

187. Gbogbo agbára tó ńmú kí ìtẹ̀síwájú máa lọ́ra, túká, ní orúkọ Jésù.

188. Àkọsilẹ̀ ètò sàtánì fún ayé mi, gba 'na, ní orúkọ Jésù.

189. Gbogbo ọfà ikú àítójó, padà sọdọ̀ àwọn tí ó rán ọ, ní orúkọ Jésù.

ÌPELE KEJÌ, ỌJọ́ KẸWA (25-08-2018)

Ìjẹ́wọ́: Heberu 12:2 "Kí a máa wo Jésù olùpilẹ̀ṣẹ̀ àti aláṣepé ìgbàgbọ́ wa; nítorí ayọ̀ tí a gbé ka iwájú rẹ̀, tí ó farada àgbélèbú, láìka ìtìjú sí, tí o sì jókò lí ọwọ́ ọ̀tún ìtẹ́ Ọlọ́run."

190. Òṣì ilé bàbá mi, èmi kìí ṣe ìjẹ rẹ, kú, ní orúkọ Jésù.

191. Gbogbo agbára tí ó ńgbógun ti àwọn àlá mí, kú, ní orúkọ Jésù.

192. Ìdádúró tí kò lérè tí àwọn àlàjá mi, túká, ní orúkọ Jésù.

193. Ìlànà búburú ikùnà ìgbéyàwó ti ilé bàbá mi, èmi kìí ṣe ìjẹ rẹ, kú, ní orúkọ Jésù.

194. Gbogbo ọfà ipẹhìndà tí wọ́n ta sínú ìgbé ayé ẹ̀mí mi, gba 'na, ní orúkọ Jésù.

195. Ìgbèkùn àpapọ̀ ilé bàbá mi, èmi kìí ṣe ìjẹ rẹ, kú, ní orúkọ Jésù.

196. Àwọn àlá mi àt'òkèwá yóò ṣe, ní orúkọ Jésù.

197. Èmi yóò dá ohun tí àwọn abínúkú mi kò fẹ kín ndà, ní orúkọ Jésù.

198. Olúwa, dìde, kí O sì dá padà fún mi àwọn ọdún tí sàtánì ti jí lọ lọ́wọ́ mi, ní orúkọ Jésù.

199. Gbogbo ẹpè tí àwọn oṣó àti àjẹ́ lòdì sí mi, kí yoò ṣe rere, ní orúkọ Jésù.

200. Búburú kì yoò wá sí ibùgbé mi, ní orúkọ Jésù.

201. Gbogbo àdó olóró ata-má-tàsé t'ẹ̀mí àti ìfayà tí wọ́n rán sí mí láti ibi tí a ti bí mi, kì yóò ṣe rere, ní orúkọ Jésù.

202. Olúwa, dìde, kí ẹ sì kọ́ mi bí a tí ńfi ọrọ̀ dọde tí a fi'n ṣe rere, ní orúkọ Jésù.

203. Olúwa, dìde, jẹ́ kí nńí ipá tí ó pé ojú òṣùwọ̀n pẹ̀lú àwọn ànfàní mí, ní orúkọ Jésù.

204. Olúwa, dìde, jẹ́ kí ńjẹ ìdì ní ibi ìtajà, ní orúkọ Jésù.

205. Olúwa, dìde, jẹ́ kí nwà nípo irẹ̀lẹ̀, ní orúkọ Jésù.

206. Olúwa, dìde, jẹ́ kí nka èso àṣeyorí ní ibi tí àwọn ẹlòmíràn tí nkùnà, ní orúkọ Jésù.

207. Olúwa, dìde, fún mi ní òjó tí o tọ́ láti de ibi ìlépa mí, ní orúkọ Jésù.

208. Olúwa, dìde, jẹ́ kí ọrọ̀ mi àti ayé mi so èso, ní orúkọ Jésù.

209. Olúwa, dìde, wé mi nínú ìwà rere, kí ò sì jẹ́ kí àwọn ìwà búburú kí ó rì, ní orúkọ Jésù.

210. Olúwa, dìde, kí Ò sì jẹ́ kí nda ohun gbogbo tí O ṣètò fún mí nígbà tí O furúgbìn èso mi, ní orúkọ Jésù.

ÌPELE IJẸ́WỌ

Ní orúkọ Jésù Kristì, mo fa gbogbo ogun mi lé Jésù Kristì lọ́wọ́, Olúwa jà fún mí èmi wà ní ìdákẹ́jẹ́. Èmi jẹ́ aṣẹ́gun nípasẹ̀ orúkọ Jésù Kristì. Mo jẹ́ aṣẹ́gun nínú gbogbo ipò àti ìṣẹ̀lẹ̀ tí ó ńṣe lòdì sí mi, ní orúkọ Jésù. Jésù Kristì ti ṣẹ́gun gbogbo àwọn ọ̀tá mi, a mú wọn wá sí ilẹ̀, wọ́n sì ṣubú ní abẹ́ ẹsẹ̀ mí, ní orúkọ Jésù. Mo run wọ́n mọ́lẹ̀, mo sì pàṣẹ kí wọ́n bẹ̀rẹ̀ sí ní la ekuru ilẹ̀ ní abẹ́ ẹsẹ̀ mi; nítorí wípé ní orúkọ Jésù, ni kí gbogbo eékún máa wólẹ̀, ní orúkọ Jésù. Nígbàtí mo bá képè orúkọ Olúwa, yóò na ọwọ́ ńlá rẹ, yóò sì gbe mi s'ókè ju gbogbo àwọn ọ̀tá mi lọ, yóò si gbà mí ní ọwọ́ wọn, ní orúkọ Jésù.

Ni orúkọ Jésù, a kọ́ mi sí àtẹ́lẹwọ̀ Ọlọ́run alágbára, a t'ójú mi, a sì pamímọ́ kúrò nínú ibi gbogbo àti ìdàmú ayé ìsinsìnyi, ní orúkọ Jésù. Láti ìsinsìnyí lọ, mo kọ̀ láti máa gbé nínú ìbẹ̀rù. ṣùgbọn, ẹrù mi àti ìpayà mi yóò wà lórí gbogbo àwọn ọ̀tá mi. Ní kété tí wọn bá gbúrò mi, wọn yóò jọ̀wọ́ ara wọn fún mi, ní orúkọ Jésù. Ọlọ́run fẹ́ ju ohun gbogbo lọ wípé kí èmi kí ó ṣe rere, ní orúkọ Jésù. Mo gba iṣẹ́ rere, ní orúkọ Jésù.. Ọlọ́run kò fún mí ní èmi ìgbèkùn láti bẹ̀rù. Ọ̀rọ̀ Ọlọ́run, múná, ó ní agbára ni ẹnu mi. Ọlọ́run ti fi agbára ọrọ rẹ̀ sí ẹnu mi, ní orúkọ Jésù. Èmi kìí ṣe ẹni ikùnà, Èmi yoò wà ní ipò orí nìkan, kí sì ṣe ìrù, ní orúkọ Jésù.

ÌPELE ÌṢÉ̩ ÒRU
(ṢÍṢE LÁARIN AGOGO MÉJÌLÁ ÒRU SÍ AGOGO MÉJÌ ÒRU)
ORIN FÚN ÌṢÉ̩ ÒRU (OJÚ EWÉ KE̩TÀLA)

1. Nípa ò̩rò̩ O̩ló̩run, ò̩pò̩lo̩pò̩ ìbànújé̩ ní yóò jé̩ ti àwo̩n e̩ni ìkà, ní orúko̩ Jésù.

2. Olúwa, pàṣe̩ ìdájo̩ sórí gbogbo aninílára, ní orúko̩ Jésù.

3. Olúwa, jé̩ kí ìdájo̩ àti ìtìjú lépa àwo̩n aléni olóríkunkun orílè̩ èdè yí, kí ò sì gba agbára wo̩n dànù, ní orúko̩ Jésù.

4. Olúwa, jé̩ kí ohun ìjà gbogbo àwo̩n ò̩tá orílè̩ èdè yìi, ta padà lé wo̩n lórí, ní ìlò̩po méje, ní orúko̩ Jésù.

5. È̩yin ò̩tá orílè̩ èdè yìí, e̩ gbó̩ ò̩rò̩ Olúwa, e̩ de̩ pánpé̩ fún ara yin, ní orúko̩ Jésù.

6. Jé̩ kí ìwà ìkà àwo̩n e̩ni ìkà kí ó dópin, Olúwa, ní orúko̩ Jésù.

7. Olúwa, jé̩ kí ibínú re̩ máa hó lòdì sí àwo̩n e̩ni ìkà l'ójojúmó̩, ní orúko̩ Jésù.

8. Bàbá, fi ìjà fún àwo̩n tó ńbá mi jà, ní orúko̩ Jésù.

9. Bàbá, di aṣà àti àpáta mú kí o sì dìde fún ìrànló̩wó̩ mi, ní orúko̩ Jésù.

10. Olúwa, pèsè ohun èlò ikú sílè̩ lòdì sí àwo̩n ò̩tá mi, ní orúko̩ Jésù.

11. Olúwa, yan àwo̩n o̩fà re̩ lo̩ sí àwo̩n tí ńṣe inúnibíní si mí, ní orúko̩ Jésù.

12. Olúwa, jé̩ kí gbogbo ò̩fin tí ò̩tá gbé ka lè̩ fún mí, kí o dí ibòjì ò̩tá, ní orúko̩ Jésù.

13. È̩yin ò̩ta orílè̩ èdè yí, e̩ gbé ibòjì yín dáradára nítorí wípé e̩ ó ṣubú sínú re̩, ní orúko̩ Jésù.

14. Òkúta àdúrà olóró, ṣe àwárí Àtàrí Goliati orílè̩ èdè yí, ní orúko̩ Jésù.

15. Olúwa, gba o̩kàn mi l'ó̩wó̩ idà àti àyànmó̩ mi kúro lo̩wó̩ agbára ajá, ní orúko̩ Jésù.

16. Olúwa, dìde nínú àrá agbára re̩, kí ò sì gbà mí lé̩nu kìnìún, ní orúko̩ Jésù.

17. Ìwo̩ agbára ipete̩lè̩ òjiji ikú, fi àyànmó̩ mi sí lè̩, ní orúko̩ Jésù.

18. È̩yin e̩nu bodè tí ó ndènà àwo̩n ìbùkún mi, e̩ gbe orí yín s'ókè, ní orúko̩ Jésù.

19. Olúwa, pa o̩kàn mi mó̩, má ṣe jé̩ kí ojú kí o tì mí, kí o sì gbà mí, ní orúko̩ Jésù.

20. Gbogbo mùje̩-mùje̩ àti je̩ran-je̩ran tó dìde bo̩ lòdì sí mi, kú, ní orúko̩ Jésù.

21. Bí ogun ti lè̩ dìde l'òdì sí mí, àyà kì yóò fò̩ mí, ní orúko̩ Jésù.

IPELE KẸTA: OLUWA, PA LẸNUMỌ AWỌN OLUPANILẸNU MỌ

BIBELI KIKA: Matteu 5

ÌPELE KẸTA, ỌJỌ Kinni (26-08-2018)

Ìjẹ́wọ́: Orin Dafidi 8:1 Oluwa, Oluwa wa, orukọ rẹ ti ni iyin to ni gbogbo aye! Iwọ ti o gbe ́ ogo rẹ kà ori awọn ọrun.

1. Òbìrí ìdàrúdàpọ̀, fọ́, ní orúkọ Jésù.
2. Ibikibi ti wọn de ẹmi mí mọ́, fọ́, ki o si tu mi sílẹ̀ nípa iná, ní orúkọ Jésù.
3. Iná Ọlọ́run, jo gbogbo àpò àjẹ́ ti o di owó mi mu, ní orúkọ Jésù.
4. Mùjẹ̀mùjẹ̀ òkùnkùn, mu ẹ̀jẹ̀ ara rẹ, ní orúkọ Jésù.
5. Ètò ìsìnkù t'ẹ̀mí ti wọn ṣ'ètò fún mi, ta padà, ní orúkọ Jésù.
6. Agbara ìyówù tin sun láti pa mi lára, o kò ni ji mọ́, ní orúkọ Jésù.
7. Ọrọ̀ àwọn ọ̀tá mi, ṣi ki o ma bọ lọdọ mi, ní orúkọ Jésù.
8. Ẹni ti o ba sọ̀rọ̀ lòdì sí mi ki yo ṣerere, ní orúkọ Jésù.
9. Gbogbo agbára òkùnkùn ti ndukòkò mọ́ àyànmí mí, túká, ní orúkọ Jésù.
10. Mo le ailera járe kúrò nínú ayé mi, ní orúkọ Jésù.
11. Mo sọ gbogbo eru wuwo òkùnkùn kuro laye mi, ní orúkọ Jésù.
12. Mo páàrun, gbogbo ikoko ti nsọrọ lodi si mi, ní orúkọ Jésù.
13. Gbogbo agbára ti nlo erupẹ lòdì sí mi, túká, ní orúkọ Jésù.
14. Ko si oṣó nínú okowo/iṣẹ́ mi ti yoo tun ṣerere mọ, ní orúkọ Jésù.
15. Mo kede ipalara sori oṣó ati àjẹ́ ninu ile mi, ní orúkọ Jésù.
16. Iná Ọlọ́run, gbe ibinu Rẹ lọ s'ọdọ àwọn aninilara mi, ní orúkọ Jésù.
17. Ajẹnirun ti yo lepa àwọn ọ̀tá mi, dide ki o si lepa wọn, ní orúkọ Jésù.
18. Angẹli Ọlọ́run, ko àwọn ọfa rẹ jọ pọ, ki o si gbogunti àwọn iṣoro mi, ní orúkọ Jésù.
19. Iji Ọlọ́run, kora jọpọ̀ lòdì sí àwọn iṣòro mi, ní orúkọ Jésù.
20. Ọlọ́run dìde, ki O si ko àrá Rẹ jọ lòdì si àwọn iṣoro mi, ki o si pa wọn, ní orúkọ Jésù.
21. Ọlọ́run dide, ki O si jẹki àwọn angẹli Rẹ gba ìjà mí ja loni, ní orúkọ Jésù.

ÌPELE KẸTA, ỌJỌ KEJI (27-08-2018)

Ìjẹ́wọ́: Orin Dafidi 8:1 Oluwa, Oluwa wa, orukọ rẹ ti ni iyin to ni gbogbo aye! Iwọ ti o gbe ́ ogo rẹ kà ori awọn ọrun.

22. Mo fa iwa ika tu kuro ni agbegbe mi, ní orúkọ Jésù.
23. Ọlọ́run dide, ki O si sọ mi di àáke ogun Rẹ ni aye, ní orúkọ Jésù.
24. Gbogbo aṣọ àjèjì ti wọn gbe wọ ara mi nipa t'ẹ̀mí, gbana, ní orúkọ Jésù.

25. Pẹpẹ Baali ninu ayé mi, ku, ní orúkọ Jésù.

26. Mo jade kuro ninu gbogbo ikun ẹmi okunkun, ní orúkọ Jésù.

27. Gbogbo pampẹ ti ọtá ṣeto silẹ fun mi, yi pada ki o si mu ẹni ti o dẹ ọ, ní orúkọ Jésù.

28. Mo paṣẹ ki ibaptisi isinwin ati ipadasẹhin ba le awọn ọta mi, ní orúkọ Jésù.

29. A ko ni gbe ẹri mi gbin, ní orúkọ Jésù.

30. Emi ko ni jiya ohun ti awọn obi mi jiya rẹ, ní orúkọ Jésù.

31. Irugbin iku aitỌjọ ninu ipilẹ ayé mí, ku, ní orúkọ Jésù.

32. Irugbin didi ẹni nla ninu ayé mi, farahan, ní orúkọ Jésù.

33. Ẹkún ati ìnira ọganjọ oru, d'opin, ní orúkọ Jésù.

34. Mo paṣẹ ki a tu ìpín mi silẹ, ní orúkọ Jésù.

35. Ìpinnu ati ìdájọ ti ìgbìmọ ti ọrun apaadi lodi si ayé mi, mo fagile ọ bayi, ní orúkọ Jésù.

36. Mo gba ipọsi ati gbigbooro si mi lojoojumọ, ní orúkọ Jésù.

37. Òkùnkùn ki yoo ni ipin ninu aye mi, ní orúkọ Jésù.

38. Ọlọrun dide, ki O si jẹ ki gbogbo pẹpẹ okunkun tuka, ní orúkọ Jésù.

39. Iwọ ọjọ Oluwa, dide lodi si awọn ọta mi, ní orúkọ Jésù.

40. Mo ṣe ìdájọ fún gbogbo ipò ti ndide lòdì si mi, ní orúkọ Jésù.

41. Mo fagile gbogbo ìdájọ ìkà ti wọn ṣe lòdì si mi, ní orúkọ Jésù.

42. Dupẹ lọwọ Ọlọrun fun agbara ifọmọ ti Ina Ẹmi Mimọ.

ÌPELE KẸTA, ỌJỌ KẸTA (28-08-2018)

Ìjẹwọ: Orin Dafidi 8:1 Oluwa, Oluwa wa, orukọ rẹ ti ni iyin to ni gbogbo aye! Iwọ ti o gbe´ ogo rẹ kà ori awọn ọrun.

43. Mo fi ẹjẹ Jésù bo ara mi, ní orúkọ Jésù.

44. Baba, jẹ ki ina Rẹ ti njo gbogbo irugbin ọtá ba le ayé mi, ní orúkọ Jésù.

45. Ina Ẹmí Mímọ, gbe mi wọ, ní orúkọ Jésù.

46. Mo kọ àpèlé tabi àlẹmọ buburu ti awọn ẹmi irandiran, ní orúkọ Jésù.

47. Mo tu ara mi silẹ kuro ninu gbogbo ifororoyan ti o lodi, ní orúkọ Jésù.

48. Ki gbogbo ilẹkun jijo danu nipa t'ẹmi ma tipa, ní orúkọ Jésù.

49. Mo pe gbogbo ẹya ara mi ni'ja pẹlu ina Ẹmi Mimọ. (Maa da ọwọ rẹ le awọn ẹya ara rẹ lati ori).

50. Baba Oluwa, jẹ ki gbogbo ẹmí ènìyàn ti ngbogunti ẹmi mi tu mi silẹ, ní orúkọ Jésù.

51. Baba, jẹ ki gbogbo ami buburu ti mbẹ lara mi maa jona nipa ina Ẹmi Mimọ, ní orúkọ Jésù.

52. Baba, jẹ ki ifororoyan ti Ẹmi Mimọ ba le mi, ki O si fọ gbogbo ajaga ti o lodi, ní orúkọ Jésù.

53. Baba Oluwa, jẹ ki gbogbo aṣọ idena ati ti ẹgbin maa yọ danu nipa ina Ẹmi Mimọ, ní orúkọ Jésù.

54. Mo paṣẹ ki gbogbo ìbùkún mi tí wọn dè mọlẹ̀ maa gba itusilẹ, ní orúkọ Jésù.

55. Baba, jẹ ki awọn ago t'ẹmi ti nha itẹsiwaju mi mọ maa jona nipa ina Ẹmi Mimọ, ní orúkọ Jésù.

56. Mo kọ lati fi àyè gba ohun ajeji ni agọ ara mi, ní orúkọ Jésù.

57. Mo paṣẹ ki rabọrabọ ọwọ buburu ti wọn da le mi ma parẹ, ní orúkọ Jésù.

58. Mo pọ, mo si le jade kuro n agọ ara mi, irugbin satani iyowu ti mbẹ lori mi, ikun mi, oju-ara mi ati ẹsẹ mi, ní orúkọ Jésù.(Dakẹ jẹ fun igba diẹ lẹhin aṣẹ ti o ni ipa yi, ki o si mi sinu ati ode ni igba pupọ, ki o si tun aṣẹ yi pa bi o ti ngbe ọwọ rẹ le oniruuru ẹya ara rẹ)

59. Baba, jẹ ki awọn aisan ti o farasin póòra bayi, ní orúkọ Jésù.

60. Mo paṣẹ ki ounjẹ ti o ti gbabọde ti mo ti jẹ maa gba ina Ọlọrun, ki o si jade kuro ni ibi ikọkọ rẹ.

61. Mo tu ara mi silẹ kúrò ninu ìgbèkùn aimọ, ní orúkọ Jésù.

62. Ina Ẹmi Mimọ, ṣe iṣẹ iwẹnumọ ninu ayé mi, ní orúkọ Jésù.

63. Baba, mo wa sọdọ Rẹ ní orúkọ Jésù gẹgẹ bi ọmọ Rẹ, mo si ran ọ leti ileri Rẹ ti o mọ julọ lati da ni ide, gbogbo awọn ti o ba ke pe orukọ alaanu Rẹ. Jesu Oluwa, da mi nide bayi, ní orúkọ Jésù.

ÌPELE KẸTA, ỌJỌ KẸRIN (29-08-2018)

Ìjẹwọ: Orin Dafidi 8:1 Oluwa, Oluwa wa, orukọ rẹ ti ni iyin to ni gbogbo aye! Iwọ ti o gbe ogo rẹ kà ori awọn ọrun.

64. Mo dáríjì gbogbo ẹni ti o ti fun mi ni ọgbẹ ọkàn tabi ṣe si mi. Paapa julọ, mo dárìjì... (daruko awọn ti Oluwa fi si ọ lọkan, ti o ti pa ọ lara, ti o si fun ọ ni ẹdun ọkàn), ní orúkọ Jésù.

65. Mo jẹwọ, mo kọ, mo si ronupiwada kuro ninu ẹṣẹ ibọrisa ninu aye mi, ati ninu aye awọn iran mi ati baba nla mi, eyi ti mo mọ ati eyi ti nko mọ, ní orúkọ Jésù.

66. Mo ronupiwada kuro ninu ifimọsokan pẹlu ẹmi alayanle ati gbigba ọrọ awòràwò lori aye mi, mo tun ronupiwada kuro ninu gbogbo igbekun awọn alafọṣe pẹlu awọn adahunṣe, awọn ẹlẹmi okunkun ati awọn oṣó, awọn babalawo ati gbogbo awọn alai-wa-bi-Ọlọrun lọkunrin, lobinrin, ní orúkọ Jésù.

67. Mo kọ gbogbo ikẹkọ ati iwadi nipa ibi mi ti wọn ṣe lori aye mi, mo kọ ifọwọsi wọn gẹgẹ bii ẹmi irọ, eyi ti a fagile nipa ikọsilẹ mi lori iṣẹ buburu lori aye mi ati lori aye awọn baba nla mi, ní orúkọ Jésù.

68. Mo ronupiwada nipa jijẹ ati gbigbemi awọn nkan ẹmi okunkun pẹlu ogun lati ọwọ ara mi ati awọn baba nla mi, ní orúkọ Jésù.

69. Mo ronupiwada kuro ninu gbogbo bibọ ejò, ati bibọ awọn awọn ẹranko oṣa ati awọn ipa ninu afẹfẹ, iná, omi, ayé omiran ati awọn iṣẹ ìṣẹdá, ní orúkọ Jésù.

70. Dariji emi ati awọn baba nla mi, Oluwa, kuro ninu gbogbo ibọriṣa, ati gbogbo iṣọkan pẹlu majẹmu aimọ atijọ, eyi ti eṣu ati awọn ẹmi rẹ gbekalẹ le wa lori, ní orúkọ Jésù.

71. Mo kede ọlanla ti Jesu Kristi Oluwa sinu aye mi, mo si ke pe e lati da emi ati iran idile mi nide nipasẹ ijẹwọ igbagbọmi ninu Rẹ nikan.

72. Nipa agbara ti mbẹ ninu ẹjẹ Jésù, mo dúró lòdì sí gbogbo ẹmí àti òrìṣa afẹfẹ, iná, omi, iṣẹ ìṣẹdá ati gbogbo oriṣa pẹlu ẹranko ajọbọ ninu ayé mi, ní orúkọ Jésù.

73. Mo fọ ibi-giga wọn lori emi ati iran ẹjẹ mi, pada si iran àkọkọ ti awọn abọriṣa, mo si tu ara mi silẹ kúrò ninu ẹṣẹ ìbọriṣà, ní orúkọ Jésù.

74. Mo fagile rabọrabọ wiwa akọsejaye ati májẹmú òkùnkùn ti satani mọ sori aye mi, ní orúkọ Jésù.

75. Mo yọ ara mi kuro ninu asọtẹlẹ okunkun, ati kuro ninu gbogbo ifiji ti wọn ṣe fun mi lati igba ibi mi wa, tabi eyi ti mo fi ọwọ ara mi fa, ní orúkọ Jésù.

76. Mo tu ara mi silẹ kuro ninu májẹmú ati ifiji okunkun, ní orúkọ Jésù.

77. Mo ke danu, gbogbo asopọ ọkàn pẹlu ẹmí ejo, ní orúkọ Jésù.

78. Mo fa kuro ni agọ ara mi, majele ati oró akeke ati ejò, olufisun ati apanirun kuro ni agọ ara mi, ní orúkọ Jésù.

79. Mo ke ara mi danu kuro ninu egun ounjẹ buburu bii ẹjẹ mímu, jijẹ ẹran ti wọn fi rubọ fun oriṣa, ounjẹ adalu lati awọn ariya okunkun, lati ọdọ awọn adahunṣe tabi babalawo, ounjẹ lati ọwọ ara mi ati awọn baba nla mi, ati lati iwadi tabi afọṣẹ nipa lilo awọn ohun elo satani tabi ohun alaimọ iyowu, ní orúkọ Jésù.

80. Mo fa a lulẹ, ibi-giga ti ọdalẹ nigba ibi mi lati ọwọ awọn obi mi, tabi ẹlomiran ti o ṣe itọju mi nigba ti mo wa ni ikoko, nipa ifiji fun oriṣa, ninu awọn tẹmpili tabi ni ibomiran, ní orúkọ Jésù. Mo paṣẹ ki awọn ibi-giga ti ifiji naa ma wo lulẹ, ní orúkọ Jésù.

81. Mo wo lulẹ, awọn aworan ti awọn oriṣa eke ti awọn baba nla mi, mo pa wọn run patapata, mo si tu ara mi silẹ kuro lọwọ ijẹgaba ati idari wọn titi lai, ní orúkọ Jésù.

82. Mo fọ gbogbo ibi-giga ati ibẹru ọlọrun eke ninu aye mi. Mo gbede, mo si le jade, ẹmi ibẹru, ati ẹmi ẹsan lati ọwọ awọn ọlọrun eke, ní orúkọ Jésù.

83. Iwọ ẹmi ti njiṣẹ egun ìbẹ̀rù ati ìbẹ̀rù èsan, wọnu ide ti èjè Jesu ti pese silẹ fun ọ, ki o ma si ṣe pada mọ, ní orúkọ Jésù.

84. Baba Oluwa, jẹ ki ifẹ pipe ti Jesu tin le ibẹru jade wọnu aye mi. Mo kede wipe Ọlọrun ko fun mi ni ẹmi ibẹru bikoṣe ti ifẹ, agbara ati ti ọkan ti o yekoro, ní orúkọ Jésù.

ÌPELE KẸTA, ỌJỌ KARUN (30-08-2018)

Ìjẹ́wọ́: Orin Dafidi 8:1 Oluwa, Oluwa wa, orukọ rẹ ti ni iyin to ni gbogbo aye! Iwọ ti o gbe' ogo rẹ kà ori awọn ọrun.

85. Mo fọ egun ipaniyan fi ṣe etutu ati iku lori aye mi, ni orukọ Jesu.

86. Mo ke ara mi danu kuro lọwọ ijọsin ọká, ejo, agbara irandiran ati bẹẹ bẹẹ lọ, ní orúkọ Jésù.

87. Mo ja ara mi gba kuro lọwọ isọni-di-idakuda, eedi, asasi ti o ti wọle latari ẹsin eke ati etutu ti ko ba ifẹ Ọlọrun mu, ní orúkọ Jésù.

88. Mo tu ara mi silẹ kuro ninu igbekun aimọ ti irandiran, ní orúkọ Jésù.

89. Oluwa, sọ mi di ẹrujẹjẹ si iwa ika idile, ní orúkọ Jésù.

90. Mo gba akoso aye mi kuro labẹ akoso ati ijọba ti iwa ika idile, ní orúkọ Jésù.

91. Mo gba eto aye mi kuro lọwọ awọn ọta idile, ní orúkọ Jésù.

92. Baba, jẹ ki ayọ ọta lori aye mi maa yipada di ibanujẹ, ní orúkọ Jésù.

93. Mo fi ọkunrin alagbara ti satani yan ti aye mi ṣ'ẹlẹya, ní orúkọ Jésù.

94. Mo ke gbogbo asopọ pẹlu awọn obi mi ti nfa iṣoro, ní orúkọ Jésù.

95. Baba, jẹ ki gbogbo igbekun aisan ajogunba ninu aye mi fọ danu, ní orúkọ Jésù.

96. Mo fọ gbogbo igbekun ti olubi, ní orúkọ Jésù.

97. Mo gba Ọjọ ọla ati itẹsiwaju mi kuro lọwọ imisi ati idari ti iwa ika idile, ní orúkọ Jésù.

98. Baba, jẹ ki ina Ọlọrun jo ibugbe awọn alakoso buburu ti wọn yan lodi si aye mi, ní orúkọ Jésù.

99. Baba, jẹ ki gbogbo igi buburu ti wọn gbin lodi si mi maa fatu, ní orúkọ Jésù.

100. Mo paṣẹ ki gbogbo igun t'ẹmi ti ngbero iku mi maa gba okuta ina, ní orúkọ Jésù.

101. Oluwa, da ede awọn ti o kora jọ nitori mi lati ṣe mi ni ibi ru, gẹgẹ bii ti awọn ti o kọ ile iṣọ Babeli, ní orúkọ Jésù.

102. Oluwa, jẹki awọn ọta mi ṣe aṣiṣe ti yo gbe mi ga, ní orúkọ Jésù.

103. Oluwa, jẹ ki gbogbo ahọn buburu ti nsọ ọrọ ti ko lere nipa aye mi dakẹjẹ, ní orúkọ Jésù.

104. Mo paṣẹ ki gbogbo agbara ati ohun elo buburu ti o joko sori ẹtọ ati iṣerere mi maa ṣidi tipatipa, ní orúkọ Jésù.

105. Mo le, mo ba, mo si gba pada gbogbo ohun ini mi kuro lọwọ awọn amunisin nipa t'ẹmi, ní orúkọ Jésù.

ÌPELE KẸTA, ỌJỌ KẸFA (31-08-2018)

Ìjẹ́wọ́: **Orin Dafidi 8:1 Oluwa, Oluwa wa, orukọ rẹ ti ni iyin to ni gbogbo aye! Iwọ ti o gbe´ ogo rẹ kà ori awọn ọrun.**

106. Oluwa, jẹ ki gbogbo imọran, eto, afẹri, ireti, erongba, ete ati iṣe awọn ọta lodi si aye mi, maa di asan ati ofo, ní orúkọ Jésù.

107. Mo fi opin si gbogbo irin ajo sinu igbekun ati aiseso ti wọn yan lodi si mi lati ọwọ awọn ọta ọkan mi, ní orúkọ Jésù.

108. Mo gbe e de, gbogbo ẹmi eṣu ti ngbe owo min eyi ti o so pọ mọ eto iṣuna owo mi, ní orúkọ Jésù.

109. Mo kọ ki ohun elo satani maa dari mi riboribo, lati dena iṣẹ iyanu mi, ní orúkọ Jésù.

110. Baba, jẹ ki gbogbo ile ifowopamọ satani ati apo owo gba ina Ọlọrun, ki o si jona di eeru, ní orúkọ Jésù.

111. Ẹmi Mimọ, kọ mi lati yẹra fun awọn ọta bi ọrẹ ati iṣẹ ti ko lere, ní orúkọ Jésù.

112. Baba, jẹ ki gbogbo ibukun mi ti mbẹ ni ẹwọn awọn ọta bẹrẹ si ni le mi, ki o si ba mi lati oni lọ, ní orúkọ Jésù.

113. Oluwa, jẹ ki kẹkẹ ogun alailere ati ẹlẹṣin rẹ maa wọnu orun ijika, ní orúkọ Jésù.

114. Oluwa, jẹ ki orun buburu iyowu ti ẹnikẹni sun lati pa mi lara maa yipada di orun iku, ní orúkọ Jésù.

115. Baba, jẹ ki gbogbo ohun ija ati ete awọn aninlara ati adaniloro ti wọn yan lodi si mi maa di asan, ní orúkọ Jésù.

116. Baba, jẹ ki ina Ọlọrun paarun, gbogbo agbara ti nlo ọkọ t'ẹmi lodi si mi, ní orúkọ Jésù.

117. Baba, jẹ ki gbogbo imọran buburu ti wọn fun mi lodi si ojurere mi maa run womuwomu ki o si tuka, ní orúkọ Jésù.

118. Mo pe ẹjẹ Jesu sori ẹmi mi, ọkan ati ara, ní orúkọ Jésù.

119. Oluwa, jẹki gbogbo eto lodi si aye mi maa di asan, ní orúkọ Jésù.

120. Baba, jẹ ki gbogbo alẹmọ buburu ti wọn yan lati agọ ọta lodi si aye mi maa parẹ nipa ẹjẹ Jesu, ní orúkọ Jésù.

121. Mo pọ gbogbo irugbin satani, ní orúkọ Jésù. (Tẹramọ ipọjade awọn nkan wọnyi nipa iwukọ diẹdiẹ. Kọ lati gbe itọ ti o ba njade lẹnu rẹ min.)

122. Mo ja ara mi gba kuro ninu igbekun idarogun sojukan, ní orúkọ Jésù.

123. Oluwa, fi ina rẹ paarun, ohunkohun ti o njẹ ki ileri Rẹ kuna ninu aye mi lai naani orisun rẹ, ní orúkọ Jésù.

124. Mo le jade ohunkohun ti kii ṣe ti Ọlọrun kuro ninu aye mi, ní orúkọ Jésù.

125. Gbogbo akọle okunkun, maa parẹ nipa ẹjẹ Jesu, ní orúkọ Jésù.

126. Baba, jẹ ki ẹjẹ Jesu, Ina Ọlọrun ati omi iye Ọlọrun fọ ẹya ara mi mọ kuro ninu aimọ ti mo ba lati ọdọ adalu ti awọn obi mi, ní orúkọ Jésù.

ÌPELE KẸTA, ỌJỌ KEJE (01-09-2018)

Ìjẹ́wọ́: Orin Dafidi 8:1 Oluwa, Oluwa wa, orukọ rẹ ti ni iyin to ni gbogbo aye! Iwọ ti o gbe´ ogo rẹ kà ori awọn ọrun.

127. Baba, jẹ ki ẹjẹ Jesu, Ina Ọlọrun ati omi iye ti Ọlọrun fọ ẹya ara mi mọ kuro ninu ounjẹ buburu tẹmi, ní orúkọ Jésù.

128. Baba, jẹ ki ẹjẹ Jesu, Ina Ọlọrun ati omi iye ti Ọlọrun fọ ẹya ara mi mọ kuro ninu aisan ti o farasin, ní orúkọ Jésù.

129. Baba, jẹ ki ẹjẹ Jesu, Ina Ọlọrun ati omi iye ti Ọlọrun fọ ẹya ara mi mọ kuro lọwọ ayinike ati idari buburu, ní orúkọ Jésù.

130. Baba, jẹ ki ẹjẹ Jesu, Ina Ọlọrun ati omi iye ti Ọlọrun fọ ẹya ara mi mọ kuro lọwọ gbẹrẹ nipa t'ara ati nipa t'ẹmi, ní orúkọ Jésù.

131. Baba, jẹ ki ẹjẹ Jesu, Ina Ọlọrun ati omi iye ti Ọlọrun fọ ẹya ara mi mọ kuro lọwọ majele satani, ní orúkọ Jésù.

132. Baba, jẹ ki ẹjẹ Jesu, Ina Ọlọrun ati omi iye ti Ọlọrun fọ ẹya ara mi mọ kuro lọwọ alẹmọ buburu, akọle ati asopọ, ní orúkọ Jésù.

133. Ki agọ ara mi kọ gbogbo ibugbe buburu ni orukọ nla Jesu.

134. Oluwa, sọ agbegbe mi din la, ní orúkọ Jésù.

135. Oluwa, yi gbogbo eto buburu ti o nfa si aye mi boya mo mọ tabi n ko mọ, ní orúkọ Jésù.

136. Mo kọ gbogbo ayidayida ati awọn alayidayida, ní orúkọ Jésù.

137. Mo fọ agbara ẹmi okunkun, ajẹ ati ẹmi emere lori aye mi, ní orúkọ Jésù.

138. Oluwa, fi Ina Ẹmi Mimọ ran mi, ní orúkọ Jésù.

139. Mo ya jade, irugbin satani ninu ikun mi, ní orúkọ Jésù.

140. Mo ya jade, irugbin satani iyowu ninu ẹya ara ibimọ mi, ní orúkọ Jésù.

141. Ina Ẹmi Mimọ, ṣe iṣe ifọmọ ninu aye mi, ní orúkọ Jésù.

142. Jesu Oluwa, rin pada si gbogbo iṣẹju aye mi lati wo mi san, ati lati sọ mi di pipe, ní orúkọ Jésù.

143. Jesu Oluwa, rin pada si iran kẹta ati iran kẹrin, ki o si ja gbogbo asopọ mọlẹbi ti ko lere danu, ní orúkọ Jésù.

144. Jesu Oluwa, da mi nide kuro lọwọ ipa odi ti o wọnu mi lati inu iya mi, ní orúkọ Jésù.

145. Jesu Oluwa, lo ẹrọ iparẹ Rẹ lati pa gbogbo iranti ti ndunni ti o si loro kuro ni ọkan mi, ní orúkọ Jésù.

146. Oluwa Ọlọrun mi, Iwọ iba jẹ fa ọrun ya, ki O si mu mi gba ohun ini mi, ní orúkọ Jésù.

147. Oluwa, ṣe atunṣe ibajẹ iyowu ti wọn ṣe si ẹmi mi lati ọwọ awọn ojiṣẹ satani, ní orúkọ Jésù.

ÌPELE KẸTA, ỌJỌ KẸJỌ (02-09-2018)

Ìjéwọ́: Orin Dafidi 8:1 Oluwa, Oluwa wa, orukọ rẹ ti ni iyin to ni gbogbo aye! Iwọ ti o gbe′ ogo rẹ kà ori awọn ọrun.

148. Baba, jẹ ki gbogbo majẹmu ikuna ninu aye mi fọ, ní orúkọ Jésù.

149. Mo fọ gbogbo igbekun ti majẹmu, ní orúkọ Jésù.

150. Gbogbo iṣoro ti o nii ṣe pẹlu agadagodo temi ninu aye mi, gba ojutu atokewa, ní orúkọ Jésù.

151. Oluwa, jẹ ki gbogbo ire ati iṣerere ti wọn ti gbe gbin, gba ajinde atokewa, ní orúkọ Jésù.

152. Gbogbo iṣoro ti o nii ṣe pẹlu awọn ibatan ti o ti ku, gba ojutu atokewa, ní orúkọ Jésù.

153. Gbogbo iṣoro ti o nii ṣe pẹlu awọn ana ẹlẹmi okunkun, gba ojutu atokewa, ní orúkọ Jésù.

154. Gbogbo iṣoro ti o nii ṣe pẹlu iku aitỌjọ, gba ojutu atokewa, ní orúkọ Jésù.

155. Mo kọ lati pẹhinda ni bebe iṣegun, ní orúkọ Jésù.

156. Iṣoro iyowu ti o so pọ mọ gbigba ọmọ lati orisun ti ko tọna, gba ojutu atokewa, ní orúkọ Jésù.

157. Iṣoro iyowu ti o nii ṣe pẹlu gbigba iyawo/ọkọ lati orisun ti ko tọna, gba ojutu atokewa, ní orúkọ Jésù.

158. Gbogbo iṣoro ti o njẹyọ lati apẹrẹ ofifo, gba ojutu atokewa, ní orúkọ Jésù.

159. Oluwa, je ki gbogbo itako si rinrin agbara Ọlọrun ninu aye mi maa yọ danu nipa Ina Ẹmi Mimọ, ní orúkọ Jésù.

160. Baba, jẹ ki gbogbo iṣoro ti o ni asopọ pẹlu majele ti ara ati ti ẹmi maa gba ojutu atokewa, ní orúkọ Jésù.

161. Oluwa, jẹ ki gbogbo oju buburu ti nṣọ itẹsiwaju mi gba ifọju, ní orúkọ Jésù.

162. Gbogbo idena si adura ati ailegbadura poora kuro ninu aye mi, ní orúkọ Jésù.

163. Oluwa, jẹ ki awọn ọta mi bẹrẹ sini ṣubu sinu pampẹ ara wọn, ní orúkọ Jésù.

164. Oluwa, jẹ ki ibigiga ti gbogbo Ẹmi Kora, Datani ati Abiramu ti nṣiṣẹ lodi si mi maa wo lulẹ, ní orúkọ Jésù.

165. Gbogbo Ẹmi Balaamu ti wọn bẹ lọwẹ lati fi mi re, ṣubu gẹgẹ bii ti Balaamu, ní orúkọ Jésù.

166. Gbogbo ẹmi Sambalati ati Tobiah ti nṣeto aburu lodi si mi, gba okuta ina, ní orúkọ Jésù.

167. Gbogbo ẹmi isinru, ṣubu, ní orúkọ Jésù.

168. Gbogbo Ẹmi Hẹrọdu, gba lilu ti awọn angẹli, ní orúkọ Jésù.

ÌPELE KẸTA, ỌJỌ KẸSAN (03-09-2018)

Ìjẹ́wọ́: Orin Dafidi 8:1 Oluwa, Oluwa wa, orukọ rẹ ti ni iyin to ni gbogbo aye! Iwọ ti o gbe´ ogo rẹ kà ori awọn ọrun.

169. Gbogbo ẹmi Golayati, gba awọn okuta ina, ní orúkọ Jésù.

170. Gbogbo ẹmi isinru, ṣubu sinu okun pupa, ní orúkọ Jésù.

171. Gbogbo agbekalẹ satani ti wọn yan lati yi ayanmọ mi pada, gba ijakulẹ, ní orúkọ Jésù.

172. Gbogbo ojiji buburu, maa yọ danu nipa Ina Ẹmi Mimọ, ní orúkọ Jésù.

173. Gbogbo akede ire mi ti ko lere, ẹ dakẹ jẹ, ní orúkọ Jésù.

174. Gbogbo ajadi apo, maa di pa, ní orúkọ Jésù.

175. Gbogbo ohun elo itọpinpin ti wọn yan lodi si mi, di gbigbe min, ní orúkọ Jésù.

176. Gbogbo rabọrabọ buburu ti ifọwọkan ibi, maa jade kuro ninu aye mi, ní orúkọ Jésù.

177. Gbogbo ibukun ti ẹmi ajẹ hamọ, gba itusilẹ, ní orúkọ Jésù.

178. Gbogbo ibukun ti ẹmi emere hamọ, gba itusilẹ, ní orúkọ Jésù.

179. Gbogbo ibukun ti ẹmi irandiran hamọ, gba itusilẹ, ní orúkọ Jésù.

180. Gbogbo ibukun ti ọta onilara hamọ, gba itusilẹ, ní orúkọ Jésù.

181. Gbogbo ibukun ti awọn ojiṣẹ satani hamọ, gba itusilẹ, ní orúkọ Jésù.

182. Gbogbo ibukun ti awọn ijoye hamọ, gba itusilẹ, ní orúkọ Jésù.

183. Gbogbo ibukun ti awọn alaṣẹ okunkun hamọ, gba itusilẹ, ní orúkọ Jésù.

184. Gbogbo ibukun ti awọn agbara okunkun hamọ, gba itusilẹ, ní orúkọ Jésù.

185. Gbogbo ibukun ti awọn iwa ika tẹmi ninu awọn ọrun hamọ, gba itusilẹ, ní orúkọ Jésù.

186. Gbogbo ẹrọ ajoṛeyin ti wọn gbekalẹ ninu ẹmi lati dena itẹsiwaju mi, yangbẹ, ní orúkọ Jésù.

187. Ifororoyan aṣẹgun, ba le mi, ní orúkọ Jésù.

188. Gbogbo Israẹli mi ninu igbekun, gba itusilẹ, ki o si jẹ ki awọn amunisin mi maa wọnu igbekun, ní orúkọ Jésù.

189. Gbogbo kẹkẹ ati ẹlẹṣin ti ko lere, ẹ maa wọnu orun iku, ní orúkọ Jésù.

ÌPELE KẸTA, ỌJỌ KẸWA (04-09-2018)

Ìjẹ́wọ́: Orin Dafidi 8:1 Oluwa, Oluwa wa, orukọ rẹ ti ni iyin to ni gbogbo aye! Iwọ ti o gbe' ogo rẹ kà ori awọn ọrun.

190. Orun buburu iyowu ti ẹnikẹni sun lati pa mi lara, yipada di orun iku, ní orúkọ Jésù.

191. Gbogbo ohun ija ati ete aninilara ati adaniloro, di asan, ní orúkọ Jésù.

192. Ina Ọlọrun, pa agbara ati ọkọ t'ẹmi ti nṣiṣẹ lodi si mi run, ní orúkọ Jésù.

193. Gbogbo imọran buburu ti wọn da lodi si ojurere mi, run ki o uka, ní orúkọ Jésù.

194. Mo gba igbega mi atokewa loni, ní orúkọ Jésù.

195. Oluwa, mu mi ṣerere, ki O si mu mi wọnu iṣerere, ní orúkọ Jésù.

196. Igbega, itẹsiwaju ati aṣeyọri jẹ t'emi loni, ní orúkọ Jésù.

197. Gbogbo ẹyin jẹran jẹran ati mujẹmujẹ, ẹ kọsẹ, ki ẹ si ṣubu, ní orúkọ Jésù.

198. Mo paṣẹ ki aleni-madẹhin maa lepa ara awọn, ní orúkọ Jésù.

199. Gbogbo agbara ti nparada di ẹranko ni ọganjọ oru lati gbogunti mi loju ala mi, ṣubu lulẹ ku, ní orúkọ Jésù.

200. Gbogbo ọfin ti wọn gbẹ fun aye mi nipasẹ ala iku , gbe awọn ti o gbẹ ọ min, ní orúkọ Jésù.

201. Gbogbo agbara ti nni aye mi lara nipasẹ ala iku, ṣubu lulẹ ku, ní orúkọ Jésù.

202. Gbogbo ẹbun iku aimọ eyi ti mo ti gba, gba ina Ọlọrun, ní orúkọ Jésù.

203. Ina Ẹmi Mimọ, yọ gbogbo gbolohun ti wọn yan lati fa mi lulẹ danu, ní orúkọ Jésù.

204. Mo fagile nipa ẹjẹJesu, gbogbo erongba buburu lodi si aye mi, ní orúkọ Jésù.

205. Mo fagile nipa ẹjẹJesu, gbogbo adura satani lodi si ayanmọ mi, ní orúkọ Jésù.

206. Gbogbo gbolohun ti wọn ṣeto lati ke ẹmi mi kuru, ta pada, ní orúkọ Jésù.

207. Gbogbo igo oju ajogunba ti satani ti mbẹ loju mi, fọ nipa ẹjẹ Jesu.

208. Mo fagile nipa agbara ti mbẹ ninu ẹjẹ Jesu, gbogbo asọtẹlẹ odi ti wọn sọ sinu aye mi, ní orúkọ Jésù.

209. Agbara Ọlọrun, ṣan wọnu awọn ọrun ati sinu awọn omi, ati si isalẹilẹ ki o si fagile gbogbo ipinnu satani ti o lodi si aye mi, ní orúkọ Jésù.

210. Ireti agbara ajẹ nipa alafia mi, tuka, ní orúkọ Jésù.

IJÉWỌ́ TI IPELE YI

Mo tẹ mọlẹ, gbogbo ejo ọtẹ, irohin buburu, ẹsun eke, arekereke ati bibu ẹnu àtẹ luni ní orúkọ Jésù. Ni igba ipọnju, Oluwa Ọlọrun mi ati Baba mi yoo pa mi mọ sinu agbala Rẹ; ni ibi ikọkọ agọ Rẹ ni yo gbe pa mi mọ. Pẹlu ẹkun omi ti nṣan ni Oluwa yoo pa ibugbe awọn ọta mi run, ní orúkọ Jésù. Oluwa ti ran ibẹru Rẹ ati ipaya mi sori awọn ọta mi, pe iroyin tabi igburo mi yoo mu wọn bẹru, wariri ki wọn si wa ni ibanujẹ ọkan, ní orúkọ Jésù.Mo tujuka, mo si gbagbọ ninu iwa mimọ ati aiku ọrọ Ọlọrun, ní orúkọ Jésù. Gẹgẹ bi akoko yi, a o ma wi nipa temi ati idile mi pe, ẹ wo ohun ti Oluwa ti ṣe, ní orúkọ Jésù. Nitori naa mo paṣẹ ki gbogbo ẹgbẹ ogun ọta ti wọn to jọ lodi si mi maa tuka, bi mo ti npe àrá Ọlọrun sọkalẹ sori wọn, ní orúkọ Jésù.

Ki Oluwa Ọlọrun ti ẹsan wa ni ọwọ Rẹ ba ipo wọn jẹ, eto wọn ati ibi giga wọn pẹlu okuta Ina Rẹ, ní orúkọ Jésù. Mo gbe ọpagun nla ti ẹkun ẹjẹ ti o ga dide lodi si iṣigun pada ibi wọn, mo si paṣẹ ki gbogbo ẹgbẹ ogun ọta ti mbọ wa maa yangbẹ nipa ina, ní orúkọ Jésù. Mo gba ẹnubode awọn ọta mi pẹlu ẹjẹ Jesu, mo sọ ibugbe wọn di ahoro, ni orúkọ nla Jesu.

ÌPELE ÌṢẸ́ ÒRU
(ṢÍṢE LÁARIN AGOGO MÉJÌLÁ ÒRU SÍ AGOGO MÉJÌ ÒRU)
ORIN FÚN ÌṢẸ́ ÒRU (OJÚ EWÉ KẸTÀLA)

1. Bi ogun tilẹ dide lodi si mi, ninu eyi ni aya mi yoo le, ní orúkọ Jésù.
2. Nisisiyi ni a o gbe ori mi s'oke ga ju awọn ọta mi ti o yi mi ka lọ, ní orúkọ Jésù.
3. Oluwa, ma ṣe fi mi le ifẹ awọn ọta mi lọwọ, ní orúkọ Jésù.
4. Iji atokewa ti nrunu, ṣawari ajọ ajẹ iyowu ti wọn yan lati gbe ayanmọ orilẹ-ede yi sin, ní orúkọ Jésù.
5. Ọlọrun, tu ibinu Rẹ sori gbogbo agbara ajẹ ti ndamu ayanmọ mi, ní orúkọ Jésù.
6. Ọlọrun dide, ki O si le wọn jade kuro ni ile wọn ninu ibinu Rẹ, ní orúkọ Jésù.
7. Ọlọrun dide, da irunu Rẹ sori awọn ojiṣẹ iponju ti ndamu irawọ mi, ní orúkọ Jésù.
8. Abẹla eniyan ika, mo fẹ ọ pa, ku, ní orúkọ Jésù.
9. Gbogbo iroyin ti wọn ko jọ si ajọ ajẹ lodi si mi gbana, ní orúkọ Jésù.
10. Mo tu ipaya ati lasigbo silẹ sori ikorajọpọ iyowu ti wọn pe lati dojuti mi, ní orúkọ Jésù.
11. Mo tu idarudapọ ati ipadaṣẹhin silẹ sori gbogbo aṣeto satani ti ngbogunti irawọ mi, ní orúkọ Jésù.
12. Gbogbo ago ti wọn da lati ha irawọ mi mọ, mo run ọ, ní orúkọ Jésù.
13. Mo tu awọn ajakalẹ arun mẹwa ti Egipti silẹ sori gbogbo ajọ ajẹti nda iwalaye mi loro, ní orúkọ Jésù.
14. Oluwa, sọ awọn arekereke awọn ọta mi di asan, ní orúkọ Jésù.
15. Ibi ni yoo pa eniyan ika, awọn ti o si korira olododo yoo di ahoro, ní orúkọ Jésù.
16. Baba, fi ija fun awọn ti mba mi ja, ní orúkọ Jésù.
17. Baba, mu asa ati apata ki O si dide fun iranwọ mi, ní orúkọ Jésù.
18. Baba, fa ọkọ Rẹ yọ ki O si da awọn oninunibini duro, ní orúkọ Jésù.
19. Oluwa, jẹ ki wọn ki o damu, ki oju si ti wọn, awọn ti nwa ọkan mi, ní orúkọ Jésù.
20. Oluwa, jẹ ki wọn ki o yipada, ki oju si ti wọn, awọn ti nwa ipalara mi, ní orúkọ Jésù.
21. Oluwa, jẹki eniyan ika dabi iyangbo niwaju afẹfẹ, ní orúkọ Jésù.

ÌPELE KẸRIN – AIYE MI O SI FUN TÍTÀ

BÍBÉLÌ KÍKÀ: ROMU 7

Ìjẹ́wọ́: *Heberu 10:38-39. Ṣugbọn olododo ni yio yè nipa igbagbọ́: ṣugbọn bi o ba fa sẹhin, ọkàn mi ko ni inu didun si i: Ṣugbọn awa ko si ninu awọn ti nfa sẹhin sinu egbé; bikose ninu awọn ti o gbagbọ́ si igbala ọkan.*

ÌPELE KẸRIN, ỌJỌ́ KÌÍNÍ **(05-09-2018)**

1. Dupẹ lọwọ Ọlọrun lati inu ọkan rẹ wa fun awọn iṣẹ iyanu ti o ti ri gba lati ibẹrẹ eto yi.

2. Baba Oluwa, jẹ ki iji, orun ati oṣupa ki o ṣe lodi si gbogbo ifarahan ẹmi okunkun ti o nbẹ ni agbegbe mi, Ní Orúkọ Jésù.

3. Iwọ ajẹnirun, parẹ kuro ninu laala mi, Ní Orúkọ Jésù.

4. Gbogbo igi ti ẹrù gbin sinu ayé mi, gbẹ ti gbongbon ti gbongbon, Ní Orúkọ Jésù.

5. Mo fagile gbogbo iṣefaya, egun ati èpè ti o lodi si mi, Ní Orúkọ Jésù.

6. Oluwa, lo aye mi lati ko rudurudu ba awọn ọta mi, Ní Orúkọ Jésù.

7. Baba, jẹki awọn ferese ọrun ṣi silẹ fun mi, Ní Orúkọ Jésù.

8. Mo paṣẹ fun gbogbo akasọ ti ọta nlo lati wọnu aye mi, ki o fọ si wẹwẹ, Ní Orúkọ Jésù.

9. Mo pe Ẹmi rudurudu ati ipinya ki o bale gbogbo ipá awọn ọta, Ní Orúkọ Jésù.

10. Mo fagile gbogbo egun eyi ti momọ ati eyiti nkomọ, Ní Orúkọ Jésù.

11. Mo tu ara mi silẹ kuro ninu igbekun ẹrù, Ní Orúkọ Jésù.

12. Mo paṣẹ pe ki gbogbo ami ibi nipa t'ẹmi ki o parẹ, Ní Orúkọ Jésù.

13. Mo fagile gbogbo iṣe ati raborabọ ohun ibi gbogbo ti mot i tẹ mọlẹ, Ní Orúkọ Jésù.

14. Oluwa, yii pada gbogbo ibajẹ ti wọn ṣe sinu aye mi lati inu iya mi wa, Ní Orúkọ Jésù.

15. Mo fọọ, mo si tu ara mi silẹ kuro ninu gbogbo egun igbeyawo nipa orukọ irapada Jesu Kristi.

16. Oluwa, ṣe mi ni orison ibukun fun ẹbi mi, Ní Orúkọ Jésù.

17. Mo gbeede, mo si sọ di asan gbogbo imọran ibi ati ero ibi ti wọn ṣe lodi si mi, Ní Orúkọ Jésù.

18. Mo ti ilẹkun abawọle ti oṣi ngba wọle, mo si ti ilẹkun ti oṣi ngba jade, Ní Orúkọ Jésù.

19. Oluwa, jẹ ki awọn ọta mi o wolẹ niwaju mi, ki wọn si ki mi ku orire, Ní Orúkọ Jésù.

20. Oluwa, bọ aṣọ ijiya lara mi bi Ẹ ti ṣe fun Josefu, Ní Orúkọ Jésù.

21. Oluwa, bọ aṣọ aisan larami bi Ẹ ti ṣe fun Hezekiah, Ní Orúkọ Jésù.

IPELE KẸRIN, ỌJỌ KEJI (06-09-2018)

Ìjẹ́wọ́: *Heberu 10:38-39. Ṣugbọn olododo ni yio yè nipa igbagbọ́: ṣugbọn bi o ba fa sẹhin, ọkàn mi ko ni inu didun si i: Ṣugbọn awa ko si ninu awọn ti nfa sẹhin sinu egbé; bikose ninu awọn ti o gbagbọ́ si igbala ọkan.*

22. Oluwa, bọ aṣọ gbese larami bi Ẹ ti ṣe fun opo nii nipasẹ Eliṣa, Ní Orúkọ Jésù.
23. Oluwa, bọ aṣọ ẹgan larami bi Ẹ ti ṣe fun Hannah, Ní Orúkọ Jésù.
24. Oluwa, bọ aṣọ iku larami bi Ẹ ti ṣe fun Shadraki, Ní Orúkọ Jésù.
25. Gbogbo ogo ti o ti lọ, pada wa, Ní Orúkọ Jésù.
26. Gbogbo ibukun ti wọn ti gbamu, gba itusilẹ, Ní Orúkọ Jésù.
27. Ẹjẹ mi, kọ ẹmi amodi, Ní Orúkọ Jésù.
28. Mo pasẹ ituka fun gbogbo awọn ti o ntẹle ni ti nko fojuri, Ní Orúkọ Jésù.
29. Ọlọrun dide ki o si jẹki gbogbo ipá awọn amunisin o tuuka, Ní Orúkọ Jésù.
30. Mo tu ara mi silẹ kuro ninu ahamọ nipa t'ẹmi, Ní Orúkọ Jésù.
31. Ogidi ina, ba le gbogbo Adigun jale t'ẹmi to nbẹ ninu aye mi, Ní Orúkọ Jésù.
32. Bata ibi nipa t'ẹmi, jo di ĕru, Ní Orúkọ Jésù.
33. Ounjẹ ibi nipa t'ẹmi, ti wọn pese fun aye mi, ki ogidi ina Ọlọrun o ma joorun, Ní Orúkọ Jésù.
34. Ẹmi rudurudu, kuro ninu gbogbo agbegbe aye mi, Ní Orúkọ Jésù.
35. Gbogbo ayaworan ibi, ẹ dẹkun iṣẹ ibi yin ninu aye mi, Ní Orúkọ Jésù.
36. Gbogbo idojuko latọwọ awọn ẹda ibi ti oru, mo fagile, Ní Orúkọ Jésù.
37. Gbogbo igi buburu ti o fi ibukun awọn ọmọ Ọlọrun pamọ, tu onde rẹ silẹ, Ní Orúkọ Jésù.
38. Gbogbo ikora-jọpọ ninu afẹfẹ, ilẹ, omi, aginju ti o lodi si aye mi, tuuka, Ní Orúkọ Jésù.
39. Ẹnu ibi ti onsọrọ lodi si mi, ṣubu gẹgẹ bi ti Balamu, Ní Orúkọ Jésù.
40. Gbogbop rabọrabọ ibọni lọwọ ibi ati ifẹnu koni lẹnu ibi, gba ifagile, Ní Orúkọ Jésù.
41. Gbogbo agbara to nlepa aye mi, ẹ kọsẹ, ki ẹ si ṣubu, Ní Orúkọ Jésù.
42. Oluwa, Jẹki ọpọ yaturu igbega ati iṣẹ iyanu o ya wọnu aye mi, Ní Orúkọ Jésù.

IPELE KẸRIN, ỌJỌ KẸTA (07-09-2018)

Ìjẹ́wọ́: *Heberu 10:38-39. Ṣugbọn olododo ni yio yè nipa igbagbọ́: ṣugbọn bi o ba fa sẹhin, ọkàn mi ko ni inu didun si i: Ṣugbọn awa ko si ninu awọn ti nfa sẹhin sinu egbé; bikose ninu awọn ti o gbagbọ́ si igbala ọkan.*

43. Gbogbo rabọrabọ ibi ti adalu t'ẹmi, gba atunṣe, Ní Orúkọ Jésù.
44. Mo gba ibukun mi kuro lọwọ àwọn ajẹnirun, Ní Orúkọ Jésù.
45. Mo gba òwò mi ati iṣẹ mi kuro lọwọ àwọn atunidanu, Ní Orúkọ Jésù.

46. Mo gba ọkọ mi tabi aya mi kuro lọwọ awọn agbara atunika, Ní Orúkọ Jésù.
47. Oluwa, gba mi lọwọ awọn agbara to nfi anfani atokewa ṣofo, Ní Orúkọ Jésù.
48. Oluwa, jẹki ndi ẹniti oniruru ẹka idaniwo ko le bori, Ní Orúkọ Jésù
49. Oluwa, gbe mi sori òkè ògo ati agbara, Ní Orúkọ Jésù.
50. Mo tu ara mi silẹ kuro ninu igbèkùn ti momọ ati eyi ti nkomọ ti o ndena idagbasoke ati ilọsiwaju mi nipa t'ẹmi, Ní Orúkọ Jésù.
51. Gbogbo ifororoyan ti o lodi poora ninu aye mi, Ní Orúkọ Jésù.
52. Baba, tun ayé mi to gẹgẹ bi Ifẹ Rẹ, Ní Orúkọ Jésù.
53. Baba, ṣe atunṣe ohun rere gbogbo ninu aye mi eyiti moti fi ọwọ́ ara mi bajẹ, Ní Orúkọ Jésù.
54. Ina Ẹmi Mimọ, ṣe iṣẹ iwẹnumọ ninu aye mi, Ní Orúkọ Jésù.
55. Ṣe mi ni òpó ninu ile Rẹ, Ní Orúkọ Jésù.
56. Baba, kan mọ agbelebu ohunkohun to nbẹ ninu mi ti yio yọ orukọ mi kuro ninu iwé ìyè, Ní Orúkọ Jésù.
57. Baba ran mi lọwọ lati le kan ẹran ara mi mọ agbelebu, Ní Orúkọ Jésù.
58. Ti wọn bati yọ orukọ mi kuro ninu iwe iye, Baba, Ẹ tun orukọ mi kọ, Ní Orúkọ Jésù.
59. Oluwa, Ẹ fun mi ni agbara lati bori ẹran ara, Ní Orúkọ Jésù.
60. Mo jẹwọ, mo ronupiwad, mo si kọ silẹ ẹsẹ aile-darijini, fifi aye gba iranti ohun buburu lǎye lati fi majele sinu ọkan mi ati èrò mi, ti imẹ́lẹ́ nipa t'ẹmi ati aini ifura si Ẹmi Mimọ, Ní Orúkọ Jésù.
61. Oluwa, wẹ ọkan mi mọ kuro ninu iranti ẹsẹ ati iranti ti npa nirun, Ní Orúkọ Jésù.
62. Oluwa, wẹ ọkan mi mọ ki o si da aiya titun sinu mi, ki emi le maar in laini ẹsẹ, Ní Orúkọ Jésù.
63. Iwọ ẹmi (mu lara awọn ohun ti a kọ), ja ìdè rẹ lori ayé mi, Ní Orúkọ Jésù. Mo paṣẹ ki o kuro laye mi. Mo gbe agbelebu Jesu saarin èmi ati iwọ. Mo kọ ki o maṣe pada mọ tabi ki o ran awọn ẹmi miran, Ní Orúkọ Jésù.

-Itan ara ẹnijẹ	-Igberaga	-Iku	-Rudurudu	-Ikọsilẹ
-Itẹba ọkan	-Ikoro	-Iwa Ope		
-Didi ẹru ohun kan	-Iwa ojo	-Ẹru	-Idaiyafo	-Aini suuru
-Itẹsiwaju ti wọn mu so		-Aile darijini	-Amodi	
-Ifi nkan ṣofo	-Ija	-Asan	-iwuwo ọkan	-Ala buburu.

IPELE KẸRIN, ỌJỌ KẸRIN (08-09-2018)

Ìjẹ́wọ́: *Heberu 10:38-39. Ṣugbọn olododo ni yio yè nipa igbagbọ́: ṣugbọn bi o ba fa sẹhin, ọkàn mi ko ni inu didun si i: Ṣugbọn awa ko si ninu awọn ti nfa sẹhin sinu egbé; bikose ninu awọn ti o gbagbọ́ si igbala ọkan.*

64. Gbogbo agbara to ndena ire ati alaja mi, ẹ gba rudurudu ki ẹ si tuuka, Ní Orúkọ Jésù.

65. Gbogbo agbara awọn ọta mi, e di alailagbara, Ní Orúkọ Jésù.

66. Gbogbo ahọn ibi, to nsọrọ egun ati gbolohun ibi lodi si aye mi, ẹ panumọ titi laelae, Ní Orúkọ Jésù.

67. Mo pàṣẹ pe gbogbo ibi giga ati agbara ibi ti o fi ẹtọ mi ati ohun rere mi pamọ, mo fi ipa ṣi yin nidi, Ní Orúkọ Jésù.

68. Mo leepa, mo baa, mo si gba pada gbogbo ohun ini mi kuro lọwọ Adigun-jale ẹmi, Ní Orúkọ Jésù.

69. Gbogbo imọran, eto, ifẹ, ireti, erongba, ete ati iṣe awọn aninilara ti o lodi si aye mi, ki o di ofo ati asan, Ní Orúkọ Jésù.

70. Mo fopin si gbogbo iṣe, mo si fagile gbogbo iwe ileri ibi ti wọn fi pamọ sinu iwe Satani nitori t'emi, Ní Orúkọ Jésù.

71. Mo tu ara mi silẹ kuro lọwọ agbara ati iṣe afiniṣofo, Ní Orúkọ Jésù.

72. Mo ko ki idari ibi ma timi kaakiri lati le da iṣe iyanu mi duro, Ní Orúkọ Jésù.

73. Gbogbo ibujoko ibi, pipe ẹmi ẹni, gba ina Ọlọrun, ki o si jo di eeru, Ní Orúkọ Jésù.

74. Ẹmi Mimọ, kọ mi kin le yẹra fun awọn ọrẹ ibi ati ifọrọ-jọmi-toro ọrọ ibi, Ní Orúkọ Jésù.

75. Ohun rere gbogbo mi to nbẹ ninu tubu awọn ọta, bẹrẹ sin i lepa mi, ki o sib a mi lati oni lọ, Ní Orúkọ Jésù.

76. Gbogbo ina ajeji ti wọn pese lodi si aye mi, kuu, Ní Orúkọ Jésù.

77. Mo pàṣẹ fun gbogbo ahọn to nsọrọ iparun lodi si mi, ki o gba idalẹbi, Ní Orúkọ Jésù.

78. Gbogbo awọn to nyọ Isreali mi lẹnu, mo le yin jade, ki ẹ si gba rudurudu, Ní Orúkọ Jésù.

79. Jẹki ẹjẹ Jesu o paarẹ, gbogbo ami alailere ninu eyikeyi agbegbe aye mi, Ní Orúkọ Jésù.

80. Jẹki gbogbo rabọrabọ ọwọ ajeji ti o ti kan ẹjẹ mi, gba ifagile, Ní Orúkọ Jésù.

81. Mo pàṣẹ ki ẹmi to npa ibukun ti, ki o wa ninu idẹ, Ní Orúkọ Jésù.

82. Mo gba iṣegun lori awọn ogun ìkà ti o rọgba yi mika, Ní Orúkọ Jésù.

83. Mo duro lodi si ijakulẹ oju ala ati raborabọ rẹ, Ní Orúkọ Jésù.

84. Jẹ ki gbogbo ẹmi to ndoju ija kọ mi ni iri ẹranko gba ina Ọlọrun.

Ìjẹ́wọ́: *Heberu 10:38-39. Ṣugbọn olododo ni yio yè nipa igbagbọ́: ṣugbọn bi o ba fa sẹhin, ọkàn mi ko ni inu didun si i: Ṣugbọn awa ko si ninu awọn ti nfa sẹhin sinu egbé; bikose ninu awọn ti o gbagbọ́ si igbala ọkan.*

85. Mo duro lodi si iṣe ẹmi iku ninu aye mi, Ní Orúkọ Jésù.

86. Jẹ ki imọran ẹṣu ti o lodi si mi gba iparun ati ijakulẹ, Ní Orúkọ Jésù.

87. Mo gbeede, ẹmi iyemeji, aigbagbọ, ẹru ati aṣa, Ní Orúkọ Jésù.

88. Baba, paarun ibi giga agbara okunkun ni idile baba mi, Ní Orúkọ Jésù.

89. Jẹki gbogbo iṣoro to nkoba ọpọlọ gba ifagile, Ní Orúkọ Jésù.

90. Jẹ ki gbogbo rabọ rabọ ipani rubọ latọwọ awọn baba nla mi lori aye mi, gba ifagile, Ní Orúkọ Jésù.

91. Jẹki gbogbo aisan to ngbẹmi, aisan inu ẹjẹ ati aisan irandiran gba iwosan, Ní Orúkọ Jésù.

92. Oluwa, fun mi lagbara lati lepa, ki nsi le awọn ota mi ba, ki nsi gba pada ohun gbogbo ti wọn ti ji lọ, Ní Orúkọ Jésù.

93. Ọlọrun, jẹ ki ina Rẹ paarun gbogbo iṣoro ipilẹ ninu aye mi, Ní Orúkọ Jésù.

94. Jẹ ki gbogbo asopọ, alẹmọ ati ontẹ awọn aninilara gba iparun nipa ẹjẹ Jesu.

95. Gbogbo oyun ibi t'ẹmi ninu aye mi, parun, Ní Orúkọ Jésù.

96. Dupẹ lọwọ Ọlọrun wipe O ṣe ipese fun itusilẹ kuro ninu oniruru igbekun.

97. Jẹwọ ẹṣẹ rẹ ati ẹṣẹ baba nla rẹ, papa julọ, eyi to niiṣe pẹlu awọn agbara ibi.

98. Mo fi ẹjẹ Jesu bo ara mi.

99. Mo tu ara mi silẹ kuro ninu gbogbo igbekun ajogunba, Ní Orúkọ Jésù.

100. Oluwa, ran ake ina Rẹ si ipilẹ aye mi, ki o si paarun gbogbo irugbin ibi, Ní Orúkọ Jésù.

101. Jẹki ẹjẹ Jesu tii jade kuro ninu agọ ara mi, gbogbo irugbin satani ajogunba, Ní Orúkọ Jésù.

102. Mo tu ara mi silẹ kuro ninu igbamu iṣoro yoowu ti o wọ inu aye mi lati inu iya mi wa, Ní Orúkọ Jésù.

103. Je ki ẹjẹ Jesu ati Ina Ẹmi Mimọ, fọ gbogbo ẹya ara mi mọ, Ní Orúkọ Jésù.

104. Mo fọọ, mo situ ara mi silẹ kuro ninu gbogbo majemu ibi ajogun ba, Ní Orúkọ Jésù.

105. Mo fọọ, mo situ ara mi silẹ kuro ninu gbogbo egun ibi, Ní Orúkọ Jésù.

IPELE KERIN, OJO KEFA (10-09-2018)

Ìjéwó: *Heberu 10:38-39. Şugbon olododo ni yio yè nipa igbagbó: şugbon bi o ba fa sẹhin, ọkàn mi ko ni inu didun si i: Şugbon awa ko si ninu awọn ti nfa sẹhin sinu egbé; bikose ninu awọn ti o gbagbó si igbala ọkan.*

106. Mo pọ ounjẹ ibi ti wọn ti fun mi jẹ gẹgẹ bi ọmọ ọwọ́, Ní Orúkọ Jésù.

107. Mo paşẹ ki gbogbo ọkunrin alagbara ti ipinlẹ ti o so pọ mọ aye mi yaarọ, Ní Orúkọ Jésù.

108. Jẹ ki ọpa awọn ẹni ika yoowu ti o dide lodi si ẹbi mi di alailagbara nitori t'emi, Ní Orúkọ Jésù.

109. Mo fagile rabọrabọ orukọ ibilẹ ti o so pọ mọ mi, Ní Orúkọ Jésù.

110. Gba adura ipa lodi si gbogbo ipilẹ ibi wọnyi. Iwọ (Darukọ ohun ti a kọ lọkankan), ja ide rẹ lori aye mi, ki o si jade kuro ninu ipilẹ mi, Ní Orúkọ Jésù.

   -Rabọrabọ ibi ti idile olorogun   -Egun awọn obi   -Ifiji Ibi
   -Gbẹrẹ okunkun   -Adalu oju ala   -Irubọ okunkun
   -Gbigba ẹjẹ ẹmi okunkun   -Biba awọn ẹgbẹ okunkun kẹgbẹ
   -Iloyun ni ọna ti koba Bibeli mu -igbeyawo ẹmi okunkun
   -Igbe ọwọ leni ibi   -Ibasepọ pẹlu orişa idile
   -Amodi ajogunba   -Sişe ibalopọ lọna tolodi

111. Iwọ irugbin ibi ti ipilẹ, jade kuro ninu aye mi pẹlu gbogbo gbongbon rẹ, Ní Orúkọ Jésù.

112. Mo fọọ, mo situ ara mi kuro ninu ibọde yoowu, Ní Orúkọ Jésù.

113. Mo tu ara mi silẹ kuro ninu ijẹgaba ati idari ibi, Ní Orúkọ Jésù.

114. Jẹ ki èjẹ Jésù wọ inu éjẹ mi lọ, Ní Orúkọ Jésù.

115. Jẹ ki gbogbo ẹnu ọnà ti ipilẹ mi şi silẹ fun ota di titipa nipa ẹjẹ Jesu.

116. Jesu Oluwa, rin pada sinu gbogbo işeju aaya aye mi, ki o si tu mi silẹ ni ibi ti mot i nilo itusilẹ.

117. Mo kọọ, mo fagile, mo yii pada gbogbo wiwa ninu egbẹ ibi, Ní Orúkọ Jésù.

118. Mo yọọ, mo si fagile orukọ mi ninu akọsilẹ ibi pẹlu ẹjẹ Jesu.

119. Mo kọọ, mo si fagile orukọ ibi yoowu ti wọn fi fun mi laimọ tabi eyi ti momọ ninu ẹgbẹ buburu yoowu, Ní Orúkọ Jésù.

120. Mo fọ ara mi mọ kuro ninu gbogbo ounjẹ ibi ti mo mọmọ jẹ ati eyi ti nko mọmọ jẹ pẹlu awọn ẹgbẹ buburu nipa ẹjẹ Jesu, Ní Orúkọ Jésù.

121. Mo yọ eyikeyi ninu ẹya ara mi ati ẹjẹ kuro lori pẹpẹ ibi yoowu, Ní Orúkọ Jésù.

122. Mo yọ fotọ mi ati aworan mi pẹlu ẹda inu mi kuro lori pẹpẹ ibi ati ti ẹgbẹ buburu, Ní Orúkọ Jésù.

123. Mo daa pada ohun elo awọn egbẹ buburu ti mo mọ tabi ti nko mọ pe mo ni asopọ pẹlu rẹ, ohun elo ati ohun ini miran to nbẹ nikawọ mi, Ní Orúkọ Jésù.

124. Mo jẹwọ iyapa patapata kuro ninu ẹgbẹ buburu yoowu, Ní Orúkọ Jésù.

125. Ẹmi Mimọ, mọ odi ina yi mika, eyi ti yio mu ki o ṣoro patapata fun ẹmi ibi yoowu lati tun tọ miwa, Ní Orúkọ Jésù.

126. Mo fọọ majẹmu yoowu ti o nde mi mo ẹgbẹ ibi yoowu, Ní Orúkọ Jésù.

IPELE KẸRIN, ỌJỌ KEJE **(11-09-2018)**

Ìjẹwọ́: *Heberu 10:38-39. Ṣugbọn olododo ni yio yè nipa igbagbọ́: ṣugbọn bi o ba fa sẹhin, ọkàn mi ko ni inu didun si i: Ṣugbọn awa ko si ninu awọn ti nfa sẹhin sinu egbé; bikose ninu awọn ti o gbagbọ́ si igbala ọkan.*

127. Mo fọọ gbogbo majẹmu ti mo jogun ti mot i wọ boya momọ tabi nko mọ, Ní Orúkọ Jésù.

128. Mo gbeede ẹmi aimọ ti o so pọ mọ awọn majẹmu yi, mo si sọ wọn sinu ibú, Ní Orúkọ Jésù.

129. Mo kọ gbogbo ọna lati da mi pada sinu egbẹ buburu yi pẹlu ẹjẹ Jesu, pẹlu ina, pẹlu sufuru ati àrá Ọlorun, Ní Orúkọ Jésù.

130. Mo kọọ, mo si fagile gbogbo ileri ti mo ṣe nigba ti mo nwọnu ẹgbẹ okunkun, boya mo mọ tabi nko mọ, Ní Orúkọ Jésù.

131. Mo fọọ, mo si fagile gbogbo ami ibi, gbẹrẹ, akọle ti wọn fi sinu ẹmi mi ati ara mi latari jijẹ ọmọ ẹgbẹ buburu yi nipa ẹjẹ Jesu, mo si sọ ara, ọkan ati ẹmi mi di mimọ pẹlu Ina Ẹmi Mimọ, Ní Orúkọ Jésù.

132. Mo fọọ gbogbo majẹmu ti mo jogun latọdọ iran mi, ni iha Baba ati Iya mi, Ní Orúkọ Jésù.

133. Oluwa, wo palẹ gbogbo ipilẹ ibi ninu aye mi, ki o sit un omiran kọ sori apata Krsiti Jesu, Ní Orúkọ Jésù.

134. Mo pasẹ ki ina Ọlọrun o yangbẹ ki o si sọ di eeru gbogbo ẹyẹ ibi, ejo tabi ẹranko miran ti wọn so pọmọ aye mi nipasẹ ẹgbẹ buburu, Ní Orúkọ Jésù.

135. Mo fọọ si wẹwẹ, gbogbo idiwọ, idena tabi idabu ti wọn fi si ọna itẹsiwaju latọwọ ẹgbẹ buburu yoowu, Ní Orúkọ Jésù.

136. Gbogbo ilẹkun ibukun ati alaja ti ẹgbẹ buburu yi ti mọ mi, mo pasẹ ki ẹ ṣi, Ní Orúkọ Jésù.

137. Mo fọọ, mo si fagile gbogbo egun ajogunba.

138. Oluwa, mu kuro ninu aye mi gbogbo egun ti wọn fi le iran-diran mi lati pe wọn wa ninu ẹgbẹ buburu, Ní Orúkọ Jésù.

139. Mo fọọ, mo si fagile gbogbo egun ti awọn obi mi fi le mi lori, Ní Orúkọ Jésù.

140. Mo fọọ, mo si fagile gbogbo égún, èpè, èdì, ifayà, ibọ̀dè, ògèdè ti iránṣẹ sátánì fi le ori ayé mi, Ní Orúkọ Jésù.

141. Mo fọọ, mo si yii pada gbogbo majẹmu asopọ ẹjẹ ati ti ọkan pẹlu ajaga ti o so pọ mọ iranṣẹ satani, Ní Orúkọ Jésù.

142. Mo fọọ ara mi mọ kuro ninu gbogbo ounje ibi yoowu ti mot i jẹ, boya mo mọ tabi nko mọ pẹlu ẹjẹ Jesu, mo si fi Ina Ẹmi Mimọ fọ aye mi mọ, Ní Orúkọ Jésù.

143. Gbogbo ẹmi aimọ ti o so pọ mọ majẹmu yoowu tabi egun ninu agbegbe yoowu ninu aye, ma yangbẹ nipa ina Ọlọrun, Ní Orúkọ Jésù.

144. Mo kede pe ọkan, ara ati ẹmi mi di ko ṣe fọwọkan fun ẹmi buburu, Ní Orúkọ Jésù.

145. Oluwa, jẹ ki gbogbo agbegbe aye mi ni iriri agbara Ọlọrun to nṣiṣe iyanu, Ní Orúkọ Jésù.

146. Mo kọ lati wọnu pampẹ yoowu ti ẹgbẹ buburu dẹ lodi si aye mi, Ní Orúkọ Jésù.

147. Mo fọọ, mo si tu ara mi kuro ninu gbogbo majẹmu apapọ, Ní Orúkọ Jésù.

IPELE KẸRIN, ỌJỌ KẸJỌ (12-09-2018)

Ìjẹwọ́: Heberu 10:38-39. Ṣugbọn olododo ni yio yè nipa igbagbọ́: ṣugbọn bi o ba fa ṣẹhin, ọkàn mi ko ni inu didun si i: Ṣugbọn awa ko si ninu awọn ti nfa ṣẹhin sinu egbé; bikose ninu awọn ti o gbagbọ́ si igbala ọkan.

148. Mo fọọ, mo si tu ara mi silẹ kuro ninu egun apapọ, Ní Orúkọ Jésù.

149. Mo fọọ, mo si fagile gbogbo majẹmu pẹlu orisa ati ajaga ti o so pọ mọ, Ní Orúkọ Jésù.

150. Mo fọọ, mo si fagile gbogbo majẹmu ibi ti awọn obi mi wọnu rẹ nitori t'emi ati gbogbo ajaga ti o so pọ mọ, Ní Orúkọ Jésù.

151. Mo pasẹ ki ina Ọlọrun yangbẹ gbogbo ipá idena ati idabu, ki o si sọ agbara wọn di arọ, Ní Orúkọ Jésù.

152. Oluwa, jẹki Ẹmi Mimọ se iṣẹ alaja kiakia ninu gbogbo agbegbe aye mi, Ní Orúkọ Jésù.

153. Mo jẹwọ wipe ituṣilẹ mi yio wa titi, ki yio si yipada, Ní Orúkọ Jésù.

154. Baba, jẹ ki gbogbo awọn olufiga-gbaga ibi o kọṣẹ ki wọn si ṣubu, Ní Orúkọ Jésù.

155. Baba jẹ ki gbogbo awọn ọta mi o ṣe aṣiṣe ti yio mu mi tẹsiwaju, Ní Orúkọ Jésù.

156. Mo ran rudurudu sinu agọ awọn onimọran ibi to nṣeto lodi si itẹsiwaju mi, Ní Orúkọ Jésù.

157. Mo pasẹ okunkun sinu agọ awọn ọta mi, Ní Orúkọ Jésù.

158. Mo yọ oruko mi kuro ninu iwe ikunna ati iṣe okunkun, Ní Orúkọ Jésù.

159. Oluwa, fun mi ni agbara lati ṣe amulo anfani atokewa, Ní Orúkọ Jésù.

160. Oluwa, fun mi ni agbara lati ni ọgbọn ti o ju ti awọn to nfi igagbaga pẹlu mi, Ní Orúkọ Jésù.

161. Oluwa, fun mi lagbara lati mu omi ninu kanga igbala, Ní Orúkọ Jésù,

162. Oluwa, fun mi lagbara lati ma leke awọn olufi-gagbaga pẹlu mi, nipa ojurere ati idawa ti o danmọran, Ní Orúkọ Jésù.

163. Oluwa, Baba mi, ninu rinrin agbara Rẹ ninu gbogbo eto yi, ma ṣe kọja mi, Ní Orúkọ Jésù.

164. Mo paṣẹ fun gbogbo ẹmi akeeke ti wọn ran si mi ki o di alaile pani lara, Ní Orúkọ Jésù.

165. Oluwa, jẹki gbogbo Herọdu mi gba ijẹra nipa tẹmi, Ní Orúkọ Jésù.

166. Gbogbo agbara to npin orukọ mi kakiri fun ibi, gba itiju, Ní Orúkọ Jésù.

167. Gbogbo arekereke ti awọn ogun ẹmi okunkun ṣeto lodi si aye mi, di ofifo, Ní Orúkọ Jésù.

168. Mo paṣẹ fun gbogbo ẹmi okunkun ti o wọ inu aye mi nipaṣẹ ibapade ẹmi aimọ di gbigbe sọ sinu ina, Ní Orúkọ Jésù.

IPELE KẸRIN, ỌJỌ KẸSAN (13-09-2018)

Ìjẹ́wọ́: *Heberu 10:38-39. Ṣugbọn olododo ni yio yè nipa igbagbọ́: ṣugbọn bi o ba fa sẹhin, ọkàn mi ko ni inu didun si i: Ṣugbọn awa ko si ninu awọn ti nfa sẹhin sinu egbé; bikose ninu awọn ti o gbagbọ́ si igbala ọkan.*

169. Gbogbo imisi ẹmi okunkun, ti wọn ṣeto lati pa iran, ala ati iṣẹ iransẹ mi run, gba ijakulẹ patapata, Ní Orúkọ Jésù.

170. Gbogbo pampẹ ẹmi okunkun ti wọn dẹ fun aye mi, ma fọ si wẹwẹ, Ní Orúkọ Jésù.

171. Mo paṣẹ ki gbogbo iṣẹ ẹmi okunkun ti o lodi si aye mi gba itiju ati laasigbo, Ní Orúkọ Jésù.

172. Gbogbo awọn to nkopa ninu okowo ẹmi okunkun to nṣe lodi si aye mi, gba laasigbo ati aileto, Ní Orúkọ Jésù.

173. Baba Oluwa, jẹ ki aye mi, ayanmọ mi ati igbe aye adura mi lewu joỌjọ fun ijọba okunkun, Ní Orúkọ Jésù.

174. Gbogbo ifarahan ẹtan ti wọn ṣeto lati fa mi lulẹ, di ofo ati alailagbara, Ní Orúkọ Jésù.

175. Baba Oluwa, jẹ ki ri idariji ti ko ni oṣuwọn gba lojoojumọ lori aye mi, Ní Orúkọ Jésù.

176. Baba Oluwa, ma ṣe fopin si iṣẹ iransẹ mi atokewa lori ilẹ aye ṣugbọn ran mi lọwọ lati le muu ṣe, Ní Orúkọ Jésù.

177. Oluwa ati Ọlọrun mi, gbe awọn aṣipẹ dide fun mi lati ma gbadura fun mi ni gbogbo igba, Ní Orúkọ Jésù.

178. Baba Oluwa, jẹki gbogbo awọn ẹbun ati talẹnti t'ẹmi ti ko rin ninu aye mi bẹrẹ sin i ṣiṣẹ fun ogo Rẹ, Ní Orúkọ Jésù.

179. Mo kọ gbogbo ẹkun aisunda, iwuwo ọkan ati abamọ, Ní Orúkọ Jésù.

180. Baba Oluwa, ran mi lọwọ ki iṣẹ iranṣẹ ẹmi mi atokewa ma di ohun ti ẹlomiran yio ma ṣe, Ní Orúkọ Jésù.

181. Mo paṣẹ ki gbogbo ipa okunkun ti o leto eyi ti o lodi si aye mi gba laasigbo, manamana ati ará, Ní Orúkọ Jésù.

182. Gbogbo asopọ ẹmi okunkun t'oleto ti o lodi si ilepa mi nipa t'ara ati nipa t'ẹmi gba itiju, Ní Orúkọ Jésù.

183. Mo pasẹ ki gbogbo jigi ẹmi okunkun ati ohun elo itọ pinpin ẹni ti o lodi si igbe aye ẹmi mi ki o fo si wẹwẹ, Ní Orúkọ Jésù.

184. Baba, jẹ ki gbogbo ẹrọ ayara bi aṣa ati iṣe wọn ti o ṣe lodi si aye mi gba iparun, Ní Orúkọ Jésù.

185. Baba, masẹ sọ mi di alaiyẹ fun iṣẹ Rẹ, Ní Orúkọ Jésù.

186. Baba, maṣe gba aye mi ki nto mu iṣẹ iranṣẹ mi ṣẹ, Ní Orúkọ Jésù.

187. Gbogbo ala ntakun t'ẹmi, to nta okun iṣoro sinu aye mi, kuu, Ní Orúkọ Jésù.

188. Mo yọ mọlẹbi mi kuro ninu asopọ satani, Ní Orúkọ Jésù.

189. Gbogbo ohun elo satani ti wọn nlo lati tọ pinpin itesiwaju mi, parun nipa ara ina Ọlọrun, Ní Orúkọ Jésù.

IPELE KẸRIN, ỌJỌ KẸWA (14-09-2018)

Ìjẹ́wọ́: *Heberu 10:38-39. Ṣugbọn olododo ni yio yè nipa igbagbọ́: ṣugbọn bi o ba fa sẹhin, ọkàn mi ko ni inu didun si i: Ṣugbọn awa ko si ninu awọn ti nfa sẹhin sinu egbé; bikose ninu awọn ti o gbagbọ́ si igbala ọkan.*

190. Mo pasẹ ki gbogbo obiri ibi ninu aye mi o fọ, Ní Orúkọ Jésù.

191. Gbogbo aṣoju ibilẹ asopọ satani ninu aye mi, yaarọ, Ní Orúkọ Jésù.

192. Gbogbo asopo satani to nṣiṣe pẹlu awọn ọta idile, ẹ wọnu itiju, Ní Orúkọ Jésù.

193. Ọlọrun, Baba mi, jẹki ika awọn ẹni ika o gbe wọn mi, Ní Orúkọ Jésù.

194. Iwọ iji lile latinu aginju, dide, ṣe awari ilea won woli satani to nsọ asọtẹlẹ lodi si mi, Ní Orúkọ Jésù.

195. Gbogbo ogede okunkun ati ero iku si aye mi, ta pada, Ní Orúkọ Jésù.

196. Gbogbo agbara ọta, ti o ni igboiya satani lati fi mi re, gba idajo ati ijiya, Ní Orúkọ Jésù.

197. Gbogbo ibi ikọkọ Goliati to nfọ nu, di fifi han, ki o si tuuka, Ní Orúkọ Jésù.

198. Iji Ila ŏrun lati ọdo Oluwa, wo lulẹ opo ile ikẹru satani, Ní Orúkọ Jésù.

199. Ẹyin ọta mi, ẹ gbẹ iho, ki ẹ si wa jin, ṣubu sinu rẹ, Ní Orúkọ Jésù.

200. Baba, jẹki olu Ọlorun Olodumare fọ si wẹwẹ pẹpẹ ibi yoowu ti wọn gbe kalẹ lodi si aye mi, Ní Orúkọ Jésù.

201. Oluwa, ran ina Rẹ lati paarun gbogbo pẹpẹ ibi ti wọn ṣẹ lodi si mi, Ní Orúkọ Jésù.

202. Gbogbo alufa olorikunkun to nbẹ lori pẹpẹ, mu ẹjẹ ara rẹ, Ní Orúkọ Jésù.

203. Gbogbo agbara, to ndide lodi si itusilẹ mi, gba yinyin okuta ina, Ní Orúkọ Jésù.

204. Iwọ ilẹ ṣi, ki o sig bee mi ogede ti o lodi si mi, Ní Orúkọ Jésù.

205. Iṣẹ awọn iniṣẹ ibi ti o lodi si mi, ki iye yin o ra, Ní Orúkọ Jésù.

206. Mi o ni dahun ipe ẹmi ibi, Ní Orúkọ Jésù.

207. Iwo iranṣẹ iku, fọọ, paarun, Ní Orúkọ Jésù.

208. Iwọ iku ati ipo oku, tu mi silẹ nisin-sinyin, Ní Orúkọ Jésù.

209. Gbogbo ọrọ satani, ti wọn lo lati so mi mọlẹ, kuu, Ní Orúkọ Jésù.

210. Aginju ẹmi aimọ yoowu to ndamu ayanmọ mi, gbina, Ní Orúkọ Jésù.

ÌPELE ÌJẸ́WỌ́

Mo gbẹkẹle Oluwa patapata, emi o sinmi le imọ ara mi. Mo fi ọrọ igbagbọ kun ọkan mi, mo gba, mo si so oro igbagbọ, Ọmọ kiniun ama ṣalaini ebi a si ma pa wọn, ṣugbọn ẹniti o ba nwa oju Oluwa, ki yio ṣalaini ohun ti o dara, Ní Orúkọ Jésù. Ọlọrun ni apata ati ibi isadi mi, Ní Orúkọ Jésù. Ní Orúkọ Jésù Kristi, mo fi gbogbo ogun mi le Jesu Kristi Oluwa lowọ, Oluwa yio ja fun mi, emi yoo si pa ẹnu mi mọ. Oluwa ti tẹ eti ododo Rẹ si mi, lati gba mi kankan, Ní Orúkọ Jésù.. Emi yio je ọro awọn keferi, emi yio si ma fọọnu ninu ogo wọn, gbogbo eniyan ni yio sir i, wọn o si mop e emi ni iru ọmọ ti Oluwa ti bukun fun.

Wọn o ni ja mi ku lẹ mọ tabi ki nkunna ni beebe iṣẹ iyanu ati iṣẹgun mi, Ní Orúkọ Jésù. Ati kọwe rẹ pe, kiyesi emi ati awọn ọmọ ti Oluwa fi fun mi awa fun ami at ara ni Israeli lati ọdọ Oluwa awọn ọmọ ogun ti ngbe ni Zioni. Mo duro lori ọrọ Rẹ ti ki kunna, mo si gba gbogbo akọkilẹ ileri Rẹ mọra, Ní Orúkọ Jésù. Mo si fi ara mi da majẹmu ati idile mi fun Oluwa: eso mi, mo fi ji, mo si jọwọ rẹ fun ibukun and igbadun Ọlọrun ti o ti bukun mi, ti o si ti le ẹgan mi lọ titi laelae, Ní Orúkọ Jésù. Oluwa ni imọlẹ ati igbala mi, tali emi o bẹru? Oluwa li agbara ẹmi mi; aiya tali yio fo mi? Nigbati awọn enia buburu, ani awọn ota mi ati awọn abinuku mi sunmọ mi lati jẹ ẹran ara mi, nwọn kọṣẹ, nwọn si ṣubu, Ní Orúkọ Jésù.

ÌPELE ÌṢỌ́ ÒRU
(ṢÍṢE LÁARIN AGOGO MÉJÌLÁ ÒRU SÍ AGOGO MÉJÌ ÒRU)
ORIN FÚN ÌṢỌ́ ÒRU (OJÚ EWÉ KẸTÀLÁ)

1. Oluwa, jẹ ki ọna awọn aninilara o ṣokunkun ki o si ma yọ, ki angẹli Oluwa ki o si ma lepa wọn, Ní Orúkọ Jésù.

2. Oluwa, jẹki iparun, bale awọn ọta mi laimọ, ki àwọ̀n ti wọn dẹ ki o mu wọn, Ní Orúkọ Jésù.

3. Oluwa, jẹki awọn ọta ṣubu sinu iparun ti wọn ṣe, Ní Orúkọ Jésù.

4. Oluwa, ma ṣe jẹ ki awọn ọta mi ki o yọ mi, Ní Orúkọ Jésù.

5. Baba, Jẹ ki oju ki o ti awọn ọta mi, ki rudurudu ki o si deba wọn pẹlu awọn to nyọ si ipalara mi, Ní Orúkọ Jésù.

6. Oluwa, jẹ ki awọ awọn ọta mi ni itiju, Ní Orúkọ Jésù.

7. Ru ara Rẹ soke Oluwa, ki o si ja fun mi, Ní Orúkọ Jésù.

8. Oluwa, Jẹ ki awọ wọn ni aṣọ itiju ati abuku, awọn ti wọn se inunibini si mi, Ní Orúkọ Jésù.

9. Baba, ma ṣe jẹki ẹṣẹ awọn agberaga o dide lodi si mi, Ní Orúkọ Jésù.

10. Iwọ to ngbe ara rẹ ga bi idi si mi, mo fa o lulẹ, Ní Orúkọ Jésù.

11. Gbogbo awọn to ngba gbese irandiran, ẹ panu mọ, Ní Orúkọ Jésù.

12. Gbogbo awọn onile ẹru ati awọn to nti, ti wọn di ibukun ọrọ mi mu, gbinna, Ní Orúkọ Jésù.

13. Ogiri idabu airi, ti o fi ayanmọ mi soju kanna, tuuka, Ní Orúkọ Jésù.

14. Idabu airi ti o fi ilepa mi soju kanna, tuuka, Ní Orúkọ Jésù.

15. Gbogbo pampẹ ti o mu ki obiri ibi kotun waye, mu ẹni ti o dẹ o, Ní Orúkọ Jésù.

16. Ikẹkun ti ibi ti o tọ ni akoko ti ko yẹ, fọ nipa ina, Ní Orúkọ Jésù.

17. Ikẹkun pipẹ ni Ọjọ kan, owó ti ko to, fọọ, Ní Orúkọ Jésù.

18. Ikẹkun ti okere ju, fọọ, Ní Orúkọ Jésù.

19. Adura Jabesi lati ru iposi mi soke, farahan ninu aye mi, Ní Orúkọ Jésù.

20. Gbogbo iṣẹ agbaṣe ibi, ti awọn baba nla mi fowọ si ninu awọn ọrun, gbinna, Ní Orúkọ Jésù.

21. Gbogbo ajaga aja ti won ṣe lati ṣimi lọna, fọọ, Ní Orúkọ Jésù.

ÌPELE KARUN: ỌLỌRUN JÀ FÚN MI NÍPA ÀRÁ AGBÁRA RẸ

BIBELI KIKA: ISAIAH 37

ÌPELE KARUN, ỌJỌ KIINI (15-09-2018)

Ìjéwọ́: orin Dáfídì 62:11 "Ọlọrun tì sọ̀rọ̀ lẹ́ẹ̀kan; lẹ́rìnkèjì ni mo gbọ́ èyí pé; ti Ọlọrun li agbára.

1. Àwọn Adigun jalè iṣẹ́ ìyanu àti ayọ̀ mi tó dájú,ẹ jáde kúrò nínú ayé mi ní orúkọ Jésù.

2. Ọlọrun dìde, ẹ yan àwọn ángẹ́li ìmúpadàbọ̀ sípò ti mí, ní orúkọ Jésù.

3. Bàbá, ẹ jẹ́ kí ọ̀run àṣẹpé ìdápadàbọ̀ ògo,gbígba àwọn ohun inì mi,ṣí sílẹ̀ fún mi ní orúkọ Jésù.

4. Àwọn ogun tó ti bẹ̀rẹ̀,àwọn ogun tó fẹ́ bẹ̀rẹ̀,lórí mí àti ìdílé mi,kú ní orúkọ Jésù.

5. Ìwé ìdájọ́ ikà,tí ìjọba òkùnkùn ṣí lòdì sí mi,gba 'ná ní orúkọ Jésù.

6. Agbára ìkà yòówù,tó pawọ́pọ̀ láti dàmú àyànmọ́ mi,kú ní orúkọ Jésù.

7. Ìwọ agbára ẹ̀mí àìmọ́,l'ágbẹ̀gbẹ̀ k'ágbẹ̀gbẹ̀ nínú ayé mi,mo gbé ọ sin báyìí ní orúkọ Jésù.

8. Ìwọ ẹ̀mí àìmọ́,fi àṣẹyọrí àti àlàjá mi sílẹ̀,ni orúkọ Jésù.

9. Mo de ara mi pọ̀ mọ́ májẹ̀mú àt' òkèwá,tí ó le borí ,Ìjọba kí'Jọba òkùnkùn,ni orúkọ Jésù.

10. Ọlọrun dìde,fún mi ní àwọn ohun ìjà ogun láti borí gbogbo ogun tó ń dìde,lòdì sí mi,ní orúkọ Jésù.

11. Gbogbo agbára tó ń gbìyànjú láti fà mí wá lẹ̀,mo fà ọ lulẹ̀,kí o tó fà mí wá lẹ̀,ní orúkọ Jésù.

12. Agbára k'ágbára tó lòdì sí igbéga tí ilé bàbá mi,mo pa ọ run ní orúkọ Jésù.

13. Ẹ̀mí tó lòdì sí ojúrere, mo gbé ọ dè,mo sì lé ọ jáde,ní orúkọ Jésù.

14. Àwọn tó ń pẹ̀gàn mi yóó tẹríba níwájú mi nípa agbára tó wà nínú ẹ̀jẹ̀ Jésù, ní orúkọ Jésù.

15. Agbára òkùnkùn yóó wù tó ń lépa àyànmọ́ mi,ki ńto parí àwọn àdúrà yií,sọ agbára rẹ nù ní orúkọ Jésù.

16. Ọlọrun dìde,fi títóbi rẹ hàn nínú ayé mi,ní orúkọ Jésù.

17. Ọlọrun dìde nítorí mi,jẹ́ kí gbogbo àwọn tó ń yọ mí lẹ́nu mọ̀ wí pé,àwọn kò já mọ́ ohunkóhun ní orúkọ Jésù.

18. Àwọn tó n fojú ẹni ilẹ̀ wò mí, yóó gbọ́ ìtàn mi,ẹnu yóó sì yà wọ́n,ní orúkọ Jésù.

19. Kó tó dí wákàtí méje,àrá Ọlọrun Olódùmarè ,kọlu ọwọ́ gbogbo àwọn babaláwo,tí wọ́n yàn lòdì sí mí,ní orúkọ Jésù.

20. Gbogbo ilẹ̀kùn rere tí wọn tì lòdì sí mi,ṣí nípa iná ,ní orúkọ Jésù.

21. Agbárak'ágbára nínú mi tí wọn yàn láti sọ mí di òkú tó n rìn,kú ní orúkọ Jésù.

ÌPELE KARUN, ỌJỌ́ KEJÌ (16-09-2018)

Ìjẹ́wọ́: Orin Dáfídì 62:11 "Ọlọ́run tì sọ̀rọ̀ lẹ́ẹ̀kan; lẹ́rìnkèjì ni mo gbọ́ èyí pé; ti Ọlọ́run li agbára.

22. Ìwọ ẹmí ikú àti ipò òkú,Fi ayé mi sí lẹ̀,ní orúkọ Jésù.
23. Gbogbo ọwọ́ gbígbẹ,tó ń yọ àgọ́ ara mi lẹ́nu,gba'ná ní orúkọ Jésù.
24. Agbára àti ẹmí ìkorò,Jáde kúrò nínú ayé mi,ní orúkọ Jésù.
25. Ẹbọ ìkorò tí wọ́n pèsè lòdì sí mi,gba'ná ní orúkọ Jésù.
26. Ọlọ́run dìde,mú ọwọ́ ikorò kúrò nínú iṣẹ́ mi,ní orúkọ Jésù.
27. Gbogbo ogun ilé bàbá mi,tó ń lé olùránlọ́wọ́,ológo danù,kú ní orúkọ Jésù.
28. Gbogbo ogun ilé bàbá mi,tó ń wípé mi ò ní dé òkè,kú ní orúkọ Jésù.
29. Gbogbo ogun ilé bàbá mi,tó ti jà mí l'ólè àyànmọ́,kú ní orúkọ Jésù.
30. Àwọn agbára tó n̄ figagbága fún àga ògo mi,mo gba ògo mi kúrò lọ́wọ́ yin, ní orúkọ Jésù.
31. Mo gba ìjọba mi padà kúrò lọ́wọ́ agbára k'ágbára tó ń figa gbága nítorí rẹ, ní orúkọ Jésù.
32. Agbára k'ágbára tó n̄ wọnú omi lọ láti jà lòdì sí mí yóò ṣubú lulẹ̀ kú, ní orúkọ Jésù.
33. Olúwa, mu mi lọ si'bi ti ade ori mi lati ọrun wa yoo ti sọrọ jade, ni oruko Jesu.
34. Bàbá, ẹ gbé ẹrí má leè gbàgbé àti èrí má leè gbàgbọ́ ṣe nínú ayé mi, ní orúkọ Jésù.
35. Àwọn agbára tó n fi ikú dọdẹ mi kìri yóò kú,dípò mi ní orúkọ Jésù.
36. Adé orí mi,yóò fọhùn jáde lọ́dún yìi,ní orúkọ Jésù.
37. Ọlọ́run dìde,kí ẹ sì fi ojú ọ̀nà ojúrere àtò'kèwá hàn mí, ní orúkọ Jésù.
38. Bàbá dìde,ẹ jẹ́ ki n gba ìpín mi padà lónìí, ní orúkọ Jésù.
39. Okòwò mi,bẹ́ jáde kúrò lọ́wọ́ àwọn ìkà,ní orúkọ Jésù.
40. Gbogbo agbára tí wọ́n yàn,láti kó dàrúdàpọ̀ bá ọ̀nà mi,mo gbe ọ sin lóni ní orúkọ Jésù.
41. Àwọn ìbùkún tí n kò tí ìrì ìrírí rẹ̀ rí lọ́dún mẹ́wà sẹ́yìn,faràhàn l'áyé mi, ní orúkọ Jésù.
42. Gbogbo ọtá tí wọ́n yàn láti dìde, ní ọjọ́ ìdáhùn àdúrà,fún mi ní iṣẹgun lórí wọn ní orúkọ Jésù.

ÌPELE KARUN, ỌJỌ́ KẸTA (17-09-2018)

Ìjẹ́wọ́: Orin Dáfídì 62:11 "Ọlọ́run tì sọ̀rọ̀ lẹ́ẹ̀kan; lẹ́rìnkèjì ni mo gbọ́ èyí pé; ti Ọlọ́run li agbára.

43. Gbogbo ọkùnrin alágbára tí wọn yàn láti yọ mí l'ẹnu,l'ọjọ ògo mi,mo borí rẹ,lóní ní orúkọ Jésù.
44. Yàrá agbára tí wọn yàn láti yọ mi,lẹnu lọjọ ìdáhùn àdúrà mi,gba'ná ní orúkọ Jésù.
45. Mo gba àyè mí padà,kúrò lọwọ agbára sàtánì ní orúkọ Jésù
46. Bóyá èṣù fẹ tàbí ó kọ,èmi yóò dé ibi ìsinmi àti ilẹ ìlérí mi, ní orúkọ Jésù.
47. Gbogbo ilẹkùn rere tí wọn ti tì mọ mi,Olúwa ṣí wọn lóní,ní orúkọ Jésù.
48. Olúwa, fún mi ní àmàmì tí yóò pa àwọn ọtá mi lẹnu mọ,ní orúkọ Jésù.
49. Gbogbo ọwọ ibi,tí ọtá gbé 'lé mi,láti dá mi dúró,mo pàṣẹ, kí o gbé ní orúkọ Jésù.
50. Àwọn alágbára tó n di àyànmọ mi lọwọ,láti leè sọrọ ni 'bi giga,mo bori wọn loni ni orukọ Jesu.
51. Gbogb oOfa to n fi ọpọlọ sinu ahamọ,pada sọdọ ẹni to ran ọ ni orukọ Jesu.
52. Gbogbo ijọba satani to n ha ayanmọ, mi mọ,tu irawọ mi si lẹ ni orukọ Jesu.
53. Ọlọrun dide, ta mi pọn lọ si ibi giga ni orukọ Jesu.
54. Agbara lati lee gba awọn ohun ini mi,kuro ninu okunkunba le mi ni orukọ Jesu.
55. Gbogbo adigunjale didi ẹni nla,gba itiju ni orukọ Jesu.
56. Awọn agbara to n figagbaga fun aye mi,ṣubu lulẹ ku,ni orukọ Jesu.
57. Gbogbo aṣeyọri okunkun lori aye mi,ku ni orukọ Jesu.
58. Aṣeyọri awọn ajẹ lori aye mi,kuu ni orukọ Jesu.
59. Aṣeyọri agbara omi,lori aye mi,ku ni orukọ Jesu.
60. Gbogbo ọwọ, ibi lara mi,ku ni orukọ Jesu.
61. Gbogbo ogbẹ t'ẹmi lara mi gbẹ ni orukọ Jesu.
62. Gbogboogun to ti bẹrẹ,tabi eyi to ku dẹdẹ ato bẹrẹ,ṣubu lulẹ ku,ni orukọ Jesu.
63. Gbogbo ogun amuni lẹru,ku ni orukọ Jesu.

ÌPELE KARUN, ỌJỌ KẸRIN (18-09-2018)

Ìjẹwọ: Orin Dáfídì 62:11 "Ọlọrun tì sọrọ lẹẹkan; lẹrìnkèjì ni mo gbọ èyí pé; ti Ọlọrun li agbára.

64. Gbogbo ijọba to fi irawọ mi sinu ahamọ,tu irawọ mi silẹ,ki o si tuka ni orukọ Jesu.
65. Gbogbo idaduro idile, yo danu ni orukọ Jesu.
66. Gbogbo ọwọ to ndi itẹsiwaju mi lọwọ,gbẹ ni orukọ Jesu
67. Gbogbo akọsilẹ to nru ibanujẹ soke, maa parẹn ni orukọ Jesu.
68. Gbogbo agbara to wi pe maa ku si'nu inira, ku ni orukọ Jesu.
69. Gbogbo ogun ti mo gba lat'ọdọ àwọn obi mi, mo bori ogun naa ni orukọ jesu.
70. Gbogbo ọwọ ikoro, kuro ninu aye mi, ni orukọ Jesu.
71. Gbogbo ayidayida ajọ ajẹ, tika ni orukọ Jesu.
72. Niwaju awọn ọta mi, Oluwa ta mi pọn wọnu aṣeyọri, nla ni orukọ Jesu.

73. Iwọ ọrun dide, pa gbogbo awọn ọta idile mi, ni orukọ Jesu.
74. Ifororoyan imupadabọ sipo lẹkun rẹrẹ, ba le aye mi, ni orukọ Jesu.
75. Gbogbo panpẹ ti wọn dẹ lodi si ẹsẹ mi, mu ẹniti o dẹ ọ, ni orukọ Jesu.
76. Oluwa, gẹgẹ bi o ti ri fun Jakọbu, fi akaba alaja han mi ni orukọ Jesu.
77. Gbogbo agbara to n royin igbega mi fun okunkun, ṣubu lulẹ, ku ni orukọ Jesu.
78. Oluwa, mo jẹwọ pe, ti Oluwa ni ilẹ, ati ẹkun rẹ, ko si agbarak'agbara ti o lee gba idile ti ẹ fi fun mi, ni orukọ Jesu.
79. Mo gba idile mi, fun Jesu bẹẹni mo si sọ pe, Oluwa fi fun mi ni orukọ Jesu.
80. Mo paṣẹ, ki agbara to ti ngbẹ igi, to ngbe idile mi wọ ka ni orukọ Jesu.
81. Mo fi ẹjẹ Jesu ra idile mi pada kuro lọwọ ejẹkẹjẹ to nke lodi sii ni orukọ Jesu.
82. Mo paṣẹ, ki gbogbo ohun ibi, ti wọn gbin sinu idile mi jo, nipa ina ni orukọ Jesu.
83. Mo paṣẹ, ki gbogbo ẹgbẹk'ẹgbẹ to n ṣepade loru nipa idile mi,di lile jade kuro ninu idile mi patapata ni orukọ Jesu.
84. Mo fagile gbogbo egun to lodi si idile mi ni orukọ Jesu.

ÌPELE KARUN, ỌJỌ KARUN (19-09-2018)
Ìjẹwọ: Orin Dáfídì 62:11 "Ọlọrun tì sọrọ lẹ̀ẹkan; lẹrìnkèjì ni mo gbọ́ èyí pé; ti Ọlọrun li agbára.
85. Baba o ṣe nitori, o ti fi idile mi fun ọmọ rẹ, ni orukọ Jesu.
86. Oluwa o ṣee nitori o ti la mi lọye ni orukọ Jesu.
87. Mo gba okun Ọlọrun, bi mo ti nwọ inu ogun yii lọ ni orukọ Jesu
88. Baba, Oluwa Jẹ ki ẹjẹ Jesu ọmọ rẹ, ki o wẹ mi mọ kuro ninu ẹsẹ to lee duro lodi simi ninu adura yii, ni orukọ Jesu.
89. Mo Paṣẹ ki gbogbo ẹmi aigbagbọ kuro lọdọ mi ni orukọ Jesu.
90. Iwọ ẹmi to n wi pe oun lo ni idile mi, jade o ti to akoko fun ọ, ni orukọ Jesu.
91. Bibeli wi pe, ko si ẹnikẹni, tabi ẹmi, ti yoo lee duro lodi si mi ni gbogbo Ọjọ aye mi, ni orukọ Jesu.
92. Bibeli wi pe, ko si ẹnikẹni, tabi ẹmi ti yoo lee duro si mi ni gbogbo Ọjọ aye mi, ni orukọ Jesu.
93. Mo pa ṣe ki awọn ara Perissi ati Jebuṣi t'ẹmi to n gbe nibi yii fun ogunlọgọ ọdun ko ẹru wọn jade, nitori ẹni to ni nkan ti de, ni orukọ Jesu.
94. Baba jẹ ki idile mi pọ ina jade lodi si Perissi ati Jebuṣi t'ẹmi, ni orukọ Jesu.
95. Ẹjẹk'ẹjẹ to ti nke ninu idile mi, gba ẹjẹ Jesu ki o si dakẹ, ni orukọ Jesu.
96. Mo bẹbẹ fun ẹjẹ Jesu, lori awọn igun mẹrẹrin idile mi, mo si paṣẹ ki gbogbo awọn ibi to wa ni bẹ ku nipa ina, ni orukọ Jesu.
97. Iwọ ẹmi iku to nra baba lori idile mi, pada si'bi to ti wa ni orukọ Jesu.
98. Gbogbo oti ti wọn ta sori idile mi, to lodi si aye mi, di asan ati ofo ni orukk Jesu.

99. Gbogbo ogun tabi majele, ti wọn ri si'nu idile mi, lodi si aye ati itẹsiwaju mi, gba'na ni orukọ Jesu.

100. Pẹpẹ ki pẹpẹ satani, to ti wa ni ila idile mi, fun ọpọlọpọ ọdun ,tuka nipa ina ni orukọ Jesu.

101. Gbogbo iboji okunkun ti wọn gbe fun idile mi, ẹjẹ Jesu, dii pa ni orukọ Jesu.

102. Emi yoo kọ, idile mi sori Jesu n o sig be ninu rẹ ni orukọ Jesu.

103. Ile ogun yoowu, ojubọ tabi pẹpẹ, to n ṣiṣẹ lodi si idile mi gba 'na ki o si jorun ni orukọ Jesu.

104. Ibi yoo wu ti mo ti gba nipasẹ awon oun elo yoowu, pada sọdọ ẹni to ran ọ,ni orukọ Jesu.

105. Mo bori, gbogbo awọn ẹmi irandiran mo si le wọn kuro ninu idile mi ni orukọ Jesu.

ÌPELE KARUN, ỌJỌ́ KẸFA **(20-09-2018)**

Ìjẹ́wọ́: Orin Dáfídì 62:11 "Ọlọ́run tì sọ̀rọ̀ lẹ́ẹ̀kan; lẹ́rìnkèjì ni mo gbọ́ èyí pé; ti Ọlọ́run li agbára.

106. Wiwa mi si'nu idile mi yoo fa igbega mọra,kii ṣe irẹsilẹ ni orukọ Jesu.

107. Gbogbo rikiṣi to lodi si idile mi,tuka ni orukọ Jesu

108. Gbogbo eto lati ba idile mi jẹ,tuka nipa ina ni orukọ Jesu.

109. Baba, jẹ ki awọn oun rere ti inu idile mi jade ni orukọ Jesu.

110. Baba jẹ ki gbogbo oju ibi to ntẹjumọ mi gba itiju ni orukọ Jesu.

111. Mo ra idile mi pada kuro ninu egunk'egun ati ati ogunk'ogun nipa ẹjẹ Jesu ni orukọ Jesu.

112. Baba jẹ ki idile mi maa pọ ina jade lodi si gbogbo iranṣẹ yoowu to fẹ gbogun lodi si,ni orukọ Jesu.

113. Ọlọrun dide,tu mi si lẹ kuro lọwọ agbara ẹni yoo wu to ti ku to de mi mọlẹ,ni orukọ Jesu.

114. Aṣọ ihoho ati itiju gba'na ni orukọ Jesu.

115. Ẹmi tubu,jade kuro lara awọn ọmọ mi ni orukọ,Jesu.

116. Ika awọn ika,jade kuro mi, ni orukọ Jesu

117. Awọn agbara to n gbogun lodi si ara mi, jade bayii ni orukọ Jesu.

118. Egunk'egun to de mi mọlẹ fọ, ni orukọ Jesu.

119. Ogun ẹnu buburu ti wọn pe lodi si mi, tuka ni orukọ Jesu.

120. Nibikibi ti wọn ti de mi mọlẹ mo paṣẹ itusilẹ mi ni orukọ Jesu.

121. Ile agbara to de mi mọlẹ gba'na ni orukọ Jesu

122. Odu ibi ile baba mi, to nko abọde ba aye mi, fọ ni orukọ Jesu.

123. Ọlọrun dide ki o sit u agọ silẹ kuro ninu agọ awọn agba ika ni orukọ Jesu.

124. Gbogbo ọrọ satani ti wọn fi de mi mọ lẹ, ku ni orukọ Jesu.
125. Awọn egun lori baba mi, awọn egun lori iya mi, to nwa ori mi kiri ku, ni orukọ Jesu.
126. Ẹmi iyarọ gbọ ọrọ Oluwa, emi kii ṣe ijẹ rẹ, ku ni orukọ Jesu.

ÌPELE KARUN, ỌJỌ KEJE (21-09-2018)

Ìjẹ́wọ́: Orin Dáfídì 62:11 "Ọlọrun tì sọ̀rọ̀ lẹ́ẹ̀kan; lẹrìnkèjì ni mo gbọ́ èyí pé; ti Ọlọrun li agbára.

127. Agbarak'agbara to n mu orukọ mi kiri, lati ojubọ kan si ojubọ miran,ku ni orukọ Jesu.
128. Awọn agbara to Joko sori iran mi, ku ni orukọ Jesu.
129. Oro ejo ati akeke lara mi, Jade bayii ni orukọ Jesu.
130. Gbogbo agbara to n dena ogo mi, ka kuro, ku ni orukọ Jesu.
131. Ọlọrun dide, ki o si gba mi kuro lọwọ ogun aimọ, ni orukọ Jesu.
132. Gbogbo agbara to ti pinnu lati pami lẹkun, ku ni orukọ Jesu
133. Gbogbo agbara to nbẹ laaye lati fẹ iṣoro mi loju, ku, ni orukọ Jesu.
134. Baba mi, Baba mi, Baba mi, dide fun mi ni ẹri ma lee gbagbe ni orukọ Jesu.
135. Awọn egun ile baba mi to de ẹsẹ mi mọlẹ lati sare, ku ni orukọ Jesu.
136. Ibinu Ọlọrun ti ko ṣee da duro, ṣe idajọ gbogbo agbara to n gan Ọlọrun ninu aye mi, ni orukọ Jesu.
137. Awọn ọfa to lodi si ki ko ọrọ jọ, jade kuro ninu aye mi, ni orukọ Jesu.
138. Oro ẹmi kukuru, ku ni orukọ Jesu.
139. Ẹmi amunkun ti mo jogun latọdọ baba mi, mo gbe ọ sin bayii ni orukọ Jesu.
140. Awọn ọta ibọn, awọn agba ika, jade kuro ninu mi, ni orukọ Jesu.
141. Baba mi gbe mi lọ si'nu ipele to ga ni orukọ Jesu.
142. Agbara inira ninu ara mi, ku ni orukọ Jesu
143. Gbogbo aṣẹ ibi lori ayanmọ mi,ku ni orukọ Jesu
144. Gbogbo iṣẹ ọta ninu aye mi, gba'na ni orukọ Jesu.
145. Ipin mi ti awọn ika ji lọ, mo gba ọ pada ni orukọ Jesu.
146. Awọn ọfa latoju ala, gbọ ọrọ Oluwa mo pe ọ jade kuro lara mi ni orukọ Jesu.
147. Ọfa ti ko jẹ ki n le ko iṣerere jọ ,jade , ni orukọ Jesu

ÌPELE KARUN, ỌJỌ KẸJỌ (22-09-2018)

Ìjẹ́wọ́: Orin Dáfídì 62:11 "Ọlọrun tì sọ̀rọ̀ lẹ́ẹ̀kan; lẹrìnkèjì ni mo gbọ́ èyí pé; ti Ọlọrun li agbára.

148. Agbara Ajinde, agbara ti ko ṣee bori ba le mi ni orukọ Jesu.
149. Ẹmi mimọ, dide gbami kuro latimọle satani, ni orukọ Jesu.

150. Awọn ami ibi, to n tẹri ogo mi ba, ku, ni orukọ Jesu.

151. Awọn agbara to n tọpinpin aye mi fun ibi, ku, ni orukọ Jesu.

152. Baba mi ṣe awọn oun rere ti o ko tii ṣe ri ninu aye mi, ni orukọ Jesu.

153. Awọn agbara to n tọpinpin ala alaja mi, ku nipa ina ni orukọ Jesu.

154. Awọn ogun to lẹ mọ aye mi latọwọ ọta, fọ danu, ni orukọ Jesu.

155. Awọn ikoko ajẹ to n gbogun ti aye mi, ara Ọlọrun tu wọn ka, ni orukọ Jesu.

156. Atimọle ajẹ idile gba'na ni orukọ Jesu.

157. Eegun iku ti ila idile mi, ku ni orukọ Jesu.

158. Awọn ọwọ mi yoo bukun fun ni, ni orukọ Jesu.

159. ọwọ mi ko ni tọrọ ni orukọ Jesu.

160. Ọwọ mi mo ni ṣagbe ni orukọ Jesu.

161. Oruko ibi yoowu ti di mi mu,o ko gbọdọ di mi mu mọ, ni orukọ Jesu.

162. Irunu ajẹ idile, tuka ni orukọ Jesu.

163. Mo le awọn adigunja'le t'ẹmi kuro ninu ayanmọ mi, ni orukọ Jesu.

164. Awọn ogun ọlọdọdun ku, ni orukọ Jesu.

165. Agbara lati ko darudapọ ba awọn ọta mi ba le bayii, ni orukọ Jesu.

166. Mo gba agbara lati tu ajọ okunkun ka, ni orukọ Jesu.

167. Awọn agbara ibi ti wọn yan lati maa jẹ gaba ibi le mi lori, ku nipa ina ni orukọ Jesu.

168. Igbo okunkun yoowu to n yọ ayanmọ mi lẹnu, gba'na ni orukọ **Jesu.**

ÌPELE KARUN, ỌJỌ́ KẸSAN (23-09-2018)

Ìjẹwọ́: Orin Dáfídì 62:11 "Ọlọ́run tì sọrọ̀ lẹ́ẹkan; lẹrìnkèjì ni mo gbọ́ èyí pé; ti Ọlọ́run li agbára.

169. Iwọ Ọlọrun ti o yọ Farao lẹnu, yọ awọn ọta mi lẹnu, ni orukọ Jesu.

170. Awọn Angẹli ologun nibo lẹ wa?ẹ dide ẹ dori awọn ọta mi kodo,ni orukọ Jesu. Orin Dafidi 146:9

171. Ọlọrun dide dahun orukọ rẹ ninu aye mi.

172. Ibanujẹ ati iṣoro, emi kii ṣe ero rẹ, ku ni orukọ Jesu.

173. Awọn ogun to muna, awọn ogun to le, awọn ogun to kọ lati ronupiwada, ku ni orukọ Jesu.

174. Ọwọ ika lori mi, gba'na ni orukọ Jesu.

175. Ọkunrin alagbara to npe orukọ mi lat'ori pẹpẹ ki pẹpẹ ibi, ku ni orukọ Jesu.

176. Agbarak'agbara to joko lori awọ lodi si mi, ṣofo ni orukọ Jesu.

177. Agbarak'agbara to nlọ si 'le agabara yoowu lodi si mi, ṣofo ni orukọ Jesu.

178. Awọn agbara to nyọ Israeli mi lẹnu, latori pẹpẹ ki pẹpẹ ajẹ, maa ṣofo ni orukọ Jesu.

179. Awọn agbara to n rubo satani lati fi mi sinu ahamọ, maa ṣofo ni orukọ Jesu.
180. Awọn ibukun mi to ṣẹku sinu 2017, mo gba wọn pada ni ilọ po meje ni orukọ Jesu.
181. Awọn ogun atinuwa, ogun abẹnu, ogun idile, ku ni orukọ Jesu.
182. Ọlọrun dide tu mi silẹ kuro lọwọ igbamu oriṣa ibilẹ ati ti orilẹ ede, ni orukọ Jesu.
183. Gbogbo ọkunrin alagbara ọlọgbọn ẹwẹ to duro nikọkọ lodi si mi, ku ni orukọ Jesu.
184. Awọn adigunjale alaja, awọn adigunjale ayanmọ,awọn adigunjale itẹsiwaju,ku ni orukọ Jesu.
185. Ọlọrun dide, fun mi l'agbara lati kẹgan awọn ọta mi, ni orukọ Jesu.
186. Ifororoyan ti yoo ya awọn ọta mi lẹnu, ba le mi ni orukọ Jesu.
187. Agbara lati tu awọn ajọ okunkun ka, ba le mi ni orukọ Jesu.
188. Awọn agbara okunkun to ti yan Ọjọ iku ati isinku mi, ku bayii ni orukọ Jesu.
189. Gbogbo ilakaka awọn atunidanu, ati asọnidofo lori aye mi ku ni orukọ Jesu.

ÌPELE KARUN, ỌJỌ́ KẸWÀÁ (24-09-2018)
Ìjẹ́wọ́: Orin Dáfídì 62:11 "Ọlọ́run tì sọ̀rọ̀ lẹ́ẹ̀kan; lẹ́rìnkèjì ni mo gbọ́ èyí pé; ti Ọlọ́run li agbára.

190. Màjẹ̀mú ìbànújẹ́, Májẹ̀mú ìjàmbá fọ́ ni' orúkọ Jésù.
191. Igbó ẹmí òkùnkùn odò ẹmí òkùnkùn tí ńyọ àyánmọ́ mi lẹ́nu, gba'ná ní orúkọ Jésù.
192. Ìfòróró yàn tí yóò ja àwọn àjọ àjẹ́ láyà, bà lé mi ní orúkọ Jésù.
193. Olùpa ìràwọ̀, olùpa ògo àkókò rẹ ti dópin, kú ní orúkọ Jésù.
194. Àwọn agbára tí wọ́n yàn láti mú mi sọkún kíkorò, kú ní orúkọ Jésù.
195. Àrá Ọlọ́run dìde, fọ́ gbogbo ìkòkò ìpọ́njú ní orúkọ Jésù.
196. Ohunkóun tó wa nínú ìṣẹ̀dá tó ń fẹ́ àwọn ogun mi lójú, kú ní orúkọ Jésù.
197. Aṣọ ègún gba'ná ní orúkọ Jésù.
198. Gbogbo agbára tó ńrín Ọlọ́run fin nínú ayé mi,kú nípa iná ní orúkọ Jésù.
199. Gbogbo oun tí wọn ṣètò, tí wọ́n fi pamọ́ lòdì sí ìtẹ̀síwájú mi, fọ́ nípa iná ní orúkọ Jésù.
200. Ṣẹkẹ́ṣẹkẹ̀ ìgbà láíláí, tó ń gbógun ti ọwọ́ àti ẹsẹ̀ mi, fọ́ ní orúkọ Jésù.
201. Aṣọ ègàn àti ìtìjú, gba'ná ní orúkọ Jésù.
202. Àwọn ìkòkò àjẹ́ tó ń gbógun ti ayé mi, àrá Ọlọ́run tú wọn ká ní orúkọ Jésù.
203. Àwọn agbára ibi tí wọ́n yàn láti jẹgàba ibi lé mi lórí, kú nípa iná ni orúkọ Jésù.
204. Ìwọ Ọlọ́run tí ó yọ Farao, lẹ́nu, Yọ gbogbo àwọn ọ̀tá mi lẹ́nu, ní orúkọ Jésù.
205. Gbogbo ìbòjú tí wọ́n gbe kalẹ̀, lòdì sí ìlọsíwájú mi, fọ́ ní orúkọ Jésù.

206. Ohunkóun tó nṣaṣojú mi lóri pẹpẹ fuń ikú àìtójọ́ gba ína báyìí ní orúkọ Jésù.
207. Agbára k'ágbára tó ńlo ayé mi láti sọ ayé tìrẹ dí ọtun, ṣubú lulẹ̀, kú ní orúkọ Jésù.
208. Gbogbo gbólóhùn ikú lórí ayé mi, kú ní orúkọ Jésù.
209. Gbogbo irúgbìn àìtójọ́, nínú ilà ìdílé mi, fi mí sílẹ̀ kí o sí kú, ní orúkọ Jésù.
210. Ìlàná ibi ikú àìtójọ́, nínú ilà ìdílé mi, fimí sílẹ̀, kí o sì fọ́ ní orúkọ Jésù.

ÌPELE ÌJẸ́WỌ́

Kò sí ìmọ̀ ìkà tí yóo le dúró lòdì sí mi, ní orúkọ Jésù, nípa tèmi Ọlọ́run yóò pèsè lọ́pọ̀ yanturu, gidigidi ju gbogbo oun tí mo bá bèrè, wá, fẹ́, tàbí lérò lọ, gégé bí agbára tí ó ti fi ń ṣiṣẹ́ nínú mi, ní orúkọ Jésù. Gégé bí a ti kọ̀wé rẹ̀, èmi yóò jẹ́ adé ògo ní ọwọ́ Ọlọ́run mi, adé ọba ní ọwọ́ Ẹlẹ́dà mí, mo bẹ̀rẹ̀ sí ní tàn bí ìmọ́lẹ̀, Ìmọ́lẹ̀ Ọlọ́run wà nínú mi, ọ̀rọ̀ Ọlọ́run ti sọ mí di odi idẹ, ìlú olódi, ọpó irin,. Ìfarahan mi yóò dẹrùba ọtá, yóò wárìrì, ní ìriri ìrora púpọ̀, àti nínú ìkéròra, ní ìro ohùn mi tí Olúwa ti ró l'ágbára. Nítorí a ti kọ̀wé rẹ̀ pé, ibikíbi tí ohùn ọba bá wà, àṣẹ wà níbẹ̀ pẹ̀lú. Ìfarahàn mi dàbí ìfarahàn ẹṣin, mo fò, mo sì sáré bí àwọn ọkùnrin alágbára. Nígbà tí mo bá ṣubú lu idà kì yóò pa mí lára ní orúkọ Jésù.

Ọlọ́run ti kún mi o sì tì sọ mí di, èwù àti ẹrùjẹ̀jẹ̀ fún gbogbo àwọn ọtá, ní orúkọ Jésù. Olúwa ni ìmọ́lẹ̀ àti igbàlà mi, tani èmi yóò bẹ̀rù? Nígbà tí àwọn ènìyàn búburu, àní àwọn ọtá mi àti àwọn abínúkú mi, súnmọ́ mi láti jẹ, ẹran ara mi, wọ́n kọsẹ̀ wọn si ṣubú, ní orúkọ Jésù. mo lépa àwọn ọtá mi, mo bá wọn, mo sì pa wọ́n run ní orúkọ Jésù.

Olúwa ti gbé mi sókè, èmi sì jókò pẹ̀lú rẹ̀ nínú àwọn ọrun, nínú Kristi Jésù, ga ju àwọn ijoyè, àwọn agbára àti àwọn ọlọ́la, àti wí pé Olúwa ti fi, ohun gbogbo siś abẹ́ àtẹ́lẹṣẹ̀ mi, mo sì fi ẹsẹ̀ mi tẹ pá, mo sì fi pa, gbogbo àwọn ọtá run, pẹ̀lú sàtánì tìkara rẹ, ní orúkọ Jésù. Ibikíbi tí àtẹ́lẹṣẹ̀ mi ba tẹ̀, Olúwa ti fi fún mi ní orúkọ Jésù.

ÌPELE ÌṢỌ́ ÒRU
(ṢÍṢE LÁARIN AGOGO MÉJÌLÁ ÒRU SÍ AGOGO MÉJÌ ÒRU)
ORIN FÚN ÌṢỌ́ ÒRU (OJÚ EWÉ KẸTÀLA)

1. Olúwa fún mi ní ẹmí ìfihàn àti mọ ọgbọ́n, nínú ìmọ̀ ara rẹ.
2. Olúwa jẹ́ kí ọnà rẹ mọ́lẹ̀ níwájú mi, Lóri ọrọ̀ yíi
3. Olúwa, fi hàn mi gbogbo àṣírí tó wa nídì ìṣòrokíṣoro tí mo ní.
4. Olúwa mu sínú ìmọ́lẹ̀ oun tí wọn ti ṣètò nínú òkùnkùn.
5. Mo yọ, orúkọ mi kúrò nínú ìwé àwọn tí yóò ma fi ọwọ́ ta ilẹ kiri, tí wọn yóò si tún kọsẹ̀ nínú òkùnkùn, ní orúkọ Jésù.
6. Olúwa sọ mí di oun elò tí o yẹ láti mọ àṣírí rẹ.
7. Olúwa jẹ́ kí eyín àwọn ọtá lórí orílẹ̀ èdè wa fọ́, ní orúkọ Jésù.

8. Gbogbo pẹpẹ ibi tí wọn gbé kalẹ̀ lòdì sí orílẹ̀ èdè wa, gba ìtìjú ní orúkọ Jésù.

9. Olúwa jẹ́ kí àrá Ọlọ́run paá, kí o sì jo di eérú, gbogbo àwọn àlúfà ibi,tó n nṣiṣẹ lodi si orilẹ ede yii, lori pẹpẹ ibi ni orukọ Jesu.

10. Gbogbo àṣírí ìrandíran tó ń dá ìtẹ̀síwájú mi dúró ,máa tu ní orúkọ Jésù.

11. Gbogbo iṣẹ́ ibi ìkọ̀kọ̀ tó ń yọ ayé mi lẹ́nu lọ́wọ́lọ́wọ́, kí àṣírí wọ́n máa tú, kí wọn sì gba ìtìjú ní orúkọ, Jésù.

12. Gbogbo àṣírí tí mo nílò láti mọ̀ fún mi láti tayọ, nípa ti ẹ̀mí àti nípa ètò ìṣúná máa tú ní orúkọ Jesu.

13. Gbogbo àṣírí tí wọ́n fi pa mọ́ sí'nú ìjọba omi, tó ń yọ ìgbéga mi lẹ́nu,máa tú kí o si gba ìtìjú, ní orúkọ Jésù.

14. Gbogbo àṣírí tí wọn fi pamọ́ sí ilé ìkó ǹkan pamọ́ si, ti sàtánì tó ń ya ìgbéga mi lárọ, kí àṣírí náà má tú kí ó si gba ìtíjú ní orúkọ Jésù.

15. Gbogbo àṣírí tí mo nílò nípa agbègbè mi,máa tú ní orúkọ Jésù.

16. Gbogbo àṣírí tí mo nílò nípa ìdílé bàbá mi, máa tú ní orúkọ Jésù.

17. Ìwọ afẹ́fẹ́ Ọlọ́run, lé gbogbo àwọn aláìwà bí Ọlọ́run tó dìde lòdì sí orílẹ̀ èdè wa dànù ní orúkọ Jésù.

18. Olúwa jẹ́ kí irunú àwọn ìkà, tó lòdì sí orílẹ̀ èdè wa máa dí aláílàgbara, ní orúkọ Jésù.

19. Ọlọ́run dìde, fi àwọn ọ̀tá mi lé mi lọ́wọ́,kí n ba leè pa àwọn tó kórìra mi rún, ní orúkọ Jésù.

20. Nípa agbára Ọlọ́run àwọn ọ̀tá mi yóò sọkún, nítorí kì yóò sí ẹniti yóò gbà wọ̀n, ní orúkọ Jésù.

21. Mo gba agbára láti lu àwọn tó ń lo ipá lòdì sí mi bolẹ̀,bí èkuru níwájú afẹ́fẹ́, ní orúkọ Jésù.

ÌPELE KẸFÀ - ÀDÚRÀ ÌPELE TÍ O KÀN FÚN ÒWÒ ÀTI IṢẸ́

BÍBÉLÌ KÍKÀ: LUKU 5

ÌPELE KẸFÀ, ỌJỌ KIINI (25-09-2018)

Ìjẹwọ́: **Deut. 28**: Olúwa yóò sì fí ọ ṣe orí, ìwọ kì yóò si ṣe ìrù: ìwọ yóò máa lékè ṣa, ìwọ kì yóò ṣe ẹni ilẹ̀; bí ìwọ bá fi ara balẹ̀ tẹ́tí sí àṣẹ Olúwa Ọlọ́run rẹ tí o pa fún ọ ní òni yìí láti kíyèsi àti láti ṣe wọ́n.

1. Mo dúpẹ́ wípé O mú mi wa nínú òwò/iṣẹ́ tí o tọ́, ní orúkọ Jésù.

2. Mo fi ayé mi jì àti òwò/iṣẹ́ mi fún ọ, Olúwa, ní orúkọ Jésù.

3. Bàbá, jẹ kí ayé mi àti òwò/iṣẹ́ wa fún ògo rẹ. Jẹ́ kí wọ́n jẹ́ àfihàn àti ìtànkálẹ̀ ìjọba rẹ lá yé, ní orúkọ Jésù.

4. Olúwa, ṣí mi ní ojú láti ri ìpinnu rẹ fún òwò/iṣẹ́ mi, ní orúkọ Jésù.

5. Gbogbo gbólóhùn ibi àti isotélè lórí òwò/iṣẹ́ mi, kú, ní orúkọ Jésù.

6. Kò sí ohun ìjà ìfayà sàtánì àti ògèdè lòdì sí òwò/isé tí yóò ṣerere, ní orúkọ Jésù.

7. Bàbá, fún mi ní ọgbọ́n, ìmọ̀ àti òye tí mo nílò láti sọ òwò/iṣẹ́ mi di ńlá, ní orúkọ Jésù.

8. Mo gba agbára láti le gbogbo ibi jade kuro ninu owo/ise mi, ni oruko Jesu.

9. Bàbá, jẹ́ kí ilẹ̀kùn ojúrere tí o yàtọ̀, tí kò sì wọ́pọ̀ pẹ̀lú àwọn ènìyàn ṣí sílẹ̀ fún òwò/iṣẹ́ mi, ní orúkọ Jésù.

10. Bàbá, fún mi ní ẹnu àti ọgbọ́n fún ìtẹ̀síwájú àti àṣeyọrí nínú òwò/iṣẹ́ mi, ní orúkọ Jésù.

11. Olúwa, là mí ní ojú láti ríran sínú àwọn àṣírí gbogbo ìpéníjà tó ń dojúko òwò/iṣẹ́ mi, ní orúkọ Jésù.

12. Mo gbédè kúrò nínú ayé mi gbogbo ẹmí àṣìṣe nínú òwò mi, ní orúkọ Jésù.

13. Mo gba ẹmí tí ó yè koro láti maṣe wọnú àṣìṣe nínú òwò/iṣẹ́ mi, ní orúkọ Jésù.

14. Mo gba ẹmí iṣẹ́ takun-takun fún òwò/iṣẹ́ mi, ní orúkọ Jésù.

15. Mo gba ore-òfé àti áánú láti tayọ nínú òwò/iṣẹ́ mi, ní orúkọ Jésù.

16. Nípa agbára tí ó wà nínú ẹ̀jẹ̀ Jésù, èmi yóò ga de ipò ọlá nínú òwò/iṣẹ́ mi, ní orúkọ Jésù.

17. Èmi yóò so èso nínú òwò/iṣẹ́ mi, ní orúkọ Jésù.

18. Mo gba àbò àt'òkèwá nínú òwò/iṣẹ́ mi, ní orúkọ Jésù.

19. Bàbà, jẹ́ kí iná Ọlọ́run jo gbogbo pẹpẹ ìpọ́njú tí wọ́n gbé dìde lòdì sí òwò/iṣẹ́ mi, ní orúkọ Jésù.

20. Gbogbo ohun èlò ìtọpinpin sàtánì tí wọ́n yàn tí òwò/iṣẹ́ mi, la iná, ní orúkọ Jésù.

21. Mo gba agbára àti ìfòróyán tì Ẹmí Mímọ́ láti ṣe rere, ní orúkọ Jésù.

ÌPELE KẸFÀ, ỌJỌ́ KEJÌ (26-09-2018)

Ìjẹwọ́: Deut. 28: Olúwa yóò sì fí ọ ṣe orí, ìwọ kì yóò si ṣe ìrù: ìwọ yóò máa lékè ṣa, ìwọ kì yóò ṣe ẹni ilẹ̀; bí ìwọ bá fi ara balẹ̀ tẹ́tí sí àṣẹ Olúwa Ọlọ́run rẹ tí o pa fún ọ ní òni yìí láti kíyèsi àti láti ṣe wọ́n.

22. Mo kọ ìbànújẹ́ àti ìpadàsẹ́hìn nínú òwò/iṣẹ́ mi, ní orúkọ Jésù.

23. Gbogbo ìdàmú ọkàn àti ijákulẹ̀ tí wọ́n ṣe lòdì sí òwò/iṣẹ́ mi, túká, ní orúkọ Jésù.

24. Olúwa, kọ́ ọwọ́ mi láti jà àti láti ṣe rere nínú òwò/iṣẹ́, ní orúkọ Jésù.

25. Mo gba ọgbọ́n àt'òkèwá, òye tí ó yè koro, ojú ọjọ́ ọla àti ìmọ̀ tí o jinlẹ̀ fún òwò/iṣẹ́ mi, ní orúkọ Jésù.

26. Gbogbo májẹ̀mú sàtánì, tí ó ń ṣiṣẹ́ lòdì sí ìtẹ̀síwájú òwò/iṣẹ́ mi, fọ́, nípa agbára tó ńbẹ nínú ẹjẹ Jésù, ní orúkọ Jésù.

27. Olúwa, ràn mí lọ́wọ́ láti jẹ́ olótìtó nínú sísan ìdámẹ̀wá àti ọrẹ mi déédéé, ní orúkọ Jésù.

28. Bàbá, jẹ́ kí ẹnu-bodè òwò/iṣẹ́ mi ṣí sílẹ̀ ní ìgbà gbogbo fun ọrọ̀ àwọn kèfèrí, ní orúko Jésù.

29. Mo wọ inú ẹ̀kúnrẹ́rẹ́ Ọlọ́run fún ayé mi, ní orúkọ Jésù.

30. Gbogbo irunú ọtá lòdì sí òwò/iṣẹ́, ẹ pa ẹnu mọ nípa agbára tó ńbẹ nínú ẹjẹ Jésù, ní orúkọ Jésù.

31. Gbogbo pẹpẹ ọjà sàtánì tó nṣiṣẹ́ lòdì sí òwò/iṣẹ́ mi, la iná, ní orúkọ Jésù.

32. Ẹ̀yin ìgbìmọ̀pọ̀ ọdàlẹ̀ tí ó faràhàn gégé bí ọ̀rẹ́ ní ibí iṣẹ́/ọjà, kí àṣírí yín tú, kí ẹ sì gba ìtìjú, ní orúkọ Jésù.

33. Àwọn ọmọ ogun sàtánì tí o nṣiṣẹ́ pọ̀ pẹlú ẹmí mámónì lòdì sí ayé mi, ẹ ṣubú lulẹ̀, kí ẹ sì kú, ní orúkọ Jésù.

34. Gbogbo rìkíṣí búburú lòdì sí òwò/iṣẹ́ mi, túká, ní orúkọ Jésù.

35. Gbogbo ìtẹ̀ búburú tí wọ́n yàn lòdì sí òwò/iṣẹ́ mi, túká, ní orúkọ Jésù.

36. Mo ra òwò/iṣẹ́ mi padà kúrò nínú gbogbo ìfijì búburú nípa ẹjẹ Jésù, ní orúkọ Jésù.

37. Àwọn ìránṣẹ́ òkùnkùn tí wọ́n gbìn sínú àti ní àyíká òwò/iṣẹ́ mi, kí àṣírí yín tú, kí ẹ sì gba ìtìjú, ní orúkọ Jésù.

38. Mo rọ̀ lóyè ọmọ aládé ọkùnrin àti obìnrin tí o wà ní orí ìtẹ̀ ní agbègbè tí mo tí nṣe òwò/iṣẹ́, ní orúkọ Jésù.

39. Bàbá, jẹ́ kí àwọn áńgélì Ọlọ́run tí o máa ńmú kí ọjà kí o tà gba àkóso òwò/iṣẹ́ mi, ní orúkọ Jésù.

40. Mo kó gbogbo irínṣẹ́ mí tí mó nlò fún òwò/iṣẹ́ mi lé Ẹ̀mí-mímọ́ lọ́wọ́, ní orúkọ Jésù.

41. Olúwa, yọ ẹnikẹ́ni tí Ẹ o yan wipe ki o ba mi sise kuro, ni oruko Jesu.

42. Ìpìlẹ̀ ìwà ìkà àti ìbòrisa ní àyíká agbègbè òwò/iṣẹ́ mi, túká, ní orúkọ Jésù.

ÌPELE KẸFÀ, OJÓ KẸTA (27-09-2018)

Ìjẹwọ́: Deut. 28: Olúwa yóò sì fí ọ ṣe orí, ìwọ kì yóò si ṣe ìrù: ìwọ yóò máa lékè ṣa, ìwọ kì yóò ṣe ẹni ilẹ̀; bí ìwọ bá fi ara balẹ̀ tẹ́tí sí àṣẹ Olúwa Ọlọ́run rẹ tí o pa fún ọ ní òni yìí láti kíyèsi àti láti ṣe wọ́n.

43. Bàbá, jẹ́ kí àwọn ìṣura òkùnkùn tí ó farasin máa jẹ́ t'èmi, ní orúkọ Jésù.

44. Nínú òwò/nínú iṣẹ́ mi, èmi yóò tayọ, a o sì fẹ́ mi ju àwọn tó kù lọ, ní orúkọ Jésù.

45. Bàbá, jẹ́ kí Ọlọ́run ìgbéga fi ìdí májẹ̀mú ìgbéga rẹ múlẹ̀ nínú òwò/iṣẹ́ mi, ní orúkọ Jésù.

46. Èmi kì yóò ṣe àṣedànù tàbí bí jáde fún ìyọnu nínú òwò/iṣẹ́ mi, ní orúkọ Jésù.

47. Ìràwọ̀ mí yóò tàn, kì yóò sì wá sí ilẹ̀ mọ́, ní orúkọ Jésù.

48. Gbogbo ogun ìfúnpá,òruka,tírà, awọ ẹran, agbé ohun èlò ibòdè tí wọ́n rì mọ́lẹ̀ ní àyíká tàbí agbègbè òwò/iṣẹ́ mi, la iná, kí o sí kú, ní orúkọ Jésù.

49. Mo fọ gbogbo ohun òwò/iṣẹ́ mi mọ́ pẹ̀lú èjẹ̀ Jésù, ní orúkọ Jésù.

50. Bàbá, jẹ́ kí gbogbo iṣẹ̀dá fi ìmọ̀ ṣọ̀kan pẹ̀lú òwò/iṣẹ́ mi, ní oruko Jesu.

51. Mo gba èrè tí ó yára kánkán, ìbùkún àti ìgbéga nínú òwò/iṣẹ́ mi, ní orúkọ Jésù.

52. Èmi kì yóò kú kí ọjọ́ ògo mi to faràhàn, ní orúkọ Jésù.

53. Bàbá, jẹ́ kí gbogbo àwọn ọ̀tá mi kí o pèhìndà nítorí wipe Olúwa wà fún mí, ní orúkọ Jésù.

54. Bàbá, jẹ́ kí ilẹ̀kùn ànfàní òwò/iṣẹ́ ṣí fún mí ní òwúrọ̀, ọsán àti àṣálẹ́, ní orúkọ Jésù.

55. Kò sí ajẹnirun tí yóò jẹ iṣẹ́ òwò mi run, ní orúkọ Jésù.

56. Ẹ̀yin ajẹnirun àti afi ànfàní ṣòfò, mo pàṣẹ kí ẹ kúrò nínú ayé mi, ní orúkọ Jésù.

57. Mo fi èjẹ̀ Jésù fọ ọwọ́ àti gbogbo ara mi mọ́ lónì, ní orúkọ Jésù.

58. Mo gba ìbùkún mi pàdé lọ́wọ́ gbogbo ìgbóguntì èṣù, ní orúkọ Jésù.

59. Mo fọ́ gbogbo ègún ìkùnà, ní orúkọ Jésù.

60. Bàbá, Jẹ́ kí Olúwa fi hàn mí gbogbo àṣírí tí ó wà léyìn ìṣoro mi, ní orúkọ Jésù.

61. Mo pàṣẹ kí èṣù gbé ẹṣẹ rẹ̀ kúrò lórí gbogbo òwò tí ó jẹ tèmi, ní orúkọ Jésù.

62. Bàbá, jẹ́ kí àwọn ẹmí tó nṣe iṣẹ́ ìránṣẹ́(Àwọn ángélì O

63. Ọlọ́run) jáde lọ kí wọ́n sì mú ìbúkún/ àwọn ànfàní iṣẹ́ wá fún mi, ní orúkọ Jésù.

ÌPELE KẸFÀ, OJÓ KẸRIN (28-09-2018)

Ìjẹwọ́: Deut. 28: Olúwa yóò sì fí ọ ṣe orí, ìwọ kì yóò si ṣe ìrù: ìwọ yóò máa lékè ṣa, ìwọ kì yóò ṣe ẹni ilẹ̀; bí ìwọ bá fi ara balẹ̀ tẹ́tí sí àṣẹ Olúwa Ọlọ́run rẹ tí o pa fún ọ ní òni yìí láti kíyèsi àti láti ṣe wọ́n.

64. Bàbá, jẹ́ kí ọ̀pá irin ṣubúlu gbogbo owó àjèjì tí o'fẹ́wa sí ọ̀dọ̀ mi, ní orúkọ Jésù.

65. Bàbá, jẹ́ kí nrí àlàjá nínú òwò/iṣẹ́ ọrọ̀ ajé mi, ní orúkọ Jésù.

66. Olúwa, fún mi ní ẹmí ojúrere nínú ọrọ̀ ajé/iṣẹ́ mi, ni orúkọ Jésù.

67. Mo berè fún iṣerere lórí òwò/iṣẹ́ mi, ní orúkọ Jésù.

68. Bàbá, jẹ́ kí gbogbo ìdènà òkùnkùn sí ètò ìṣúná mi, yarọ pátápáta, ní orúkọ Jésù.
69. Mo fọ́ gbogbo òbírí ikùnà, ní orúkọ Jésù.
70. Bàbá, jẹ́ kí òwò/iṣẹ́ mi gba abo kuro lowo awon amoye buburu, ni oruko Jesu.
71. Bàbá, jẹ́ kí àwọn ènìyàn kúrò ní ọ̀nà wọn láti ṣe mí ní ojúrere, ní orúkọ Jésù.
72. Olúwa, máṣe jẹ́ kí ọ̀pá ẹni ìkà wá s'órí òwò/iṣẹ́ mí, ní orúkọ Jésù.
73. Bàbá, ṣí ẹ̀mí ojúrere sí orí mi ní ibi gbogbo tí mo bá lọ nípa òwò/iṣẹ́ mi, ní orúkọ Jésù.
74. Bàbá, mo bẹ̀rẹ̀ ní orúkọ Jésù, láti rán àwọn ẹmi tí ó ńṣe iṣẹ́ ìránṣẹ́ láti mú ìṣerere àti owó wá sínú owó/iṣẹ́, ní orúkọ Jésù.
75. Bàbá, jẹ́ kí àwọn ènìyàn ìbùkún mi ní gbogbo ibi tí mo bá lọ, ní orúkọ Jésù.
76. Mo gba owó/iṣẹ́ mi kúrò ní ọfun ìpeebi ètò ìṣúná, ní orúkọ Jésù.
77. Mo gbédè gbogbo nínú àwọn òṣìṣẹ̀ tí yóò fẹ́ lo ohun ìjà búburú lòdì sí mí àti irọ́ pípa, èké ṣíṣe, ìbani lórukọ jẹ́, àti ẹ̀mí èrò ara ẹni, ní orúkọ Jésù.
78. Bàbá, jẹ́ kí gbogbo ìdíwọ́ ètò ìṣúná nínú ayé máa kúrò, ní orúkọ Jésù.
79. Ohun rere gbogbo tó nfọ ọwọ́/iṣẹ́ mi dà báyì, san padà, ní orúkọ Jésù.
80. Mo kọ gbogbo ẹ̀mí ìtíjú nínú ètò ìṣúná, ní orúkọ Jésù.
81. Bàbá, dí gbogbo àyè tó fa jíjò nínú owó/iṣẹ́ mi, ní orúkọ Jésù.
82. Bàbá, jẹ́ kí òwò/iṣẹ́ mi gbóná jù fún àwọn oní jìbìtì àti alábàra òkùnkùn, ní orúkọ Jésù.
83. Bàbá, jẹ́ kí agbára òùnfà t'ẹ̀mí fa ọrọ̀, kí ó sì pa ọrọ̀ mọ́ nínú òwò/iṣẹ́ mi, ní orúkọ Jésù.
84. Olúwa, ràn mí lọ́wọ́ láti gbà fún ìfẹ́ Rẹ ní ojojúmọ́ ayé mi, ní orúkọ Jésù.

ÌPELE KẸFÀ, ỌJỌ́ KÀRÚN (29-09-2018)

Ìjẹwọ́: Deut. 28: Olúwa yóò sì fí ọ ṣe orí, ìwọ kì yóò si ṣe irù: ìwọ yóò máa lékè ṣa, ìwọ kì yóò ṣe ẹni ilẹ̀; bí ìwọ bá fi ara balẹ̀ tẹtí sí àṣẹ Olúwa Ọlọ́run rẹ tí o pa fún ọ ní òni yìí láti kíyèsi àti láti ṣe wọ́n.

85. Olúwa, mú mi láti wà ní ìtakìjí nípa t'ẹ̀mí àti ọpọlọ ní ibí iṣẹ́ mi, ní orúkọ Jésù.
86. Bàbá, jẹ́ kí gbogbo ètò àti ìpinnu mi fún òwò/iṣẹ́ mú ọlá àti ògo wá fún Jésù Krìstì, ní orúkọ Jésù.
87. Bàbá, jẹ́ kí àwọn ángẹ̀lì Rẹ gbé òwò/iṣẹ́ mi ní ọwọ́ wọn kí o máa ba fi ẹṣẹ̀ gbún òkúta, ní orúkọ Jésù.
88. Bàbá, jẹ́ kí gbogbo ìpinnu mi nípa òwò/iṣẹ́ tí ọwọ́ Ẹ̀mí-mímọ́ wá, ní orúkọ Jésù.
89. Bàbá, jẹ́ kí ìmísí Ẹ̀mí-mímọ́ wá lórí gbogbo àwọn tó ńbá mi tajà/àwọn tó ní àsopọ̀ mọ́ iṣẹ́ mi, ní orúkọ Jésù.
90. Olúwa, jẹ́ kí iṣẹ́ takun-takun àti èrè jẹ́ ìpín òwò/iṣẹ́ mi, ní orúkọ Jésù.
91. Olúwa, jẹ́ kí òwò/iṣẹ́ mi tẹ̀síwájú, kí ó sì gbèrú u, ní orúkọ Jésù.

92. Olúwa, fún mí ní ìtọ́ni àti ìdarí ní gbogbo ìgbà nínú òwò/iṣẹ́ mi, ní orúkọ Jésù.

93. Bàbá, jẹ́ kí ipa ọ̀nà òwò/iṣẹ́ mi máa tàn síwájú àti síwájú títí di ọjọ́ pípé, ní orúkọ Jésù.

94. Mo gbédè gbogbo ẹmí ségesège àti rúdurùdu, ní orúkọ Jésù.

95. Mo rìn jáde kúrò nínú ìpele ìkùnà wọ inú gbàgede àṣeyorí, ní orúkọ Jésù ìyanu.

96. Mo yọ òwò/iṣẹ́ mi kúrò ní abẹ́ àkóso àwọn agbára òkùnkùn, ní orúkọ Jésù.

97. Mo pàṣẹ kí ẹ̀gún àti yíyan fún gbèsè nínú òwò/iṣẹ́, gba ìfagilé, ní orúkọ Jésù.

98. Olúwa, fi òróró yan ọpọlọ mí fún ìṣerere gẹ́gẹ́ bí ti Beselieli ọmọ Uri, ti ẹya Juda, ní orúkọ Jésù.

99. Bàbá, jẹ́ kí ìfòròróyán iná wa nínú gbogbo ohun tí mo ba ko, tàbí èrò mi àti àwọn ètò mi, ní orúkọ Jésù.

100. Mo lé jáde gbogbo ẹmí ìbínú, àìní ìfọwọ́sowọ́pọ̀, ìdájọ́ òdi, ìjà àti ọ̀tẹ̀ lárin gbogbo ọmọ iṣẹ́, ní orúkọ Jésù.

101. Bàbá, jẹ́ kí òwò/iṣẹ́ mi di orísun ìbùkún àti ìpìlẹ̀ fún àwọn òwò/iṣẹ́ míràn, ní orúkọ Jésù.

102. Bàbá, jẹ́ kí òjò ìsọjí ètò ìṣúná rọ̀ lé òwò/iṣẹ́ mí, ní orúkọ Jésù.

103. Olúwa, fi òróró rẹ yan gbogbo ìwé mi fún ìrànlọ́wọ́ àti ojúrere, kí a tí ọwọ́ àwọn ángẹ̀lì gbé, àti èsì rere, ní orúkọ Jésù.

104. Mo yí padà gbogbo ẹ̀gún tí mo ti fí sí orí òwò/iṣẹ́ mi, ní orúkọ Jésù.

105. Bàbá, ní orúkọ Jésù, yan àwọn ẹmí ìránṣẹ́ láti jáde lọ láti ṣe iṣẹ́ ìránṣẹ́ kí wọ́n sì mú ọjà/iṣẹ́ wá fún mí, ní orúkọ Jésù.

ÌPELE KẸFÀ, ỌJỌ́ KẸFÀ (30-09-2018)

Ìjẹ́wọ́: Deut. 28: Olúwa yóò sì fí ọ ṣe orí, ìwọ kì yóò si ṣe ìrù: ìwọ yóò máa lékè ṣa, ìwọ kì yóò ṣe ẹni ilẹ̀; bí ìwọ bá fi ara balẹ̀ tẹ́tí sí àṣẹ Olúwa Ọlọ́run rẹ tí o pa fún ọ ní òni yìí láti kíyèsi àti láti ṣe wọ́n.

106. Olúwa fún mí ọgbọ́n àti ipá láti ní òye òdodo àti ṣíṣe òtítọ́ nínú òwò/iṣẹ́, ní orúkọ Jésù.

107. Olúwa, fún mi ní ore ọ̀fẹ́ láti máa ṣiṣẹ́ takuntakun láti ní ìmọ̀ àti ọgbọ́n ní ibi tí mo ti ṣe aláìlóye, ní orúkọ Jésù.

108. Bàbá, jẹ́ kí òwò/iṣẹ́ bú jáde, kí ò sí ṣerere, ní orúkọ Jésù.

109. Mo pàṣẹ wí pé èṣù kì yóò ní ìṣàkóso lórí ètò ìṣúná mí, ní orúkọ Jésù.

110. Mo kéde wí pé èṣù kì yóò leè jí ètò ìṣúná mi, ní orúkọ Jésù.

111. Olúwa, fún mi ní ìmọ̀ràn bí tí Ọlọ́run, ìmọ̀ àti òye láti ṣe àkóso ètò ìṣúná mi, ní orúkọ Jésù.

112. Bàbá, jẹ́ kí àwọn tí yóò lu mi ní jìbìtì tábì yàn mí jẹ́ kí o gba ìtìjú àti rúdurùdu, ní orúkọ Jésù.

113. Bàbá, jẹ́ kí àwọn tí yóò ṣètò láti ja òwò/iṣẹ́ mi lólè kí o gba ìtìjú àti rúdurùdu, ní orúkọ Jésù.

114. Bàbá, ṣe ojú rẹ mọ́lẹ̀ sí mi lára, fun mi ní òye, kí o ṣ'àánú fún mi, ní orúkọ Jésù.

115. Olúwa, fi ojú rẹ sí mí lára, ní orúkọ Jésù.

116. Bàbá, ṣe mí ní ìbùkún sí ìdílé mi, ará àdúgbò àti àwọn ẹlẹ́gbé mi nínú òwò/iṣẹ́ mí, ní orúkọ Jésù.

117. Bàbá, fún mí ní ìmọ̀ àti ọgbọ́n nínú gbogbo ẹ̀kọ́ àti òye, ní orúkọ Jésù.

118. Bàbá, fún mí ní ojú rere, ìkáanú àti ìṣore pẹ̀lú gbogbo àwọn alábàṣìṣẹ́pọ́ mí nínú òwò/iṣẹ́, ní orúkọ Jésù.

119. Olúwa, jẹ́ kí nrí ojúrere lójú gbogbo àwọn tó ńwò mí, ní orúkọ Jésù.

120. Bàbá, jẹ kí ọgbọ́n rẹ borí nínú gbogbo ipàdé tí mo bá ṣe láti gbe òwò/iṣẹ́ mi s'ókè, ní orúkọ Jésù.

121. Bàbá, rán gbogbo àwọn tí o ní àsopọ̀ pẹ̀lú òwò/iṣẹ́ mi lọ́wọ́ láti mú èrò rere wa ní àkókò tí o yẹ, ní orúkọ Jésù.

122. Bàbá, jẹ́ kí gbogbo ipàdé tí kò lérè àti èyí tí ńpa ǹkan run lórí òwò/iṣẹ́ mí kí o máṣe wáye, ní orúkọ Jésù.

123. Olúwa, ràn mí lọ́wọ́ láti gbọ́ ohùn rẹ àti láti ṣe ìpinu tí ó tọ́ lórí òwò/iṣẹ́ mí, ní orúkọ Jésù.

124. Olúwa, ràn mí lọ́wọ́ láti ṣe ìpinnu tí ó t'ọ̀nà àti ní ọnà tí o lérè, nì orúkọ Jésù.

125. Bàbá, jẹ́ kí Ẹ̀mí mímọ́ fi àwọn ohun tí ḿbọ̀ wá ṣẹlẹ̀ nínú òwò/iṣẹ́ tí à ńṣe hàn wá, ní orúkọ Jésù.

126. Mo gba ọgbọ́n àt'òkèwá láti ṣẹdá àti láti gbe àwọn ohun titun jáde, ní orúkọ Jésù.

ÌPELE KẸFÀ, ỌJỌ́ KÈJE (01-10-2018)

Ìjẹwọ́: Deut. 28: Olúwa yóò sì fí ọ ṣe orí, iwọ kì yóò si ṣe ìrù: iwọ yóò máa lékè ṣa, iwọ kì yóò ṣe ẹni ilẹ̀; bí iwọ bá fi ara balẹ̀ tẹ́tí sí àṣẹ Olúwa Ọlọ́run rẹ tí o pa fún ọ ní òni yìí láti kíyèsi àti láti ṣe wọ́n.

127. Olúwa, ràn ọwọ́ mi lọ́wọ́ láti gbe àwọn ọjà tàbí iṣẹ́ tí yóò jásí ìbùkún fún àwọn ènìyàn jáde, ní orúkọ Jésù.

128. Olúwa, fún wa ní èrò tó nṣẹdà ohun tuntun àti èrò tuntun láti mú wa ṣe ohun tuntun àti ọjà tí ó dára fún ilé iṣẹ́ wa, ní orúkọ Jésù.

129. Olúwa, fi èrò tuntun sí'nú ẹmí mi tí a o ṣiṣẹ́ lé l'órí láti dí ọjà tàbí iṣẹ́, ní orúkọ Jésù.

130. Olúwa, jẹ́ kí ìdàgbàsókè òwò/iṣẹ́ mi ya àwọn ọrẹ àti àwọn ọtá mi lẹ́nu, ní orúkọ Jésù.

131. Olúwa, tọ́ mi láti dẹ́kun gbogbo iṣẹ́ tí yóò fi àkókò àti okun mi ṣofo, ní orúkọ Jésù.

132. Bàbá, jẹ kí gbogbo ẹmí tó ńfa àdánù ètò iṣúná kúrò nínú òwò/iṣẹ́ mi, ní orúkọ Jésù.

133. Olúwa, ràn mí lọ́wọ́ láti ṣe àwárí ilé iṣẹ́ ètò iṣúná tí yóò ràn mí lọ́wọ́ láti ṣètò iṣúná mi lọ́nà tí ó dára, ní orúkọ Jésù.

134. Olúwa, ràn mí lọ́wọ́ láti máa lékè ní ìgbà gbogbo àti láti máa jẹ ẹni ẹ̀yìn, ní orúkọ Jésù.

135. Olúwa, ṣí ilẹ̀kùn tuntun, kí o sì pèsè alábárà tuntun fún àwọn ọjà mi àti iṣẹ́ mi, ní orúkọ Jésù.

136. Bàbá, jẹ́ kí gbogbo àwọn tí ó jẹ mí ni gbèsè tètè sán ní àkókò tí ó yẹ, ní orúkọ Jésù.

137. Bàbá, mo gbé àwọn tí ó jẹ mí ní gbèsè sókè sí o, bùkún wọn, kí wọ́n leè san owó mi, ní orúkọ Jésù.

138. Olúwa, mú kí òwò/iṣẹ́ àwọn onígbèsè mí gbòòrò, kí ó sí pèsè fún wọn láti máa san gbogbo owó ọjà wọn, ní orúkọ Jésù.

139. Olúwa, pèsè àwọn owó tí mo nílò nípa ọjà títà àti iṣẹ́ mi láti lè pé ojú òṣùwọ̀n nínú gbogbo ètò iṣúná mí, ní orúkọ Jésù.

140. Mo dìde lòdi sí ẹ̀mí àníyàn tàbí ìdámú ọkàn lórí ọ̀rọ̀ owó/iṣẹ́ mi, ní orúkọ Jésù.

141. Bàbá, tọ́ mi, kí o sì kọ́ mi láti ṣe àtúnṣe gbogbo iṣòro tí o wà nínú òwò/iṣẹ́ mí, ní orúkọ Jésù.

142. Olúwa, darí jìmí fún gbogbo ìpinnu tàbí àṣìṣe tàbí èrò tí ó lòdì tí mo tí kópa nínú rẹ̀ rí, ní orúkọ Jésù.

143. Bàbá, ràn mí lọ́wọ́ láti rí àwọn àṣìṣe àti ẹ̀bí mi àti láti ṣe ohun gbogbo láti ṣe àtúnṣe wọn, ní orúkọ Jésù

144. Bàbá, fi hàn mí ohun tí mo nílò láti ṣe kí làásìgbò má baà wá nínú òwò/iṣẹ́ mi, ní orúkọ Jésù.

145. Olúwa, fún mi ní ojú idì àti ojú Èlíṣà láti rí bí ọjà yóò ti rí kí ó to ṣẹlẹ̀, ní orúkọ Jésù.

146. Olúwa, fún mí ní ọgbọ́n láti lé jáde nínú gbogbo ipò òwò tí kò ṣe mí ní rere, ní orúkọ Jésù.

147. Bàbá, rán mí lọ́wọ́ láti ṣe àwọn ètò igbàpadà tí yóò pa òwò/iṣẹ́ mí mọ́, ní orúkọ Jésù.

ÌPELE KẸFÀ, ỌJỌ́ KẸJỌ (02-10-2018)

Ìjẹwọ́: Deut. 28: Olúwa yóò sì fí ọ ṣe orí, ìwọ kì yóò si ṣe ìrù: ìwọ yóò máa lékè ṣa, ìwọ kì yóò ṣe ẹni ilẹ̀; bí ìwọ bá fi ara balẹ̀ tẹ́tí sí àṣẹ Olúwa Ọlọ́run rẹ tí o pa fún ọ ní òni yìí láti kíyèsi àti láti ṣe wọ́n.

148. Olúwa, ràn àwọn agbani-ní-mọ̀ràn àt'òkèwà nínú òwò/iṣẹ́ mi,ní orúkọ Jésù.

149. Olúwa, ràn mí lọ́wọ́ láti dá pańpẹ́ òwò/iṣẹ́ bubúrú mọ̀, ní orúkọ Jésù.

150. Olúwa, ràn mí lọ́wọ́ láti gbe àbò tó ń dabọ ìkùnà òwò/iṣẹ́ kalẹ̀, ní orúkọ Jésù.

151. Olúwa, jẹ́ kí àwọn òṣìṣẹ́ mí jẹ ẹnití ó ní ìfarajì sí ètò ọ̀rọ̀ rẹ àti enití ó nṣiṣe pẹ̀lú òtítọ́ àti inú kan, ní orúkọ Jésù.

152. Olúwa, jẹ kí àwọn òṣìṣẹ́ mi jẹ́ olótítọ́, aláìlégàn àti àwọn ènìyàn tí ó ní ìlépa, iran tí ó sì leè ṣe ìpinnu tí ó yèkoro, ní orúkọ Jésù.

153. Olúwa, rán òṣìṣẹ́ tí ó ní ìlera pípé sí ilé iṣẹ́ wa, ní orúkọ Jésù.

154. Olúwa, rán àwọn òṣìṣẹ́ tí yóò fí agbára fún ilé iṣẹ́ wa láti dàgbà àti láti jèrè, ní orúkọ Jésù.

155. Olúwa, bùkún ẹbí àwọn òṣìṣẹ́ mí nínú ètò ìṣúná àti tí ara, ní orúkọ Jésù.

156. Bàbá, fún mí ní ìfòróróyàn láti ṣe iṣẹ́ kọjá àti ju agbára, ipá, ẹbùn àti táléntì mí lọ, ní orúkọ Jésù.

157. Olúwa, fun gbogbo àwọn òṣìṣẹ́ ní ohun tí wọ́n nílò láti ṣiṣẹ́ wọn pẹ̀lú ayọ̀ àti ẹmí ìtayọ, ní orúkọ Jésù.

158. Olúwa, ràn mí lọ́wọ́ láti yọ̀nda fún Ẹ̀mí-mímọ́ nígbà tí mo bá bá awọn ipo ti o ju imo mi lo pade, ni oruko Jesu.

159. Bàbá, jẹ́ kí gbogbo àwọn òṣíṣẹ̀ mi ṣe iṣẹ́ àwọn pẹ̀lú ẹmí ìtayọ, ní orúkọ Jésù.

160. Bàbá, jẹ́ kí gbogbo àwọn òṣìṣẹ́ mi ṣe iṣẹ́ wọn pẹ̀lú gbogbo ipá àti agbára wọn, ní orúkọ Jésù.

161. Olúwa, jẹ́ kí àwọn òṣìṣẹ́ mí gba agbára láti lè ṣètò ọjọ́ wọn, kí wọ́n sí kọbi ara sí ojúṣe wọn, ní orúkọ Jésù.

162. Bàbá, mo fi òwò/iṣẹ́ mi jì, mo sì ya òwò/iṣẹ́ mi sí mímọ́, ní orúkọ Jésù.

163. Mo pàṣẹ fún gbogbo ẹmí tó ńṣiṣẹ́ lòdì sí mi nínú ọkàn adarí mi kí o wọ inú ìdè kí o sì jáde, ní orúkọ Jésù.

164. Mo gbédè gbogbo ẹmí iparun òwò/iṣẹ́, ní orúkọ Jésù.

165. Mo já ara mi kúrò nínú gbogbo ègún ìdíwọ́ nínú òwò/iṣẹ́, ní orúkọ Jésù.

166. Bàbá Olúwa, rán àwọn ángẹ́lì rẹ láti lọ pèsè ojúrere sílẹ̀ fún níwajú adarí mi àti àwọn ẹlẹgbẹ́ mi ní ẹka ibi iṣẹ́ mí, ní orúkọ Jésù.

167. Mo gbédè gbogbo àwọn tí ó wà ní ẹka mi tí yoò fẹ́ láti ṣe mi ní ibi, irọ́ pípa, èké ṣíṣe àti ìbanilórukọ́ jẹ́, ní orúkọ Jésù.

168. Bàbá, tú àwọn ángẹ́lì Rẹ sílẹ̀ láti lò fún mí ní ojúrere níwajú àwọn adarí mi àti láti pa ipò mí mọ́, ní orúkọ Jésù.

ÌPELE KẸFÀ, ỌJỌ́ KẸSÁN (03-10-2018)

Ìjẹwọ́: Deut. 28: Olúwa yóò sì fí ọ ṣe orí, ìwọ kì yóò si ṣe ìrù: ìwọ yóò máa lékè ṣa, ìwọ kì yóò ṣe ẹni ilẹ̀; bí ìwọ bá fi ara balẹ̀ tẹ́tí sí àṣẹ Olúwa Ọlọ́run rẹ tí o pa fún ọ ní òni yìi láti kíyèsi àti láti ṣe wọ́n.

169. Mo gba agbára láti bá àwọn ọ̀tá mi jà àti láti lé wọn jáde kúrò nínú ayé mi, ètò ìṣúná àti ilé, ní orúkọ Jésù.

170. Bàbá, jẹ́ kí gbogbo ìpinnu lórí ọ̀rọ̀ mi ṣe mi ní rere, ní orúkọ Jésù.

171. Mo pàṣẹ àlàjá sínú gbogbo òwò/iṣẹ́ mi ní orúkọ Jésù.

172. Olúwa, fún mí ní ẹ̀mí ìfihàn àti ọgbọ́n nínú ìmọ̀ ìfihàn rẹ, ní orúkọ Jésù.

173. Olúwa, fi ìṣípayá ọ̀nà rẹ hàn mí lórí ọ̀rọ̀ yí, ní orúkọ Jésù.

174. Olúwa, yọ ìṣújú ẹ̀mí kúrò nínú ojú mi, ní orúkọ Jésù.

175. Olúwa, dáríjìmí fún gbogbo èròngbà tàbí ipinnu ọkan tí kò tọ́ tí mo tí ní lọ́kàn rí láti ìgbà tí á ti bí mí, ní orúkọ Jésù.

176. Olúwa, dárijìmí fún gbogbo irọ̀ tí mo tí pa rí lòdì sí ẹnikẹ́ni, àgbékalẹ̀ tàbí ilé iṣẹ́, ní orúkọ Jésù.

177. Olúwa, gbà mí lọ́wọ́ ìgbèkùn ẹ̀ṣẹ̀ àti ìmẹ́lẹ́ t'ẹ̀mí, ní orúkọ Jésù.

178. Olúwa, là mí ní ojú láti ri ohun gbogbo tí o yẹ kí nrì lórí ọ̀rọ̀ yìi, ní orúkọ Jésù.

179. Olúwa, kọ́ mí ni àwọn ohun ijìnlẹ̀ àti àṣírí, ní orúkọ Jésù.

180. Olúwa, fi hàn mí gbogbo àṣírí tí ó wà lẹ́yìn gbogbo ìṣòro tí mo ní, ní orúkọ Jésù.

181. Olúwa, mu wa sínú ìmọ́lẹ̀ ohun gbogbo tí wọ́n ńṣe lòdì sí mí nínú òkùnkùn, ní orúkọ Jésù.

182. Olúwa, rú sókè kí o sì sọji gbogbo àwọn àlùmọ́nì inú mi tí o ní èrè, ní orúkọ Jésù.

183. Olúwa, fún mi ní ọgbọ́n àt'òkèwá láti ṣiṣẹ́ nínú ayé mi, ní orúkọ Jésù.

184. Olúwa, jẹ́ kí gbogbo ìbòjú tí kò jẹ́ kí n ní iran ẹ̀mí tí ó hàn kedere kákúrò, ní orúkọ Jésù.

185. Olúwa, fún mi ní ẹmi ìṣípayá àti ọgbọ́n nínú ìmọ̀ ìfihàn Rẹ, ní orúkọ Jésù.

186. Olúwa, ṣi mi ní òye ẹ̀mí, ní orúkọ Jésù.

187. Olúwa, jẹ́ kí nmọ̀ ohun gbogbo tí ó yẹ kin nmọ nípa ọ̀rọ̀ yí, ní orúkọ Jésù.

188. Olúwa, fí hàn mí gbogbo àṣírí tí ó yẹ kí nmọ̀ nípa ọrọ̀ yíí, bóyá o ṣe mí ní ànfàní tàbí kò ṣe mí ní ànfàní, ní orúkọ Jésù.

189. Olúwa, mú kúrò gbogbo àránkan, yíyan ọ̀tá pẹ̀lú ẹnikẹ́ni àti ohun gbogbo tí o leè dí iran emi mí, ní orúkọ Jésù.

ÌPELE KẸFÀ, ỌJỌ́ KẸ̀WA (04-10-2018)

Ìjẹ́wọ́: Deut. 28: Olúwa yóò sì fí ọ ṣe orí, ìwọ kì yóò si ṣe ìrù: ìwọ yóò máa lékè ṣa, ìwọ kì yóò ṣe ẹni ilẹ̀; bí ìwọ bá fi ara balẹ̀ tẹ́tí sí àṣẹ Olúwa Ọlọ́run rẹ tí o pa fún ọ ní òni yìí láti kíyèsi àti láti ṣe wọ́n.

190. Olúwa, ràn mí lọ́wọ́ láti mọ ohun tí o yẹ kí nmọ, fẹ́ràn ohun tí o yẹ kín nfẹ́ràn àti láti kórira ohun tí ẹ ko fẹ́, ní orúkọ Jésù.

191. Olúwa, ṣe mí ní ohun èlò tí ó yẹ láti mọ àwọn àṣírí Rẹ, ní orúkọ Jésù.

192. Bàbá, ní orúkọ Jésù, Mo nfẹ láti mọ ọkàn Re nípa.........(fi ipò tí ó bá wùn ọ si), ní orúkọ Jésù.

193. Jẹ́ kí ẹmi ìsọtẹ́lẹ̀ àti ìfihàn bà lé ayé mí, ní orúkọ Jésù.

194. Ẹ̀mí-mímọ́ fí ohun ìjinlẹ̀ àti àṣírí hàn mí nípa........, ní orúkọ Jésù.

195. Mo gbédè gbogbo ẹmí àìmọ́ tó ńkó àdàlù bá iran àti àlá t'ẹmi, mi ní orúkọ Jésù.

196. Jẹ́ kí gbogbo ìdọ̀tí tó ńdènà ìlò ibára ẹni sọ̀rọ̀ pẹ̀lú Ọlọ́run, mo fi ẹ̀jẹ̀ Jésù fọ̀ danù, ní orúkọ Jésù.

197. Mo gba agbára láti ṣiṣẹ́ pẹ̀lú ojú ẹmí tí ó ríran kedere, tí a kò le tàn jẹ, ní orúkọ Jésù.

198. Jẹ́ kí ògo àti agbára Ọlọ́run ọgá ogo, bà lé ayé mí ní ọnà tí ó ní agbára, ní orúkọ Jésù.

199. Mo yọ orúkọ mí kúrò nínú ìwé àwọn tó ńrìn, tí ó sì nṣubu nínú òkùnkùn, ní orúkọ Jésù.

200. Ìfihàn àt'òkèwá, iran t'ẹmí, àlá àti ìròyìn kó ní dí ohun ọ̀wọ́ngógó nínú ayé mí, ní orúkọ Jésú.

201. Mo mu àmuyó nínú kọ̀nga ìgbàlà àti ìfóróróyàn, ní orúkọ Jésù.

202. Ọlọ́run, Ẹnití o mọ gbogbo àṣírí, fí hàn mí bóyá.........(dàrukò re) jẹ ìfẹ́ Rẹ fún mí, ní orúkọ Jésù.

203. Jẹ́ kí gbogbo òrìṣà tí ó wà nínú ọkán mí tí mo mọ̀ àti èyí tí mí ò mọ̀ lórí ọrọ̀ yíí kí o yọ̀ dànù nípa iná Ẹmí-mímọ́, ní orúkọ Jésù.

204. Mo kọ̀ láti ṣubú sí abẹ́ àyídáyidà ẹmí rúdurùdu, ní orúkọ Jésù.

205. Mo kọ̀ láti ṣe àṣìṣe ìpìlẹ̀ nínú àwọn ìpinnu mí, ní orúkọ Jésù.

206. Bàbá Olúwa, kọ́ mí kí o sì darí mi láti mọ ọkàn rẹ lórí ọrọ̀ yí, ní orúkọ Jésù.

207. Mo dìde dúró lòdì sí gbogbo àsopọ̀ sàtánì tí ó fẹ́ kó rúdurùdu bá ìpinnu mí, ní orúkọ Jésù.

208. Bí............(dá orúkọ́ ohun náà) kò bá jẹ́ ìfẹ́ Rẹ fún mí, Olúwa, dárí ìṣìṣẹ́ mí, ní orúkọ Jésù.

209. Ọlọrun, Ẹnití o ńfi àṣírí hàn, fí ìfẹ́ ọkàn rẹ hàn mí lórí ọrọ̀ yí, ní orúkọ Jésù.

210. Ẹ̀mí-mímọ́, là mí ní ojú kí o sì ràn mí lọ́wọ́ láti ṣe ìpinnu tí ó tọ, ní orúkọ Jésù.

ÌJÉWÓ NÍ IPELE YÍ

Mo tẹ̀ mọ́lẹ̀, mo sì parun pátápátá gbogbo ibi gíga àti ìdènà ọ̀tá lòdì sí mí, ní orúkọ Jésù. Mo tẹ wọ́n mọ́lẹ̀ pẹ̀lú bàtà ihinrere tí Kristi Jésù, mo pa wọ́n run pátápátá ati gbogbo ìní wọn, ìjọba, ìtẹ, ìjẹgàba, àfin àti gbogbo ohun ìní tí ó wá nínú wọn, ní orúkọ Jésù. Mo pa wọ́n rẹ́, mo sì sọ wọ́n di ahoro, ní orúkọ Jésù. Okun mi wà nínú Kristi Jésù Olúwa, Jésù ní okun mi, mo gba okun láti ọwọ́ Olúwa, ní orúkọ Jésù. Ọ̀rọ̀ Olúwa wí pé oun yí ò dá padà fún mi gbogbo ọdún tí kòkòrò, kòkòrò jewéjewé, kòkòrò jẹmọ̀jẹmọ̀ àti tí́irú àwọn kòkòrò míràn ti jẹ padà fún mi, ní orúkọ Jésù. Gbogbo àgbáyé leè pinnu pẹlu ìṣàn ibi tó ńṣàn bí àgbàrá. ọtá nínú ète ibi rẹ leè pinnu lòdì sí mi. Ilé leè mi; ohun \kóhun tí kì báà jẹ́, èmi kì yóò bẹ̀rù, ní orúkọ Jésù. Tani o dàbí Rẹ, Ọlọ́run wa, tí o ńgbé ní ibi gíga, ga ju gbogbo agbára àti ìjọba. Ó gbé tálákà dìde láti inú erùpẹ̀ àti aláìní láti àtàn kí o lè gbé wọn jókò pẹ̀lú àwọn ọmọ aládé. Bẹ́ẹ̀ gégé ni Olúwa yóò ṣe fún mi, ní orúkọ Jésù. Bíbélì wí pé, Ohunkóhun tí èmi bá nfẹ́ nínú àdúrà pẹ̀lú ìgbàgbọ́ èmi yóò ri gba, ní orúkọ Jésù. Nítorínà, mo gbàdúrà, ní orúkọ Jésù, mo dí òminira kúrò nínú ìgbèkùn tàbí ìgbógun ọ̀rọ̀ òdì láti ẹnu mi tàbí èrò láti inú ọkàn, lòdì sí ara mi. Mo fà lulẹ̀ nínú ìgbàgbọ́ gbogbo ògiri ìdènà t'ẹ̀mí lárìn mí àti awọn olùranlọ́wọ́ àti àlánù mí àt'òkèwá, ní orúkọ Jésù.

ÌPELE ÌṢẸ́ ÒRU
(ṢÍṢE LÁARIN AGOGO MÉJÌLÁ ÒRU SÍ AGOGO MÉJÌ ÒRU)
ORIN FÚN ÌṢẸ́ ÒRU (OJÚ EWÉ KẸTÀLA)

1. Mo lé jáde àwọn tó ńlépa mí gégé bi ẹgbin sí òpópónà, ní orúkọ Jésù.
2. Nípa ojúrere rẹ, Olúwa, àwọn ènìyàn tí èmí kò mọ yóò wá ní abẹ́ àkóso mí, ní orúkọ Jésù.
3. Ní kété tí wọn bá gbúrò mí, wọn yóò gbọ́, àwọn àlejò yóò tẹríba fún mi, ní orúkọ Jésù.
4. Ẹ̀yin àlejò òkùnkùn nínú ayé mi, pẹ̀lú ìpayà ẹ jáde kúrò ní ibi kọ́lọ́fín yín ní, orúkọ Jésù.
5. Ọlọ́run gbẹ̀san mí, kí o sì tẹrí àwọn ọ̀tá mí ba, ní orúkọ Jésù.
6. Olúwa, gbọ́ mi ní ọjọ́ ìṣòro, kí ó sì jẹ kí orúkọ Ọlọ́run Jakọbu kí o da àbò bò mí, ní orúkọ Jésù.
7. Olúwa, rán ìrànlọ́wọ́ sí mí láti ilẹ̀ mímọ́ Rẹ wá, di mi mu lati Sioni wa, ni oruko Jesu.
8. Olúwa, jẹ kí ìmọ̀ ọtá fún orílẹ̀ èdè wa, gba ìfagilé, ní orúkọ Jésù.
9. Gbogbo àṣírí tí o yẹ kí nmọ̀ nípa iran ìyá mi, Ẹ fí hàn, ní orúkọ Jésù.
10. Gbogbo àṣírí tí o yẹ kí nmọ̀ nípa ìlú tí a tí bí mí, Ẹ fí hàn, ní orúkọ Jésù.
11. Gbogbo àṣírí tí o yẹ kí nmọ̀ nípa iṣẹ́ tí mo ńṣe, Ẹ fí hàn, ní orúkọ Jésù.
12. Olúwa, fún mi ní ẹmí ìfihàn nínú ìmọ̀ Rẹ, ní orúkọ Jésù.
13. Olúwa, jẹ kí ọ̀nà rẹ hàn kedere ní ojú mi lórí ọ̀rọ̀ yí, ní orúkọ Jésù.

14. Oluwa, mu owusu-wusu kuro ni oju mi, ni oruko Jesu.

15. Olúwa, fi hàn mí gbogbo àṣírí tí o wà nǐ ìdí ọ̀rọ̀ yí yálà ó ṣé mí ní ànfàní tàbí kò ṣé mí ní ànfàní, ní orúkọ Jésù.

16. Gbogbo ìmọ̀ràn àwọn ọba búburú lórí orílẹ̀ èdè wá, túká, ní orúkọ Jésù.

17. Bàbá mi, fọ́ eyìn àwọn aláìwà bí Ọlọ́run ní orílẹ̀ èdè yí, ní orúkọ Jésù.

18. Ẹ̀yin ọ̀ta orílẹ̀ èdè wa, ẹ ṣubú nípa ìmọ̀ yín, ní orúkọ Jésù.

19. Ẹ̀mí mímọ́, fi ohun ìkọ̀kọ̀ àti àṣíri hàn mí nípa........., ní orúkọ Jésù.

20. Mo gbédè, gbogbo ẹmí àìmọ́ tó ńkó àdàlù bá ìran àti àlá ẹmí mí, ní orúkọ Jésù.

21. Mo gba agbára láti ṣiṣẹ́ pẹ̀lú ojú ẹmí tí o ríran kedere tí a kò lè tàn jẹ́, ní orúkọ Jésù.

ÌPELE KEJE – SÍSO PÒMÓ ỌLÓRUN TÓ NṢE ÀWỌN OHUN TÓ LE

BÍBÉLÌ KÍKÀ – ÉṢÓDÙ 14

ÌPELE KEJE, ỌJÓ KÌÍNÍ (05-10-2018)

ÌJÉWÓ: Isaiah 54 v 14 – 15

Nínú òdòdó lí a o fi ìdí rè múlè; ìwọ o jìnà sí ìnira; nítorí ìwọ kí yio bèrù; àti sí ìfòyà, nítorí kí yio súnmó ọ. Kíyèsi, ní kíkójo nwọn o ko ara wọn jọ, ṣùgbón kí ise nípasè mí; ẹnikẹni tí ó bá dìtè sí o yio ṣubú nítorí rè.

1. Gbogbo àwọn àkọsílè sátánì tí wọn ṣe lòdì sí ayé mí gba iná Ọlórun, kí o sì yangbe Ní Orúkọ Jésù

2. Gbogbo àwọn èrọ ayélujára àti àwọn ayàwòrán sátánì tí wọn nlò láti tọpinpin ayé mi àti láti maa ṣe àyídàyidà ayé mi, gba iná Ọlórun kí o sì yangbe, Ní Orúkọ Jésù

3. Gbogbo àwọn ohun eèlò ìdarí ti satani, tí wọń yàn lòdì sí ayé mi, gba iná Ọlórun, kí o si yangbe Ní Orúkọ Jésù

4. Gbogbo àlèmó àti àmì tí sátánì tí wọn gbé sórí ayé mi, máa parè pèlú èjè Jésù, Ní Orúkọ Jésù

5. Gbogbo àwọn ipá tó nṣe lòdì sí èrí ti wọn kórajọ lòdì sí ayé mi, túká Ní Orúkọ Jésù

6. Gbogbo àwọn aninilára ní gbogbo agbègbè ayé mi, gba ètè Ìdájó àtòkèwá Ní Orúkọ Jésù

7. Olúwa, se mí ní opó nínú ilé rẹ Ní Orúkọ Jésù

8. Olúwa, ẹ fún mi ni agbára láti lépa, láti bá àti láti gbà padà, Ní Orúkọ Jésù

9. Bàbá, jé kí iná rẹ pa gbogbo ìsòro ìpínlè run nínú ayé mi Ní Orúkọ Jésù

10. Gbogbo àsopò ibi, àlèmó àti òntè tí àwọn aninilára maa parun nípa èjè Jésù

11. Gbogbo oyin ibi tèmí, maa ṣe dánú lórí ayé mi, Ní Orúkọ Jésù

12. Gbogbo owó ìdòtí, maa ka kúrò lori ọrọ ayé mi, Ní Orúkọ Jésù

13. Mo yọ orúkọ mi kúrò nínú ìwé iku àìtójó, Ní Orúkọ Jésù

14. Mo yọ orúkọ mi kúrò nínú ìwé àjàlù, Ní Orúkọ Jésù

15. Gbogbo agbòorùn ibi tí o nṣe ìdíwó fún òjò orun láti rò sórí ayé mi, yangbe, Ní Orúkọ Jésù

16. Gbogbo àwọn egbè bubúru ti wọn pè nitóri mi, maa túká, Ní Orúkọ Jésù

17. Bàbá Olúwa, jé kí ohunkóhun yio yo orúko mi kúrò nínú ìwé iyè mó àgbélébù, Ní Orúkọ Jésù

18. Bàbá Olúwa, ẹ ránmílówó láti kan ẹran ara mi mọ àgbélébú, Ní Orúkọ Jésù

19. Bí orúkọ mi bá ti yọ kúrò nínú ìwé iyè, Bàbá Olúwa, ẹ tun kó padà sí bè, Ní Orúkọ Jésù

20. Olúwa, ẹ fún mi ní agbára láti borí ara mi, Ní Orúkọ Jésù
21. Gbogbo ìṣòro, tó sopọ̀mọ́ ìkáyajọ nínú ayé mi, di píparé Ní Orúkọ Jésù

ÌPELE KEJE, ỌJọ́ KEJÌ (06-10-2018)

ÌJẸ́WỌ́: Isaiah 54 v 14 – 15

Nínú òdòdó lí a o fi ìdí rẹ̀ múlẹ̀; ìwọ o jìnà sí ìnira; nítorí ìwọ kí yio bẹ̀rù; àti sí ìfòyà, nítorí kí yio súnmọ́ ọ. Kíyèsi, ní kíkójo nwọn o ko ara wọn jọ, ṣùgbón kí ise nípasẹ̀ mí; ẹnikẹ́ni tí ó bá dìtẹ̀ sí o yío ṣubú nítorí rẹ̀.

22. Gbogbo ègun tí ọkọ tabi aya mí sọ di píparẹ Ní Orúkọ Jésù
23. Gbogbo ifìpamọ́ ti sátánì nínú ayé mi, maa yangbẹ, Ní Orúkọ Jésù
24. Mo pàṣẹ kí gbogbo ìtúnra- ògun mú ti sátánì lòdì sími túká, Ní Orúkọ Jésù
25. Gbogbo agbára òrìṣà ìdílé kí ìdílé tí o nṣe àkóbá fún ayé mi àti ilé mi, maa fọ́ báyì Ní Orúkọ Jésù
26. Mo fagilé gbogbo ẹjẹ́ ìbí to ndàmú ayé mi Ní Orúkọ Jésù
27. Mo pa gbogbo aago àti ìwé ìlànà tí àwọn ọ̀tá fún ayé mi run Ní Orúkọ Jésù
28. Olúwa, ẹ ṣe àtúntò àwọn ọ̀tá mi sínú iṣẹ́ tí kò wúlò àti èyí tí kó yiô pawọ́n lára, Ní Orúkọ Jésù
29. Gbogbo ohun rere tó ti dòkú nínú ayé mi, gba ìyè báyì Ní Orúkọ Jésù
30. Gbogbo ìmọ̀ bubúru lòdì sí mi gba ìjákulẹ̀ Ní Orúkọ Jésù
31. Agbára ìwòsàn Ọlọ́run, ṣìjìbò ayé mi báyì Ní Orúkọ Jésù
32. Mo gbé gbogbo agbára tó nṣiṣẹ́ lòdì sí ìdáhùn àwọn àdúrà mi dè, Ní Orúkọ Jésù
33. Mo gbá agbara kúrò lọ́wọ́ agbára tó ti ba ilẹ, omi àti afẹ́fẹ́ dá májẹ̀mú nípa ayé mi, Ní Orúkọ Jésù
34. Ayé mi, di àìrí fún àwọn olùwòye ẹlẹ́mì òkùnkùn, Ní Orúkọ Jésù
35. Mo gbé gbogbo àwọn ẹmí iṣàkóso látọ̀nà jíjín de, Ní Orúkọ Jésù
36. Mo fá yọ gbogbo àwọn ọta ìbọn àti ohun ìjà tí ọ̀tá ti ṣètò sílẹ̀ fún ayé mi, Ní Orúkọ Jésù
37. Mo fagilé gbogbo májẹ̀mú tí mo mọ̀ àti èyí tí n kòmọ̀ pẹ̀lú ẹmí ikú, Ní Orúkọ Jésù
38. Olúwa, mo jọwọ́ ahọn mi fún Ọ, gbàkóso, Ní Orúkọ Jésù
39. Oníṣẹ́ - àbẹ òde òrun, bèrè sí ni gbé iṣẹ́ abẹ tí o nílò nínú gbogbo agbègbè ayé mi, Ní Orúkọ Jésù
40. Mo kọ̀ láti jẹ alábọ̀ - ara àtẹ̀mí Ní Orúkọ Jésù
41. Mo kọ̀ láti gbógun ti ara mi, Ní Orúkọ Jésù
42. Gbogbo ẹmí àjálù nínú ẹbí mi, ayé mi kìi ṣe ìjẹ re, kú, Ní Orúkọ Jésù

ÌPELE KEJE, ỌJỌ́ KẸTA (07-10-2018)

ÌJẸ́WỌ́: Isaiah 54 v 14 – 15

Nínú òdòdó lí a o fi ìdí rẹ̀ múlẹ̀; ìwọ o jìnà sí ìnira; nítorí ìwọ kí yio bẹ̀rù; àti sí ìfòyà, nítorí kí yio súnmọ́ ọ. Kíyèsi, ní kíkójo nwọn o ko ara wọn jọ, ṣùgbón kí ise nípasẹ̀ mí; ẹnikẹ́ni tí ó bá dìtẹ̀ sí o yio ṣubú nítorí rẹ̀.

43. Olúwa ẹ tá mí jí kúrò nínú gbogbo orunkórun tẹ̀mí, Ní Orúkọ Jésù
44. Gbogbo irúgbìn búburú tí ẹ̀rù ti gbìn sínú ayé mi di fífàtu, Ní Orúkọ Jésù
45. Olúwa, ẹ jẹ́ kí ìjọba yín fidìmúlẹ̀ nínú gbogbo agbègbè ayé mi, Ní Orúkọ Jésù
46. Ẹ̀yin ológun ọ̀run, ẹ dójúti àwọn aninílára mi, Ní Orúkọ Jésù
47. Ìwọ atúnidànù àti afini ṣòfò fi mí sílẹ̀ báyì, Ní Orúkọ Jésù
48. Ẹjẹ̀ mi, kọ gbogbo majele Ní Orúkọ Jésù
49. Ọ̀tá mi, ṣubú sínú kòtò tó gbé nitori mi, Ní Orúkọ Jésù
50. Ayé mi, ní ìrírí ojúrere àtòkèwá gbogbo agbègbè ayé Ní Orúkọ Jésù
51. Ègbé ni fún gbogbo ohun èelò tí ọ̀tá rán latí pamílara, Ní Orúkọ Jésù
52. Mo pàṣẹ, kí gbogbo àwọn ìbùkún mi tí àwọn agbára sátánì ti gbémi kó di púpọ̀ jáde báyì Ní Orúkọ Jésù
53. Gbogbo àwọn agbára tó nlérí láti pamílára, gba ìyàlárọ, Ní Orúkọ Jésù
54. Gbogbo ọfà iparun tí wọn ta sími, padà sọ́dọ̀ ẹni tó Rán ọ, Ní Orúkọ Jésù
55. Ọ̀tá kò ni sọ ọwọ́ ọ̀tún mi di ọwọ́ òsì, Ní Orúkọ Jésù
56. Gbogbo lẹ́tà tí sátánì, lòdì sími yangbẹ, Ní Orúkọ Jésù
57. Olúwa, ẹ jẹ́ kí èdè àwọn ọ̀tá mi dàrú, kí rúdurùdu sí dé báwọn Ní Orúkọ Jésù
58. Gbogbo ìmọ̀ràn àwọn ọ̀tá maa fọ́, Ní Orúkọ Jésù
59. Mo fàyọ gbogbo ifìwépè tara ẹni ìyówù tí wọn fi fún ọ̀tá láti pamílára, Ní Orúkọ Jésù
60. Olúwa ẹ fún mi ni ìyanu tí yio ya aráye lẹ́nu, Ní Orúkọ Jésù
61. Mo pàṣẹ kí gbogbo orúnkùn alátakò maa wólẹ̀, Ní Orúkọ Jésù
62. Mo pàṣẹ kí gbogbo àwọn ọ̀tá mi di àpótí ti ìṣe mi Ní Orúkọ Jésù
63. Èmi yio ni ìrírí ìṣégun ni gbogbo agbègbè ayé mi, Ní Orúkọ Jésù

ÌPELE KEJE, ỌJỌ́ KẸRIN (08-10-2018)

ÌJẸ́WỌ́: Isaiah 54 v 14 – 15

Nínú òdòdó lí a o fi ìdí rẹ̀ múlẹ̀; ìwọ o jìnà sí ìnira; nítorí ìwọ kí yio bẹ̀rù; àti sí ìfòyà, nítorí kí yio súnmọ́ ọ. Kíyèsi, ní kíkójo nwọn o ko ara wọn jọ, ṣùgbón kí ise nípasẹ̀ mí; ẹnikẹ́ni tí ó bá dìtẹ̀ sí o yio ṣubú nítorí rẹ̀.

64. Gbogbo àwọn ìbùkún mi ti wọ́n ti ti pa, ṣọ̀tẹ̀ ko sì jáde kúrò nínú àhámọ́ Ní Orúkọ Jésù

65. Gbogbo àwọn olùgbógun tí wọn nfi ara pamọ́ si àárìn iṣọ òtá, kí àṣírí yin maa tu si gbangba, Ní Orúkọ Jésù

66. Gbogbo ẹgbẹ́ búburú lòdì sí mi, ẹ maa túká danù Ní Orúkọ Jésù

67. Mo gbedè gbogbo iṣẹ́ àti iṣẹ́ eṣu ni agbègbè mi, Ní Orúkọ Jésù

68. Mo fi iná Ẹ̀mí Mímọ́ pe àgọ́ ara mi níjà, mo sì pàṣẹ kí gbogbo àwọn ajèjì sá kúrò, Ní Orúkọ Jésù

69. Gbogbo àìsàn tara àti tẹ̀mí ẹ sá kúrò, Ní Orúkọ Jésù

70. Gbogbo àwọn ẹ̀mí bubúrú ní àyíká mi, ẹ ma ṣubú sínú ìwà ìkà yin, Ní Orúkọ Jésù

71. Gbogbo ohun rere tí ọtá tí mú kúrò nínú ayé mi, ẹ maa dá wọn padà lẹ́sẹ̀kẹsẹ̀, Ní Orúkọ Jésù

72. Orúkọ mi di àrá,di iná àti mọ̀nàmọ́ná ni ọwọ́ àwọn tó n pè mí fún ìredì búburú Ní Orúkọ Jésù

73. Gbogbo agbára tó n kéde orúkọ mí fún ikú, ṣubúlulẹ̀, kí o si kú, Ní Orúkọ Jésù

74. Bí ọtá ti fi ègàn wọ ara rẹ li aṣọ bi ẹwù rẹ, bẹni kí o wa sí inú rẹ bi omi àti bi òróró sínú egungun rẹ

75. Bí inú ọtá kò ṣe dùn si ire, bẹ̀ẹni kí ó jìnà síi

76. Bí nwọ́n tí gbúrò mi, nwọn o gba mi gbọ́; àwọn ajèjì yio fi ẹ̀tàn tẹ orí wọn ba fún mi

77. Parun, Olúwa, kí o sì tú àwọn agbára tó ndìtẹ̀ lòdì sí àyànmọ́ mi ká, Ní Orúkọ Jésù

78. Máṣe jìnnà sọ́dọ̀ mi, Olúwa kí o sì jẹ ìrànlọ́wọ́ fún mi ni ìgbà ìpọ́njú, Ní Orúkọ Jésù

79. Gbogbo agbára tó ngbèrò a tí fa ọkàn mi ya bí kìnìún, ẹ maa wópalẹ̀ Ní Orúkọ Jésù

80. Bàbá, ẹ fa okọ yin yọ kí ẹ si da àwọn tó nṣe inúnibíni sí mi dúró, Ní Orúkọ Jésù

81. Bàbá, di asa on àpáta mú kí o si dìde fún ìrànlọ́wọ́ mi

82. Bàbá, ẹ fi ìjà fún àwon tó nbá mí jà, Ní Orúkọ Jésù

83. Èmí yio ké pe orúkọ Olúwa, Eni tó yẹ lati yìn, bẹẹ la o gbà mí kúrò lọ́wọ́ àwọn ọtá mi.

84. Mo ṣe lòdì sí irúfẹ̀ iyàngànkíyangàn nínú ayé mi, Ní Orúkọ Jésù

ÌPELE KEJE, ỌJỌ́ KARÙN (09-10-2018)

ÌJẸ́WỌ́: Isaiah 54 v 14 – 15

Nínú òdòdó lí a o fi ìdí rẹ̀ múlẹ̀; ìwọ o jìnà sí ìnira; nítorí ìwọ kí yio bẹ̀rù; àti sí ìfòyà, nítorí kí yio súnmọ́ ọ. Kíyèsi, ní kíkójo nwọn o ko ara wọn jọ, ṣùgbón kí ise nípasẹ̀ mí; ẹnikẹ́ni tí ó bá dìtẹ̀ sí o yío ṣubú nítorí rẹ̀.

85. Ìṣéjú àáyà kọ̀ọkan nínú ayé mí maa mu àwọn ohun rere tọ̀ mí wa, Ní Orúkọ Jésù
86. Mo pàṣẹ kí gbogbo àwọn idìbàjẹ́ tẹ̀mí nínú ayé mi kó gba ìwòsàn Ní Orúkọ Jésù
87. Búrọ̀sì Olúwa, bẹ̀rẹ̀ sí ní fọ gbogbo idọ̀tí kúrò ńínu ìlò tẹ̀mí mi, Ní Orúkọ Jésù
88. Gbogbo ìlò tó ti dógùn nínú ayé mi, gba ìpàarọ̀, Ní Orúkọ Jésù
89. Mo pàṣẹ kí gbogbo àwọn agbára tó njẹ ìlò tẹ̀mí kí o yangbẹ, Ní Orúkọ Jésù
90. Mo pàṣẹ kí gbogbo idíwọ́ nínú ìlò tẹ̀mí kí o maa kúrò, Ní Orúkọ Jésù
91. Mo pàṣẹ kí gbogbo ihò nínú ilo tẹ̀mí mi maa dípa, Ní Orúkọ Jésù
92. Aro – lelopo tọrun, ilo tẹ̀mí mi ṣe, Ní Orúkọ Jésù
93. Ìlo tẹ̀mí mi, gba okun Ọlọ́run lòdì si idìbàjẹ́ yówù, Ní Orúkọ Jésù
94. Mo gba ìfọ̀mọ́ ti ọrun nínú ilo tẹ̀mí mi, Ní Orúkọ Jésù
95. Mo jẹ́wọ́ wípé ìlo tẹ̀mí mi yío maa ṣiṣẹ́ geerege ní gbogbo ọjọ́ ayé mi, Ní Orúkọ Jésù
96. Gbogbo àgádágodo ibi àti gbogbo ṣẹkẹ́ṣẹkẹ̀ ibi, padà sọ́dọ̀ ẹni tó rán ọ, Ní Orúkọ Jésù
97. Mo bá gbogbo ẹ̀mí ìdọ̀tí, adití àti ìfọ́jú wí nínú ayé mi, Ní Orúkọ Jésù
98. Mo gbe ọkùnrin alagbára tó mbẹ lẹ́hin ìfọ́jú àti ayadi tẹ̀mí de, mo sí ya gbogbo iṣẹ́ rẹ láro ní ayé mi, Ní Orúkọ Jésù
99. Mo fi ẹ̀jẹ Jésù yan ojú àti etí mi, Ní Orúkọ Jésù
100. Olúwa, ẹ da ojú àti etí tẹ̀mí mi padà bọ̀ sípò, Ní Orúkọ Jésù
101. Olúwa, ẹ fi òróró yan ojú àti etí mi, kí wọ́n ba le gbọ́ran, Ní Orúkọ Jésù
102. Mo rán iná Ọlọ́run sínú ojú àti etí mi, kí o sì yọ́ gbogbo ìfipamọ̀ ti sátánì danù, Ní Orúkọ Jésù
103. Ojú àti etí tèmi, mo pàṣẹ fun ọ, Ní Orúkọ Jésù
104. Ní orúko Jésù, mo gba gbogbo agbára tó mbẹ lẹ́yìn ìfọ́jú àti iyadì tẹ̀mí mi, Ní Orúkọ Jésù
105. Gbogbo ìbòjú àti ihò etí tèmi gba ìwòsàn, Ní Orúkọ Jésù

ÌPELE KEJE, ỌJỌ KẸFA (10-10-2018)

ÌJẸ́WỌ́: Isaiah 54 v 14 – 15

Nínú òdòdó lí a o fi ìdí rẹ̀ múlẹ̀; ìwọ o jìnà sí ìnira; nítorí ìwọ kí yio bẹ̀rù; àti sí ìfòyà, nítorí kí yio súnmọ́ ọ. Kíyèsi, ní kíkójọ nwọn o ko ara wọn jọ, ṣùgbón kí ise nípasẹ̀ mí; ẹnikẹ́ni tí ó bá dìtẹ̀ sí o yío ṣubú nítorí rẹ̀.

106. Ìwọ ẹmí ifọju àti adití tú ìgbámú rẹ lórí ayé mi, Ní Orúkọ Jésù
107. Èmi kì yio sọ ẹ̀bùn ìgbàlà mi nù, Ní Orúkọ Jésù
108. Omi iyè, fọ gbogbo àwọn àjèjì tí a kò fẹ́ danù nínú ayé mi, Ní Orúkọ Jésù
109. Ìwọ olùkórira ìgbàlà Ọlọ́run nínú ayé mi, mo páa láṣẹ fún ọ ko kù, Ní Orúkọ Jésù

110. Ìwo olùkó – àdájú báni ayé, mo ko àdàlú bá ọ, Ní Orúkọ Jésù

111. Olúwa, ẹ fi sí ọwọ́ mi ẹ̀bùn tí yio gbé ayé mí ga Ní Orúkọ Jésù

112. Iná Ẹ̀mí Mímọ́, ṣe mi fún ògo Ọlọ]run, Ní Orúkọ Jésù

113. Olúwa, jẹ́ ki ìfàmìòróróyàn Ẹ̀mí Mímọ́ fọ gbogbo àjàgà ìpàdàsẹ́yìn nínú ayé mi, Ní Orúkọ Jésù

114. Ẹ̀jẹ Jésù, mu àkọ́lé àìnìtẹ̀síwájú ìyówù kúró nínú gbogbo agbègbè ayé mi, Ní Orúkọ Jésù

115. Mo kọ ẹ̀mí ìrù, mo yan ẹ̀mí orí, Ní Orúkọ Jésù

116. Mo yàa lárọ ipá agbára ẹ̀mí òkùnkùn ìyówù tó n bí ìnítẹ̀síwájú mi, Ní Orúkọ Jésù

117. Olúwa, ẹ fi kọ́kọ́rọ́ àṣeyọrí rere fún mi, kí àwọn ìlẹkùn àṣeyorí rere le maa ṣi sílẹ̀ fún mi ni gbogbo ibikíbi tí mo bá lọ, Ní Orúkọ Jésù

118. Olúwa, ẹ fi ìdí mí múlẹ̀ gégébí ènìyàn mímọ́ fún yin, Ní Orúkọ Jésù

119. Olúwa, jẹ́ ki ìfàmìòróróyàn láti tayọ nínú ìgbe ayé tẹ̀mí àti tara bà lórí aye mi, Ní Orúkọ Jésù

120. Mo fi ẹnu mí jẹ́wọ́ wípé ki yio si ohun ti yio ṣòro fun mi, Ní Orúkọ Jésù

121. Mo kọ ìfàmìòróróyàn àìní – àṣeyorí nínu iṣẹ́ ọwọ́ mi, Ní Orúkọ Jésù

122. Olúwa, jẹ́ kí ojúrere rẹ àti ti ènìyàn yí ayé mí ká nínú odún yi, Ní Orúkọ Jésù

123. Ẹ̀mí Mímó, ṣe àkóso ipa mi láti ṣe àgbékalẹ̀ àwọn ọ̀rọ̀ mi

124. Ẹ̀yin àkeekè, ẹ di aláìlóró ní gbogbo agbègbè ayé mi, Ní Orúkọ Jésù

125. Ẹ̀yin òjò, ẹ di aláìlóró ni gbogbo agbègbè aye mi, Ní Orúkọ Jésù

126. Àgọ́ ọ̀tá, ẹ wọnú rúdurùdu, Ní Orúkọ Jésù

ÌPELE KEJE, ỌJỌ́ KEJE (11-10-2018)

ÌJẸ́WỌ́: Isaiah 54 v 14 – 15

Nínú òdòdó lí a o fi ìdí rẹ̀ múlẹ̀; ìwọ o jìnà sí ìnira; nítorí ìwọ kí yio bẹ̀rù; àti sí ìfọ̀yà, nítorí kí yio súnmọ́ ọ. Kíyèsi, ní kíkójo nwọn o ko ara wọn jọ, ṣùgbón kí ise nípasẹ̀ mí; ẹnikẹ́ni tí ó bá dìtẹ̀ sí o yío ṣubú nítorí rẹ̀.

127. Gbogbo Hérọ́dù gba ìjẹra tẹ̀mí Ní Orúkọ Jésù

128. Gbogbo àrùn búburú ni agbègbè ìyówù nínú ayé mi, kú, Ní Orúkọ Jésù

129. Gbogbo àkọsílẹ̀ búburù lòdì sí mi, yarọ, Ní Orúkọ Jésù

130. Gbogbo àwọn tó n lépa orúkọ mi káakiri fun ibi, gba ìtìjú, Ní Orúkọ Jésù

131. Gbogbo àwọn ọ̀rẹ́ búburú, ẹ ṣe àṣìṣe tí yió tú àṣírí yin, Ní Orúkọ Jésù

132. Ọkùnrin alágbára láti ìhà ẹbí mi méjèjì, ẹ pa ara yin run, Ní Orúkọ Jésù

133. Àláfíà mi, kì yio yà kúrò lọ́dọ̀ mi, Ní Orúkọ Jésù

134. Mo kọ̀ láti wọ aṣọ ìpọ́njú àti ìbànújẹ̀, Ní Orúkọ Jésù

135. Olúwa, jẹ́ kí ẹmí tó maa nsá fún iṣẹ́, sàba bo ayé mi, Ní Orúkọ Jésù

136. Jẹ́ kí àṣírí ìkọ̀kọ̀ àti ti gbangba àwọn ọtá maa tú, Ní Orúkọ Jésù
137. Mo pàṣẹ kí gbogbo àwọn tí sátánì gba ìparun, Ní Orúkọ Jésù
138. Olúwa, ẹ fi agbára yin dá àya tìtun sínú mi, Ní Orúkọ Jésù
139. Olúwa, ẹ tún ọkàn dídúróṣinṣin ṣe sínú mi, Ní Orúkọ Jésù
140. Mo kọ gbogbo ẹ̀tọ́ tí mo ní láti bínú, Ní Orúkọ Jésù
141. Olúwa, ẹ mú gbogbo ìríra tó njẹ́ ki ìbínú maa wa láye nínú ayé mí kúrò, Ní Orúkọ Jésù
142. Mo kọ èrò wípé èmi kì yio yípadà laélaé, Ní Orúkọ Jésù
143. Ẹ̀mí Ọlọ́run, ẹ fọ́ ìbínú kúrò nínú ayé mi, kí ẹ sì gba àkóso, Ní Orúkọ Jésù
144. Olúwa, ẹ dá agbára ìkó – ara – eni – níjànu àti ìwà pẹ̀lẹ́ sínú ayé mi, Ní Orúkọ Jésù
145. Mo kọ gbogbo àwọn tó njàmílólè ayọ̀ ogún ìní mí nínú ìjọba Ọlọ́run, Ní Orúkọ Jésù
146. Mo sọ̀rọ̀ sí gbogbo àwọn búburú mo sì fọ̀ àwọn agbára wọn lóri ayé mi, Ní Orúkọ Jésù
147. Olúwa, ẹ fún mi ni agbára láti gbọ́ ohùn yín Ní Orúkọ Jésù

ÌPELE KEJE, ỌJỌ́ KẸJỌ (12-10-2018)

ÌJẸ́WỌ́: Isaiah 54 v 14 – 15

Nínú òdòdó lí a o fi ìdí rẹ̀ múlẹ̀; ìwọ o jìnà sí ìnira; nítorí ìwọ kí yio bẹ̀rù; àti sí ìfòyà, nítorí kí yio súnmọ́ ọ. Kíyèsi, ní kíkójo nwọn o ko ara wọn jọ, ṣùgbón kí ise nípasẹ̀ mí; ẹnikẹ́ni tí ó bá dìtẹ̀ sí o yío ṣubú nítorí rẹ̀.

148. Olúwa, ẹ jẹ kí nmọ ọkàn yin, Ní Orúkọ Jésù
149. Olúwa, nípa agbára ẹ̀jẹ̀ Jésù ẹ mú ìdíwọ́ iyówù tí ọtá kúrò nínú ayé mi, Ní Orúkọ Jésù
150. Gbogbo agbádá ibi ti ìtìjú yangbẹ, Ní Orúkọ Jésù
151. Gbogbo aṣọ èérí ibi, maa yangbẹ Ní Orúkọ Jésù
152. Gbogbo agbádá ibi tí ìmélẹ́ tẹmí, maa yangbẹ, Ní Orúkọ Jésù
153. Gbogbo agbádá ibi àìlọ́lá, maa yangbẹ, Ní Orúkọ Jésù
154. Gbogbo agbádá ibi ìtẹ̀bà ọkàn tẹmí àti tara, maa yangbẹ, Ní Orúkọ Jésù
155. Gbogbo agbádá ibi tí ìjẹ́wọ́ búburú, maa yangbẹ Ní Orúkọ Jésù
156. Dúpẹ́ lọ́wọ́ ọkùnrin èṣọ́ alábò tó nṣe àbójútó ilé – ìfowópamó ti sátáni ti o nfi ìbùkún mi pamọ́ maa yarọ, Ní Orúkọ Jésù
157. Gbogbo àwọn ọkùnrin èṣọ́ alábò tó nṣe àbójútó ilé – ìfowópamó tí sátánì tí o n fi ìbùkún mi pamọ́ maa yarọ, Ní Orúkọ Jésù
158. Mo dádúró gbogbo àwọn olùfowópámọ́ àti àwọn alákoso ilé – ìfowópámọ́ ti sátánì, Ní Orúkọ Jésù

159. Mo pàṣẹ ki àrá Ọlọ́run fọ́ si wẹ́wẹ́ gbogbo yàrá agbára tó n gbé àwọn dúkìà mi pamọ́, Ní Orúkọ Jésù
160. Ṣẹkẹ́ṣẹkẹ̀ àbàláyé, to n bá ọwọ́ àti ẹsẹ̀ mi jìjàkadì, fọ́, Ní Orúkọ Jésù
161. Agbádá ègàn àti ìtìjú, gbiná, Ní Orúkọ Jésù
162. Àwọn ọjà òkùnkùn tí wọ́n ti yàn lòdì sí mi, gbiná, Ní Orúkọ Jésù
163. Gbogbo agbára tó ngbé ọ̀rọ̀ mi lọ àwọn ọjà òkùnkùn, kú, Ní Orúkọ Jésù
164. Iná Ọlọ́run, àrá Ọlọ́run dìde, lépa àwọn onísòwò ti sátáni, Ní Orúkọ Jésù
165. Ọlọ́run dìde, kí ẹ sì jẹ́ kí èróngbà àwọn ọjà òkùnkùn fún ayé mi kú, Ní Orúkọ Jésù
166. Ohun rere ìyówù tí wọ́n tita dànù nínú ayé mi mò gbá wọn pàdà, Ní Orúkọ Jésù
167. Ẹ̀jẹ̀ Jésù, dìde nínú ipa, kí o sìrá mi padà, Ní Orúkọ Jésù
168. Àwọn àṣẹ búburú tí wọ́n ti yàn lòdì sí mi, kú, Ní Orúkọ Jésù

ÌPELE KEJE, ỌJỌ́ KẸSAN (13-10-2018)

ÌJẸ́WỌ́: Isaiah 54 v 14 – 15

Nínú òdòdó lí a o fi ìdí rẹ̀ múlẹ̀; ìwọ o jìnà sí ìnira; nítorí ìwọ kí yio bẹ̀rù; àti sí ìfòyà, nítorí kí yio súnmọ́ ọ. Kíyèsi, ní kíkójo nwọn o ko ara wọn jọ, ṣùgbón kí ise nípasẹ̀ mí; ẹnikẹ́ni tí ó bá dìtẹ̀ sí o yío ṣubú nítorí rẹ̀.

169. Àìsíkì mi, tálẹ́ntì mi nínú àwọn ọjà òkùnkùn, fọ́ jáde wa nípa iná, Ní Orúkọ Jésù
170. Àwọn ẹ̀yà ara mi, tí wọ́n titá danù nínú àwọn ọjà òkùnkùn, mo gbà yín padà nípa agbára tó nbẹ nínú ẹ̀jẹ̀ Jésù, Ní Orúkọ Jésù
171. Ọlọ́run, Bàbá mi, kọ́ ọwọ́ mí ni ogun jíjà àti ìka mi láti jà, Ní Orúkọ Jésù
172. Ẹ̀jẹ̀ Jésù, pa gbogbo ẹ̀jẹ̀ to n kígbe lòdì si mi lẹ́nu mọ́, Ní Orúkọ Jésù
173. Ẹ̀jẹ̀ Jésù, pa gbogbo ẹ̀jẹ̀ to n kígbe lòdì si àyànmọ́ mí lẹ́nu mó, Ní Orúkọ Jésù
174. Gbogbo àríyànjiyàn tó n dìde láti inú àwọn ohun ẹjẹ to n ginisun dakẹ, Ní Orúkọ Jésù
175. Ẹ̀jẹ̀ Jésù, sọ àwọn ohun rere sínú ayé mi, Ní Orúkọ Jésù
176. Mo fagile gbogbo ibode, Ní Orúkọ Jésù
177. Mo fi gbogbo gbòngbò irúgbìn iṣẹ́ – àjẹ́ tí wọ́n ṣe lòdì sí mi rẹ́, Ní Orúkọ Jésù
178. Mo fatu gbogbo irúgbìn búburú tí wọ́n gbin láti dójú tìmí, Ní Orúkọ Jésù
179. Gbogbo ẹ̀mí ìbọ̀dè, fi mí sílẹ̀, ki o si padà sọ́dọ̀ àwọn bi ti rẹ, Ní Orúkọ Jésù
180. Mo kọ gbogbo ìkórè búburú, mo gba ìkórè àtòkèwá mọ́ra, Ní Orúkọ Jésù
181. Mo pàṣẹ rúdurùdu sínú ọgbọ́n ẹlẹ́mì òkùnkùn ìyówù tí wọ́n fẹ ṣe lòdí si mi, Ní Orúkọ Jésù
182. Mo yàláṛo àwọn ẹ̀mí tó npọ̀gèdè tí wọ́n yàn lòdì si mi, Ní Orúkọ Jésù
183. Olúwa, ẹ tú àwọn Ángẹ́lì Ọlọ́hun yin sílẹ̀ láti jà fún mi, Ní Orúkọ Jésù

184. Ikú, a ti gbé ọ mì ni iṣéhun, pọ àwọn ẹní tó ti gbé mi jáde, Ní Orúkọ Jésù
185. Mo fọ si wẹ́wẹ́ gbogbo májẹ̀mú àwọn adánilóró Ní Orúkọ Jésù
186. Olúwa, Ẹ fi agbára yin hàn nínú ayé mi gégébí Jèhófà Rafà, Ní Orúkọ Jésù
187. Oluwa, Ẹ fi agbára yin hàn nínú ayé mi gégébí Jèhófà Elsadà, Ní Orúkọ Jésù
188. Nípa agbára tó pin òkun pupa níyà, jẹ́ kí ọ̀nà kó ṣi, Ní Orúkọ Jésù
189. Nípa agbára tó fa Jéríkò lulẹ̀, jẹ́ ki gbogbo ìdíwọ́ mí run wómúwómú, Ní Orúkọ Jésù

ÌPELE KEJE, ỌJỌ́ KẸWÀ (14-10-2018)

ÌJẸ́WỌ́: Isaiah 54 v 14 – 15

Nínú òdòdó lí a o fi ìdí rẹ̀ múlẹ̀; iwọ o jìnà sí ìnira; nítorí iwọ kí yio bẹ̀rù; àti sí ìfòyà, nítorí kí yio súnmọ́ ọ. Kíyèsi, ní kíkójo nwọn o ko ara wọn jọ, ṣùgbón kí ise nípasẹ̀ mí; ẹnikẹni tí ó bá dìtẹ̀ sí o yio ṣubú nítorí rẹ̀.

190. Gbogbo agbàra tó nṣiṣẹ́ ikú nínú mi, ẹ poora, Ní Orúkọ Jésù
191. Gbogbo agbára tó n gé àyànmọ́ àtòkèwá mi kúrú, ṣubú lulẹ̀ ko kú, Ní Orúkọ Jésù
192. Ìfàmìóróróyàn láti di ẹni ti ọrun nfẹ, bà sórí ayé mi, Ní Orúkọ Jésù
193. Àwọn alárìnkiri tí wọ́n ti ṣètò láti tú àyànmọ́ mí ka, kú, nípa ina, Ní Orúkọ Jésù
194. Orí mi, ṣe àwárí òróró rẹ láti ọrun, Ní Orúkọ Jésù
195. Àwọn olùgbé òróró tí wọn ti yàn láti sọ àyànmọ́ mí di kòròfo, kú, Ní Orúkọ Jésù
196. Èróngba agbára iṣẹ́ ajé láti ṣi àyànmọ́ mí dárí ku, Ní Orúkọ Jésù
197. Ẹ̀yin Ángẹ́lì ipá láti ọrun, ẹ dìde ẹ gbógun ti àwọn agbára to nha ìràwọ̀ mi mọ, Ní Orúkọ Jésù
198. Ìwọ ọtá ìdílé bàbá mi, ku, Ní Orúkọ Jésù
199. Àjàgà iye rira, fọ Ní Orúkọ Jésù
200. Ohun ibi to nṣọ àdàlù si etí mi, kú, Ní Orúkọ Jésù
201. Àwọn ọwọ́ ibi. Tí wọn dà lé orí mi láti inú oyún wa, gbẹ danù, Ní Orúkọ Jésù
202. Iná Ẹ̀mí mímọ́, fọ ọpọlọ mi mọ, Ní Orúkọ Jésù
203. Iná Ẹ̀mí Mímọ́, ṣe ìmọ́tótó ọpọlọ mi, Ní Orúkọ Jésù
204. Ẹjẹ Jésù, bo ọpọlọ mi mọ́lẹ̀ Ní Orúkọ Jésù
205. Àjogúnbá aiperi, kú, Ní Orúkọ Jésù
206. Ọlọ́run dìde kí o si fi ẹjẹ Jésù fọ ọpọlọ mi, Ní Orúkọ Jésù
207. Ìfipamọ́ òkùnkùn nínú ọpọlọ mi, poórá danù, Ní Orúkọ Jésù
208. Ọlọ́run dìde, kí o si yi ọpọlọ mi pada nípa iná, Ní Orúkọ Jésù
209. Ṣẹkẹ́ṣẹkẹ̀ tí irandíran lori ọpọlọ mi, f ọ, Ní Orúkọ Jésù
210. Gbogbo ọfà tí wọ́n ta sínú ọpọlọ mi, tapadà, Ní Orúkọ Jésù

ÌPELE ÌJẸ́WỌ́

Mo gbàgbọ́ ní ọ̀rọ̀ Ọlọ́run, ọ̀rọ̀ Ọlọ́run dájú nígbàtí mo bá sọ ọ, yí o mú ìrèdí tí mo ṣe sọ ọ ṣẹ ni orúkọ Jésù. Èmi ní ìfihàn, àbájáde àti èsì ọ̀rọ̀ Ọlọ́run tí sọ̀rọ̀ sínú ayé mi, ẹmi sì ti di ìfarahàn ìwàláayé Ọlọ́run Jèhófà lórí ilẹ̀ ayé. Èmi fi sí ti ohun gbogbo hàn tàa ràtà tí ọ̀rọ̀ Ọlọ́run sọ wípé mo jẹ. èmi kún fún ọ̀rọ̀ iyè. Nítoríwípé Olúwa yí ìmọ àwọn alárèkèrekè pọ̀ bẹ̀ni ọwọ́ wọ̀n kò lée mú ìdàwọ́lé wọn ṣẹ. Gbogbo iṣẹ́ àwọn alágbára, ikà, ibi àti ti ọ̀tá lòdì sí ayé mí, kí yio ṣerere, Ní Orúkọ Jésù. Ní Orúkọ Jésù, mo gbàmọ́ra agbára nínú orúkọ Olúwa láti borí àwọn ogun ọ̀tá. Ní Orúkọ Jésù Kristi, nipa iwàláyé Ọlọ́run nínú ayé mi, mo pàṣẹ kí àwọn ènìyàn búburú ṣègbé ní iwájú mí. Èmi ngbé ni ibi ikọ̀kọ̀ ọ̀gá ògo, àábò wà fún mi, a si fi iyẹ́ apá Jèhófà bò mi, Ní Orúkọ Jésù. Ọ̀rọ̀ Ọlọ́run ní agbára Ọlọ́run ẹnu ọ̀nà òrọ̀ Ọlọ́run sínú ayé mi, ti mú ìmọ́lẹ Ọlọ́run wá sínú ayé mi ti òkùnkùn kò sí lee borí rẹ, Ní Orúkọ Jésù. Mo rán ìmọ́lẹ̀ ti o wà nínú gẹ́gẹ́bí idà olójú méjì láti pa gbogbo ijọba òkùnkùn run, Ní Orúkọ Jésù. Ọ̀rọ̀ Ọlọ́run ó yára,ó sì tun l'ágbára ni ẹnu mi. Ọlọ́run ti fi ọ̀rọ̀ rẹ sí ẹnu mi, Ní Orúkọ Jésù. Mo gbẹ́kẹ̀lé ọ̀rọ̀ Ọlọ́run, Ọlọ́run dájú nígbàtí mo bá sọ, yi o mu ìréde tí mo ṣe sọọ ṣẹ, Ní Orúkọ Jésù.

ÌPELE ÌṢỌ́ ÒRU
(ṢÍṢE LÁARIN AGOGO MÉJÌLÁ ÒRU SÍ AGOGO MÉJÌ ÒRU)
ORIN FÚN ÌṢỌ́ ÒRU (OJÚ EWÉ KẸTÀLA)

1. Bàbá mi, ẹ kan eyín alaiwabi - Ọlọ́run, Ní Orúkọ Jésù
2. Olúwa, gbọ́ ohùn mi ńi igbà tí mo bá nképè ọ̀, Ní Orúkọ Jésù
3. Ọlọ́run, ẹ fi ìparun ṣe àbẹ̀wò àwọn agbára tó nparọ́ lòdì si mi, Ní Orúkọ Jésù
4. Olúwa, ẹ jẹ́ kí afẹ́fẹ́ líle láti ọrun fẹ́ gbogbo òpó ilé ti wọ́n gbékẹ̀lé lulẹ̀, Ní Orúkọ Jésù
5. Èyẹ iná lati ọrun, fẹ́ àwọn ilé wọn lulẹ̀, Ní Orúkọ Jésù
6. Olúwa, ẹ jẹ́ kí àwọn ọ̀tá orílẹ̀ èdè yí, di ìtàn sisọ́ míràn lásán lásán, Ní Orúkọ Jésù
7. Bàbá mi, jẹ́ kí àwọn ọ̀tá ṣubú sínú ìmọ̀ràn wọn
8. Olúwa, ẹ le àwọn ọ̀tá mi jáde kúrò nínú ọ̀pọ̀lọpọ̀ ìrékọjà wọn, Ní Orúkọ Jésù
9. Gbogbo àwọn oníṣẹ́ ẹ̀ṣẹ́ tí wọn kó ara wọn jọ, ẹ yà kúrò lọ́dọ̀ mi, Ní Orúkọ Jésù
10. Olúwa, jẹ́ kí ojú kó ti àwọn ọ̀ta mí ki ẹrù si bàwọ́n gidigidi, Ní Orúkọ Jésù
11. Bàbá mi, jẹ́ ki ìtìjú òjijì jẹ́ ìpín àwọn aninilára mi, Ní Orúkọ Jésù
12. Gbogbo agbára tó ngbèrò àti fa ọkàn mi ya gẹ́gẹ́bí kìnìún ti nfa ọdọ́ àgùntàn ya, maa túká, Ní Orúkọ Jésù
13. Ọlọ́run yio pa àgọ́ àwọn ọta run, wọn kì yio si kọ́ àgọ́ wọn mọ́, Ní Orúkọ Jésù
14. Olúwa, gẹ́gẹ́bí iṣẹ́ àwọn ènìyàn búburú, ẹ fi iṣẹ́ ọwọ́ wọn fún wọn, Ní Orúkọ Jésù
15. Olúwa, ẹ bọ́ aṣọ ọ̀fọ̀ mi danú kí ẹ sí fi inú dídùn dí mi lámùrè, Ní Orúkọ Jésù
16. Tẹ́ etí rẹ sí mi, Olúwa, ki O si gbà mí ní kíákíá, Ní Orúkọ Jésù

17. Olúwa, ẹ fàmí jáde kúrò nínú gbogbo àwọn ọ̀tá tó farasin Ní Orúkọ Jésù

18. Àwọn àkókò mi mbẹ lọ́wọ́ rẹ, gbà mi kúrò lọ́wọ́ àwọn ọ̀tá mi àti kúrò lọ́wọ́ àwọn tó n ṣe inúnibíni si mi, Ní Orúkọ Jésù.

19. Olúwa, jẹ́ kí ojú kí ó ti ìkà, jẹ́ kí wọ́n sì dákẹ́ jẹ́ ní isà òkú, ní Orúkọ Jésù.

20. Gbogbo ahọ́n èké, to n ṣọ̀rọ̀ lòdì sí mi, maa dákéjẹ́ Ní Orúkọ Jésù

21. Olúwa, ẹ sọ ìgbìmọ̀ àwọn aláìwà – bi - Ọlọ́run di asán, Ní Orúkọ Jésù.